D1772211

தலைமறைவான படைப்பாளி

தலைமறைவான படைப்பாளி

வாஸந்தி

தமிழ்ப் படைப்பாளர். தமிழ், ஆங்கிலத்தில் எழுதும் பத்திரிகையாளர். எட்டு ஆண்டுகள் தமிழ் *இந்தியா டுடே*யின் ஆசிரியர். இவருடைய படைப்புகள் மலையாளம், இந்தி, தெலுங்கு, ஆங்கிலம், நார்வேஜியன், செக், டச்சு ஆகிய மொழிகளில் மொழிபெயர்க்கப்பட்டுள்ளன. இவருடைய இரண்டு நாவல்கள் மலையாளத்தில் திரைப்படமாகியுள்ளன. 'ஜெயலலிதா: மனமும் மாயையும்' (2018) 'கலைஞர் என்னும் கருணாநிதி' (2019) ஆகிய நூல்களைக் காலச்சுவடு பதிப்பகம் வெளியிட்டுள்ளது. கருணாநிதி, ஜெயலலிதா, ரஜினிகாந்த் ஆகியோரின் வாழ்க்கை வரலாற்று நூல்களை ஆங்கிலத்தில் எழுதி யுள்ளார். சமகாலப் பிரச்சினைகள், இலக்கியம் ஆகியவை பற்றி ஆங்கிலத்தில் கட்டுரைகள் எழுதும் இவர் *இந்தியா டுடே*, *நியூ இந்தியன் எக்ஸ்பிரஸ்*, *டெக்கான் ஹெரால்ட்*, *தி வீக்* போன்ற நாளிதழ்களிலும் வார இதழ்களிலும் எழுதிவருகிறார்.

வாஸந்தி

தலைமறைவான படைப்பாளி

காலச்சுவடு பதிப்பகம்

● அன்பார்ந்த வாசகருக்கு,

வணக்கம்.

காலச்சுவடு நூலை வாங்கியமைக்கு நன்றி.

நூலின் உள்ளடக்கம், உருவாக்கம், அட்டைப்படம் இன்ன பிற அம்சங்கள் பற்றிய உங்கள் கருத்துகளையும் ஆலோசனைகளையும் காலச்சுவடு வரவேற்கிறது. தகவல், எழுத்து, வாக்கியப் பிழைகள் தென்பட்டால் அவசியம் தெரிவித்து உதவுங்கள். நூல் தயாரிப்பில் கடும் குறைபாடு இருப்பின் மாற்றுப் பிரதி உங்களுக்குக் கிடைக்கக் காலச்சுவடு ஏற்பாடு செய்யும்.

மின்னஞ்சல்: **publisher@kalachuvadu.com**

காலச்சுவடு நாகர்கோவில் அலுவலகத்துக்குக் கடிதம் அனுப்பலாம்.

தங்கள்
எஸ்.ஆர். சுந்தரம் (கண்ணன்)
பதிப்பாளர் — நிர்வாக இயக்குநர்

தலைமறைவான படைப்பாளி ❖ கட்டுரைகள் ❖ ஆசிரியர்: வாஸந்தி ❖

© வாஸந்தி

❖ முதல் பதிப்பு: நவம்பர் 2024 ❖ வெளியீடு: காலச்சுவடு பப்ளிகேஷன்ஸ் (பி) லிட்., 669 கே.பி. சாலை, நாகர்கோவில் 629001

காலச்சுவடு பதிப்பக வெளியீடு: 1280

talaimaRaivaana paTaippaaLi ❖ Essays ❖ Author: Vaasanti ❖

© Vaasanti

❖ Language: Tamil ❖ First Edition:November 2024 Size: Demy 1 x 8 ❖ Paper: 18.6 kg maplitho ❖ Pages: 168

Published by Kalachuvadu Publications Pvt. Ltd., 669 K.P. Road, Nagercoil 629001, India ❖ Phone: 91-4652-278525 ❖ e-mail: publications @kalachuvadu.com ❖ Printed at Mani Offset, Chennai 600077

ISBN: 978-93-6110-374-2

11/2024/S.No. 1280, kcp 5376, 18.6 (1) ass

பொருளடக்கம்

விளாடிமர் நோபொகோவின்
லோலிடா இலக்கியமா, ஆபாசமா? 9

ஹார்ப்பர் லீயின் இரண்டு புத்தகங்கள் 19

சீற்றத்தில் பிறந்த காவியம் 31

புரியாத தலைப்பு – பிரச்சினையான மொழி 42

கூண்டுப் பறவை 51

காப்காவின் 'உருமாற்றம்': மாற்றம் தந்த தாக்கம் 60

ஆலிஸ் வாக்கரின் 'தி கலர் பர்ப்பிள்' 68

கண்டனத்துக்குள்ளான சிறுவர் இலக்கியம் 77

மிருகங்களின் புரட்சி: ஒரு படைப்பாளியின் தீர்க்கதரிசனம் 85

யுத்த களத்துச் சோகம்: ஒரு காவியக் கவிதை 92

நவ யுகத்தின் சாபக்கேடு: இலக்கிய எள்ளலும் கொடூரமும் 102

உலகப் புகழ்பெற்ற சிறுமியின் நாட்குறிப்பு 109

இலக்கிய பாவனைகள்: பொய்யும் புனைசுருட்டும் 117

கனவும் நனவும் – வால்டேரின் எள்ளல் 123

பறவைகளைப் பற்றின குழந்தை இலக்கியம் 129

பெண் உரிமை, பெண்மை, தாய்மை 135

இறைச்சிக் கொட்டில் 5 144

தஸ்லிமா நஸ்ரீனின் 'லஜ்ஜா' 150

டொனால்ட் டிரம்ப் வந்த பிறகு விற்பனை அதிகரித்த
'பணிப்பெண்ணின் கதை' 155

மோசமான சர்ச்சை – தலைமறைவான படைப்பாளி 159

விளாடிமர் நோபொகோவின் லோலிடா இலக்கியமா, ஆபாசமா?

உலகெங்கிலும் காலந்தோறும், இலக்கிய வரலாற்றின் ஏடுகளில் படைப்பிலக்கியம் விமர்சகர்களின் கூரிய பார்வையை, ரசனை உணர்வுகளை உலுக்கியிருக்கிறது. அதன் கருப்பொருள் அரசியலோ மதமோ அல்லது காமமோ பாலியல் வக்கிரங்களின் பிரதிபலிப்போ, எதுவாக இருந்தாலும் பொதுவாழ்வில் சமூகம் ஏற்ற மதிப்பீடுகளிலிருந்து சற்று முரண்பட்டுச் சர்ச்சைக்குரிய விவகாரமாகத் தோற்றமெடுக்கும்போது அவர்களை முஷ்டியை உயர்த்திக் குரலெழுப்ப வைத்திருக்கிறது. ஆச்சரியமாக ஆரம்ப காலத்திலிருந்து இன்றைய 'மாதொருபாகன்' காலம்வரை எதிர்ப்பின் குரல்களின் அடிநாதத்தில் பிசிறடிக்காத ஒரு இழை, எழுத்துச் சுதந்திரத்திற்கு எதிரான ஒன்றாகவே, மாறாத சுருதியாக இணைத்திருக்கிறது. இடது – வலது இடையேயான பத்தொன்பதாம் நூற்றாண்டுச் சர்ச்சையின் முன்னோட்டம், முற்போககுவாதத்துக்கும் பழமைவாதத்துக்கும், பகுத்தறிவுவாதத்துக்கும் மூடத்தனத்துக்கும் இடையேயான வாதங்களாக இரண்டாயிரம் ஆண்டுகளுக்கு முன்பு சாக்ரெட்டீஸ், பிளாட்டோ, பிளினி காலத்திலேயே காட்சிகொள்ள ஆரம்பித்தது; கண்டனத்துக்கு உள்ளாகியது. ஸ்தாபனத்தின்

சர்வாதிகாரப் போக்கை, மூடநம்பிக்கைகளை எதிர்த்த அவருடைய முற்போக்குச் சிந்தனைக்காக சாக்ரெட்டீஸுக்கு மரண தண்டனை அளிக்கப்பட்டது.

பிற்காலத்தில் பல படைப்புகள் கிறிஸ்த்துவ மதத்துக்கும் தேவாலயத்துக்கும் எதிராகக் கருத்துத் தெரிவிப்பதாக எதிர்க்கப்பட்டன. அல்லது இஸ்லாத்துக்கு எதிரானவையாக, அரசியல் ஸ்தாபனத்துக்கு எதிரானவையாகப் பல நிராகரிக்கப் பட்டன. நமது தலைமுறையில் பல புத்தகங்கள் இந்து மதத்துக்குக் களங்கம் கற்பிப்பவை, ஜாதி உணர்வுகளைப் புண்படுத்துபவை என்று நிராகரிக்கப்படுவதை, முன்னெப்போதும் கண்டிராத தீவிரத்துடன் கிளம்புவதைப் பார்க்கிறோம். மதங்கள், குருபீடங்கள், அரசியல் சாசனச் சட்டங்கள், தனிமனிதனின் இயல்பு வாழ்வில் விதிக்கப்பட்டிருக்கும் தார்மீகக் கட்டுப்பாடு களின் விளைவாகப் பாலியல் விவரணைகள் வக்கிரங்களின் கற்பனைச் சித்திரங்கள் எழுத்தில் வெளிப்படும்போதெல்லாம் இன்றைய வெட்ட வெளிச்சக் காலகட்டத்தில்கூட ஆபாசமான எழுத்தாகக் கண்டனப்படுத்தப்படுவதோடு, பொதுவாசிப்பிற்கு ஏற்கப்பட முடியாதவையாக நிராகரிக்கப்படுகின்றன; தடைவிதிக்கப்படுகின்றன. அத்தகைய பலநூறு புத்தகங்கள் உலகெங்கிலும் நிராகரிக்கப்பட்டிருக்கின்றன. அவற்றில் பல மிகச்சிறந்த இலக்கியமாகக் கண்டனத்துக்குள்ளான காலகட்டத்திலேயே விமர்சகர்களால் சொல்லப்பட்டதும் விசித்திரமான யதார்த்தம்.

சென்ற நூற்றாண்டின் மத்தியில் அப்படிப்பட்ட அதிசய அந்தஸ்தைப் பெற்ற புதினம் ‘லோலிடா’. ருஷ்ய எழுத்தாளர் விளாடிமர் நபோகோவ் ஆங்கிலத்தில் எழுதிய அந்தப் புத்தகத்தை இங்கிலாந்திலும் அமெரிக்காவிலும் மகா ஆபாச எழுத்து என்று பதிப்பாளர்கள் பிரசுரிக்க மறுத்ததால் ஃப்ரான்ஸ் நாட்டில் 1955இல் சத்தமில்லாமல் வெளிவந்தது. பாலியல் விஷயத்தில் மிகத் தாராளநோக்கு கொண்ட, எந்த வக்கிரமும் அதிர்ச்சி ஏற்படுத்தாத ஃப்ரெஞ்சு சமூகத்தில் புத்தகம் சர்ச்சை கிளப்பாததால், மூன்று ஆண்டுகள் கழித்து நியூயார்க்கிலும் அதற்கு அடுத்து லண்டனிலும் புத்தகம் வெளிவந்தது. வெளியீட்டுக்குப் பிறகு அந்த ‘ஆபாச புத்தகம்’ ஆச்சரியமாகச் செவ்வியல் அந்தஸ்தைப் பெற்றது. ஆறு மாதங்களுக்குள் லட்சக்கணக்கான பிரதிகள் விற்றன. நோபோகோவ் 1940ஆம் ஆண்டு அமெரிக்கா வுக்கு அகதியாகச் சென்றவர். கோடிக்கணக்கான சொத்துகளை ருஷ்ய போல்ஷிவிக் அரசாங்கத்திடம் இழந்து ஓட்டாண்டி யாக ஜெர்மெனிக்குத் தப்பி வந்து, ஏழ்மையில் போராடிய நோபோகோவ் ஹிட்லரின் ஆட்சியிலிருந்து தப்பிக்க ஃப்ரான்ஸ்

சென்றார். யூத மனைவியுடன் நாஜிக்களின் பிடியில் அகப்பட்டு ஃப்ரான்ஸிலும் இருக்க முடியாமல் இங்கிலாந்துக்கு, பிறகு அமெரிக்காவுக்குக் கடல் வழியாகத் தப்பி போய்ச் சேர்ந்தவர். 'லோலிடா'வின் அபார வெற்றியினால் ருஷ்யாவில் இழந்த சொத்துக்களைவிட அதிகமாகச் சம்பாதித்தார் என்று சொல்லப்படுகிறது. நோபோகோவ் தன் புத்தகத்தை ஒரு 'டைம் பாம்' என்று குறிப்பிட்டார். அதற்கேற்றாற் போல மிகப்பெரிய சர்ச்சையை அது கிளப்பிற்று.

அது மிக ஆபாசமான எழுத்து என்று ஆசிரியர்கள், பாதிரியார்கள் எல்லோரும் எதிர்க்க, பரவலாக அமெரிக்காவிலும் இங்கிலாந்திலும் தடைசெய்யப்பட்டது. அதனாலேயே புத்தகம் அதிகமாகப் பேசப்பட்டது. இருபதாம் நூற்றாண்டின் மிகச்சிறந்த படைப்பிலக்கியத்தில் ஒன்றாக இன்று 'லோலிடா' கருதப்படுகிறது. நோபோகோவின் கற்பனையில் உதித்திருக்க இயலாத பலபரிமாணங்களை விமர்சகர்கள் அவரவரது பின்னணி சார்ந்த அரசியலைக்கொண்டு விமர்சிக்கிறார்கள்.

தாம் எழுதிய புதினங்களில் 'லோலிடா'தான் சிறந்தது என்று நோபோகோவ் கருதினார். "லோலிடா, நோபோகோவுக்குக் காதல் புதினத்தில் இருந்த ஈர்ப்பின் வெளிப்பாடு" என்றார் ஒரு விமர்சகர். ஆங்கில மொழியின் ஈர்ப்பு அது என்று நோபோகோவ் திருத்தினார். ஆரம்ப காலத்தில் ருஷ்ய மொழியில்தான் அவர் எழுதினார். ஆனால் இங்கிலாந்தில் கேம்ப்ரிட்ஜ் பல்கலைக்கழகத்தில் படித்தவர் என்பதால் ஆங்கிலத்திலும் அவருக்கு இயல்பான புலமை இருந்தது. தவிர ஆங்கிலம் தனது ருஷ்யப் பிறப்பிற்குக் கவசமாக இருக்கும் என்று நினைத்தார். வேறு பெயரில் முதலில் எழுதினார். ஐரோப்பாவை விட்டுக் கிளம்பிய பிறகு சொந்தப் பெயரில் எழுதுவது ஆபத்தில்லை என்று பட்டது. தாய்மொழியைக் கைவிட்டது ஒரு தனிப்பட்ட துன்பியல்; மிக இயல்பாகக் கையாள முடிந்த வளம் மிகுந்த மென்மையான ருஷ்ய மொழியில் எழுதாமல் போனதில் அவருக்கு வருத்தம். இருந்தும் பின்னாட்களில் ருஷ்ய மொழியில் அவர் எழுத முயன்றபோது தோல்வியே ஏற்பட்டது. அந்நிய மொழிபோல நடையில் தடுமாற்றம் வந்தது. ஆனால் ஆங்கிலத்தில் அவர் காண்பித்த லாவகமும் கவிதை நடையும் சொல்வளமும் ஆங்கில உலகத்தைப் பிரமிக்க வைத்தது. கிராஹாம் கிரீன் என்ற பிரபல ஆங்கில எழுத்தாளர் 'லோலிடா' இருபதாம் நூற்றாண்டின் மிகச்சிறந்த நாவல் என்றார். அதே காலகட்டத்தில் "இத்தனை அசிங்கமான ஆபாசமான நாவலை நான் படித்ததில்லை" என்றார் டைம் பத்திரிகையின் பிரபல விமர்சகர் ஓர்வில் ப்ரெஸ்காட். காமம் சார்ந்த நாவல் அது என்றும் சொல்லப்பட்டது.

ஆனால் உண்மையில் நாவலின் எந்தப் பக்கத்திலும், அந்தரங்க வர்ணனையிலும் ஆபாசமான சொற்கள் இல்லை என்பதுதான் விநோதம். (கல்லூரி நாட்களில் மிக ரகசியமாகக் கிடைத்த பிரதியை நான் பொத்திவைத்துப் படித்தது நினைவுக்கு வருகிறது) படித்தவர் பலரை நாவல் முகம் சுளிக்க வைத்ததற்கும் தேவாலயமும் பாதிரிகளும் அதை ஆபாசம் என்று கண்டித்த தற்குக் காரணம் அதன் கதைக் கரு. இருபதாம் நூற்றாண்டு மத்தியில் உத்வேகமாக இருந்திராத, குழந்தைகள் / சிறார்கள் மீதான உரிமை மீறல்கள் – பாலியல் மீறல் அவதூறுகள் பற்றின கருத்துக்கள் இன்று அதிக கவனம் பெறுவதால் ‘லோலிடா’ அதன் பிரச்சினைக்குரிய கதைக்காகவே இன்றும் எதிர்க்கப்படுகிறது.

அப்படி என்னதான் இருக்கிறது அந்தக் கதையில்?

கதாநாயகனே விவரிக்கும் கதை – தன்னிலை விளக்கம்போல. ஹம்பெர்ட் என்று பெயர் கொண்டவன். முப்பத்தி எட்டு வயது. எழுத்தாளனும் ஐரோப்பிய இலக்கிய அறிஞனுமான அவன், வசீகரத் தோற்றம் கொண்டவன். ஃப்ரான்ஸில் வசிப்பவன். சிறுவயதில் (அவனுக்கு 12–13 வயது) 12 வயதுத் தோழி அனபெல்லீயிடம் தீவிரமான காதல் கொண்டான். அது வெற்றி பெறாதபடி காய்ச்சல் வந்து அவள் இறந்துபோகிறாள். வயதான பிறகும் அவனால் அந்தப் பன்னிரண்டு வயதுச் சிறுமியை மறக்கவே இயலவில்லை. பதின்வயது எட்டாத சிறுமியரிடமே அவனுக்குப் பாலியல் ஈர்ப்பு ஏற்படுகிறது. அந்தக் கற்பனையிலேயே திளைக்கிறான். அது சமூகக் குற்றம் என்பதை அவன் உணராமல் இல்லை. முன்பு ரோம் நகரில் பன்னிரண்டு வயதுச் சிறுமிக்கும் அறுபது வயதுக் கிழவனுக்கும்கூடப் பாதிரிகள் திருமணம் செய்திருக்கிறார்கள். அப்போது குற்றமில்லாதது இப்போது ஏன் அமெரிக்க மாநிலங்களில், இங்கிலாந்தில் குற்றமாகிறது என்று ஒரு சமயம் அவன் அங்கலாய்ப்பான். மனச்சோர்வின் காரணமாக அவன் சில மாதங்கள் மனநல மருத்துவமனையில் இருந்ததை எதேச்சையாகக் கதையில் சொல்வான். சிறுமியைப் போலத் தோற்றமளிக்கும் ஒரு பெண்ணைத் திருமணம் செய்துகொள்கிறான். ஆனால் அது கசப்பில் முடிகிறது. அமெரிக்கா செல்வதற்கு ஒரு வாய்ப்பு கிடைக்கிறது. அதற்குள் மனைவி தானாகவே விவாகரத்துக் கோரி பிரிகிறாள்.

அமெரிக்காவில் எதிர்பாராத திருப்பம் ஏற்படுகிறது. யாரைக் காண்பதற்காகச் செல்கிறானோ அவர்களது வீடு எரிந்துவிட்ட நிலையில் வாடகைக்கு வீடு விடுவதாக ஒரு இளம் விதவை, ஷார்லெட்ஹேய்ஸ் சொல்கிறாள். ஹம்பெர்ட் அதிக ஆர்வமில்லாமல் அவள் வீட்டிற்குச் செல்கிறான். வேறு

இடம் பார்த்துக்கொள்வதாகச் சொல்லிக் கிளம்ப அவன் நினைக்கையில் தோட்டத்து நீச்சல் குளத்தில் விதவையின் 12 வயதுப் பெண் டோலரஸ் தென்படுகிறாள். அவன் உறைந்து போகிறான். அவன்கண்களுக்கு அவள் அவனது பால்ய சிநேகிதி அனபெல்லைப் போல் இருக்கிறாள். அவளை லோலிடா என்று அழைக்க வேண்டும் போல் இருக்கிறது அவனுக்கு. நாக்கு நுனியில் காமம் சொட்ட உருவாகும் பெயர்... உடனடியாக அங்கே தங்குவதாகச் சொல்கிறான். சதாசர்வ நேரமும் அந்தப் பெண்ணுடன் தான் தனித்து இருக்கக்கூடிய நேரத்தைப் பற்றிக் கற்பனை செய்தவண்ணம் இருக்கிறான். படிப்பில் நாட்டமில்லாத டோலரஸ்ஸுக்குப் பாடம் சொல்லித் தரும்படி ஷார்லெட் கேட்டுக்கொள்ள, அவளுக்குப் பாடம் சொல்லித்தரும் சாக்கில் லேசாக அணைப்பது, தலையை, தோளைத் தொடுவது ஆகிய சேஷ்டைகளைச் செய்வான். அந்தப் பெண் ஒரு குட்டிப் பிசாசு. அமெரிக்க வசவுகளை அலட்சிய மாக உதிர்ப்பாள். அடாவடித்தனம் செய்வாள். தாய்க்கும் மகளுக்கும் எப்போதும் சண்டையிருக்கும். டோலரஸ்ஸுக்குப் புத்தகங்களில் விருப்பமில்லை. ஹம்பெர்டின் ரசனைகளுக்கும் அவளுக்கும் சிறிதும் சம்பந்தமில்லை. அப்படி இருந்தும் அவளை அடையும் வெறி அவனை ஆட்டிப் படைக்கிறது. இதற்கிடையில் ஷார்லெட் அவனிடம் காதல் கொள்கிறாள். திருமணம் செய்துகொள்ள விருப்பம் தெரிவிக்கிறாள். ஹம்பெர்டுக்குப் பழம் நழுவிப் பாலில் விழுந்தது போல் தோன்றுகிறது. லோலிடாவின் அருகில் இருக்கும் வாய்ப்பு அதிகரிக்கும் என்கிற எண்ணத்தில் சம்ம்மதிக்கிறான். ஆனால் லோலிடாவை போர்டிங் பள்ளியில் ஷார்லெட் சேர்த்துவிடுகிறாள்.

தன்னுடைய எண்ணங்களை, உணர்வுகளை நாட்குறிப்புப் புத்தகத்தில் எழுதும் வழக்கம் கொண்டவன் ஹம்பெர்ட். ஷார்லெட் மீது அவனுக்கு இருக்கும் வெறுப்பையும் லோலிடாவை அடையக் காத்திருக்கும் தனது வேட்கையையும் கூச்சமில்லாமல் அதில் எழுதிவைப்பான். அவன் ரகசியமாகப் பூட்டிவைக்கும் அந்த டயரியை ஒருநாள் ஷார்லெட் எடுத்துப் படித்துவிட்டு அதிர்ச்சியும் அருவருப்பும் கோபமும் அடைகிறாள். அவனுடைய உள்நோக்கத்தையும், கொலைக்குச் சமமான இயற்கைக்கு விரோதமான ரபலத்தையும் எல்லா நண்பர்களுக்கும் சொல்லப் போவதாகக் கத்துகிறாள். அவனை வீட்டைவிட்டு வெளியேறச் சொல்கிறாள். இரண்டு கடிதங்கள் அவசரமாக எழுதி அதைத் தபாலில் இடுவதற்கு வெகுகோபமான மனநிலையில் மது அருந்திய தடுமாற்றத்தில் வெளியேறுகிறாள். தெருவைக் கடக்கையில் வாகனம் மோதி இறந்துவிடுகிறாள். ஹம்பெர்டுக்கு அது அதிர்ச்சியை அளித்தாலும் தன்னுடைய

இச்சையைப் பூர்த்தி செய்துகொள்ள விதியே காய்நகர்த்திச் செல்வதாகப்படுகிறது.

டோலரஸ்ஸுக்குச் சொந்தத் தந்தையைப்போலப் பாதுகாப்பாளனாகத் தான் இருப்பதாகப் பல கதைகள் சொல்லி எல்லோரையும் நம்பவைக்கிறான். அவளது பள்ளிக்குச் சென்று அவளுடைய தாய் நோய்வாய்ப்பட்டிருப்பதாகவும் டோலரஸ்ஸைப் பார்க்க விரும்புவதாகவும் சொல்லி அவளை அழைத்துக்கொண்டு தங்கும் விடுதிக்குச் செல்கிறான். ஒரே அறையில் தங்க நேரிடுகிறது. லோலிடாவுடன் உறவுகொள்வதைப் பற்றிய கற்பனையிலும் திட்டம் தீட்டுவதிலும் நேரம் செல்கிறது. அம்மாவிடம் அழைத்துச் செல் என்கிறாள் டோலரெஸ். மறுநாள் அழைத்துப்போவதாகச் சொல்லி அவளுக்குத் தூக்க மாத்திரை கொடுத்துத் தூங்க வைக்கிறான்.

டோலரஸ் ஒரு அடங்காப்பிடாரியாகச் சித்திரிக்கப்படுகிறாள். அவள் மிகச் சாதுவாக அப்பாவிப் பெண்ணாகச் சித்திரிக்கப்பட்டால் ஹம்பெர்ட் மேல் வாசகருக்கு மிகுந்த வெறுப்பு ஏற்பட்டிருக்கும் என்கிற எண்ணமோ அல்லது அன்றைய அமெரிக்கப் பள்ளிச் சிறுமிகளின் நடவடிக்கைகளையும் பிரயோகித்த திமிர்மொழியையும் கவனித்த தாக்கத்தினாலோ நோபோகோவ், டோலரெஸ்ஸை ஒரு அடங்காத, பாலியலில் நாட்டமுள்ள பெண்ணாகச் சித்திரிக்கிறார். தன்னால் கட்டுப்படுத்த முடியாத காமுகவெறியின் பிடியில் தான் சிறைபட்டுப்போன அவலத்துக்கு வெட்கப்படுவதுபோல. ஹம்பெர்ட் கதை பின்னிக்கொண்டு போவது பல சமயங்களில் சிகிச்சை தேவைப்படும் மனநோயாளி போன்ற தோற்றத்தை ஏற்படுத்துகிறது.

டோலரெஸ்ஸை அணுகுவதற்குமுன் ஹம்பெர்ட் பெரிய மனக்கொந்தளிப்பில் இருக்கிறான். மது அருந்தித் தன்னைத் தயார் செய்துகொண்டு அறைக்குள் நுழைந்தபோது லோலிடா தூக்கம் கலைந்து எழுந்துவிடுகிறாள். ஹம்பெர்ட் ஏமாற்றமடைகிறான். ஆனால் மிக ஆச்சரியமாக அவனே எதிர்பார்த்திராத வகையில் லோலிடாவே அவனுடன் உறவுகொள்ள வருகிறாள். பள்ளியில் ஒரு மாணவனுடன் தனக்கு உறவு இருந்ததாகப் பெருமை அடித்துக் கொள்கிறாள். ஹம்பெர்டுக்கு எல்லாமே சுலபமாகிவிட்டது போல இருக்கிறது. ஆனால் அவள் இன்னும் குழந்தை என்பது பல சமயங்களில் வெளிப்படுகிறது. அம்மாவைப் பார்க்க வேண்டும் அடிக்கடி அழுகிறாள். அவள் அழும்போது ஹம்பெர்ட் சொல்கிறான், அவளுடைய அம்மா இறந்துவிட்டதாக. இனிமேல் உன்னைப் பார்த்துக்கொள்ள யாருமில்லை என்னைவிட்டால்,

என்கிறான். என் இஷ்டத்துக்கு இணங்கி நீ இருக்காவிட்டால் அரசாங்கம் நடத்தும் கண்டிப்பு மிகுந்த அனாதை ஆசிரமத்தில் நீ வசிக்க நேரிடும் என்கிறான். லோலிடாவுக்கு அதைக் கண்டு பயம் என்று அவனுக்குத் தெரியும். அவளுக்குப் பள்ளியின் கட்டுப்பாடுகளும் பிடிக்கவில்லை என்பது அவனுக்குச் சௌகர்யம். அடுத்த ஓர் ஆண்டு அவர்கள் அமெரிக்காவின் பல மாநிலங்களுக்குச் செல்கிறார்கள். அவளைக் குஷிப்படுத்த ஹம்பெர்ட் நிறைய செலவழிக்கிறான். அவளுக்கு நிறைய கோபம் வரும். அம்மாவைக் கொலை செய்தவன் நீ என்று கத்துவாள். நீ ஒரு ரேபிஸ்ட் என்பாள். ஆனால் அவளது கவனத்தைத் திருப்ப ஹம்பெர்ட் பல உபாயங்களை வைத்திருந்தான்.

ஓராண்டு சுற்றிய பிறகு நியூஇங்லாண்டின் ஒரு நகரத்தில் தங்குகிறார்கள். அங்குள்ள பள்ளியில் லோலிடாவைச் சேர்க்கிறான். ஆனால் லோலிடாவை மிகுந்த தீவிரத்துடன் கண்காணிக்கிறான். எந்த ஆண் பிள்ளையுடனும் பேசக் கூடாது, வெளியில் தனியாகப் போகக் கூடாது, கலை நிகழ்ச்சிகளில் கலந்துகொள்ளக் கூடாது என்று கெடுபிடிகள். அவன்மிகுந்த அக்கறையுள்ள பாசம்மிகுந்த தந்தை என்று ஆசிரியைகள் அனுதாபத்துடன் அவனிடம் பேசுகிறார்கள். டோலரெஸ்ஸுக்கு நடிக்க ஆர்வமிருப்பதால் நாடகத்தில் நடிக்க அனுமதிக்க வேண்டும் என்கிறார்கள். லோலிடாவும் அவனைக் கெஞ்சுகிறாள். அவன் கடைசியில் இன்னும் அதிக பாலியல் சலுகைகளுக்கான பேரத்துடன் சம்மதிக்கிறான். அந்த நாடகத்தை எழுதிய ஆசிரியன் க்ளேர்கில் டீ என்ற பிரபல நாடகப்புள்ளி. ஒத்திகை நடக்கும்போது கில்டீ வந்து பார்த்து லோலிடாவின் நடிப்புத் திறனை சிலாகிக்கிறான். ஹம்பெர்ட் பொறாமையில் வெடிக்கிறான். லோலிடாவுடன் பயங்கரமாகச் சண்டை போடுகிறான். அவள் வெளியேறுகிறாள். பிறகு ஏதோ திட்டம் போட்டவள்போலத் திரும்புகிறாள். எனக்கு எல்லாம் அலுத்துவிட்டது, மீண்டும் ஊர் சுற்றலாம் என்கிறாள். ஹம்பெர்ட் மகிழ்ச்சியுடன் சம்மதிக்கிறான். தனது வாகனத்தை யாரோ தொடர்வது போல் இருக்கிறது. பயணத்தில் அவள் நோய்வாய்ப்படுகிறாள். மருத்துவமனையில் சேர்த்துவிட்டு ஹம்பெர்ட் ஹோட்டலுக்குச் செல்கிறான். ஆனால் மருத்துவமனையிலிருந்து லோலிடா தப்பி ஓடிவிடுகிறாள். அவளுடைய மாமா வந்து அழைத்துப் போனதாக மருத்துவமனையில் சொல்கிறார்கள். ஹம்பெர்ட் வெறியின் உச்சத்தில் அவளைத் தேடி அலைகிறான். லோலிடாவுக்கு வயது ஏறிப்போன பிறகு அவளுக்காகத் தான் ஏங்குவது அடங்கிப் போகலாம் என்று அவன் உணராமல் இல்லை. அவள் மேல் அவனுக்கு இருப்பது காதலா அல்லது அவளது 12 வயது உடல்

மீதான காமவெறியா? மூன்று ஆண்டுகள் கழித்து அவளிடமிருந்து கடிதம் வருகிறது. தனக்குத் திருமணமாகிவிட்டது என்றும் தான் கர்ப்பமாக இருப்பதாகவும் பணத்துக்கு மிகவும் சிரமமாக இருப்பதால் அவன் கொஞ்சம் உதவிசெய்தால் செளகர்யமாக இருக்கும் என்றும் எழுதியிருக்கிறாள். உடனடியாக அவன் அவளைப் பார்க்கச் செல்கிறான். அவள் மாறியிருக்கிறாள். இப்போது அவள் யுவதி; கர்ப்பிணி; ஒருத்தனின் மனைவி. அவளுக்கு அவனுடைய பாதுகாப்பு தேவையில்லை. பணம் மட்டுமே தேவை. 'நான் பணம் தருவேன், உன்னைக் கடத்திப் போனது யார் என்று சொன்னால், என்கிறான். 'க்ளேர்கில்டி' என்கிறாள். கில்டி அவளை ஒரு பாலுறவுப் படத்தில் நடிக்கச் சொன்னதாகவும் அதற்குச் சம்மதிக்காமல் தான் அவனிடமிருந்து ஓடிவிட்டதாகவும் சொல்கிறாள். என்னென்னவோ வேலை பார்த்து இப்போது டிக் என்ற நல்ல மனிதனைத் திருமணம் செய்துகொண்டதாகச் சொல்கிறாள். மூன்று ஆண்டுகளாக அவனை வதைத்த கேள்விக்கு விடை கிடைத்த சமாதானத்தில் தன்னிடம் இருந்த பணத்தை எல்லாம் திரட்டி ஹம்பெர்ட் அவளிடம் கொடுக்கிறான். அவளைப் பார்க்கப் பார்க்க மனசு உருகுகிறது. ஆச்சரியமாக வெறி ஏற்படவில்லை.

அன்பு பெருகுகிறது. என்னுடன் வந்துவிடு, நான் உன்னை நன்றாக வைத்துக்கொள்வேன் என்கிறான். அவள் மறுத்து விடுகிறாள். அழகாக அமெரிக்கப் பாணியில் சிரித்து 'பை' என்கிறாள்.

ஹம்பெர்ட் அங்கிருந்து கில்டியைத் தேடிச்செல்கிறான். திட்டமிட்டபடியே அவனைக் கொன்றுவிட்டு, வேண்டு மென்றே தாறுமாறாக, தவறான பக்கத்தில் வண்டியை ஓட்டி போலீஸில் பிடிபடுகிறான். லோலிடா எங்கிருந்தாலும் நன்றாக வாழட்டும் என்று அவன் சொல்வதுபோல நாவல் முடிகிறது; இது என்னுடைய சுயசரிதை. இது நானும் லோலிடாவும் இறந்த பிறகே பதிப்பிக்கப்பட வேண்டும் என்ற ஷரத்துடன்.

ஹம்பெர்ட் இதை எழுதி முடித்த மறு ஆண்டு இறந்து போனதாகவும் லோலிடாவுக்கு ஒரு ஆண்குழந்தை இறந்து பிறந்ததாகவும் ஒரு கற்பனை மருத்துவரின் முன்னுரை குறிப்பிடுகிறது.

லோலிடா புத்தகம் ஏற்படுத்திய விநோத தாக்கத்தைப் பற்றி நோபொகொவ் ஒரு நேர்காணலில் குறிப்பிடுகிறார். 'இப்போது பெற்றோர்கள் தங்கள் பெண்களுக்கு லோலிடா என்று பெயரிட விரும்புவதில்லை. செல்ல நாய்குட்டிகளுக்குத்தான் வைக்கிறார்கள்." ஒரு புதிரும் அதற்கான விடையையும் உருவாக்குவது போன்ற பாத்திரப் படைப்பு லோலிடா என்றார்

அவர். “புதிரும் விடையும் கண்ணாடியில் பார்க்கும் ஒரே பிம்பம்போல. அந்தக் கற்பனை வன தேவதை என்னை அந்த நாவல் எழுதும் காலத்தில் முழுமையாக ஆட்கொண்டாள்.”

ஆனால் லோலிடா ஒரு தட்டையான பாத்திரப் படைப்பு என்று பல விமர்சகர்கள் சொன்னார்கள். லோலிடா என்ன நினைத்தாள்; அவளுடைய உணர்வுகள் என்ன? அவள் வருத்தப்பட்டாளா, கோபப்பட்டாளா என்று நமக்குத் தெரியாது. அவளைப் பற்றி ஹம்பெர்ட் சொல்வதுதான் தெரியும் என்கிறார்கள்.

ஆனால் நோபோகோவ் வேண்டுமென்றே அப்படிப்பட்ட பூடகமான பாத்திரத்தைப் படைத்ததாகத் தோன்றுகிறது; முற்றிலும் பூடகமும் இல்லை. அவள் தினமும் அழுவதாக ஹம்பெர்ட் ஒரு சமயம் குறிப்பிடுகிறான். அவளுக்கு போக்கிடமில்லாததாலேயே ஹம்பெர்டுடன் இருக்கிறாள். ஹம்பெர்டின் மேல் அவளுக்கு அன்பு ஏதும் இல்லை. அவளுக்கு நாடகக் கலையில், ஆர்வமும் திறனும் இருக்கிறது. ஹம்பெர்ட் தடைசெய்ததாலேயே வாய்ப்பு கிடைக்கும்போது கில்டியுடன் தப்பி ஓடுகிறாள்.

ஆனால் ஆழ்ந்த உணர்வுகள் அற்றவளாகத் தெரிகிறாள். அதற்கு நிறைய வியாக்கியானங்கள் சொல்லப்படுகின்றன. லோலிடா அமெரிக்க நுகர்பொருள் கலாச்சாரத்தின் தலைமுறையைச் சேர்ந்தவள். ஆழ்ந்த வாழ்க்கை மதிப்பீடுகளி னால் அல்லல் படாதவள். தன்னைத் தற்காத்துக்கொள்ளத் தெரிந்தவள். ஆனால் தனக்கென்று சில கோட்பாடுகளையும் வைத்துக்கொள்பவள். கில்டியின் விருப்பத்துக்கு இசையாமல் தப்பிச் சென்றதே அதற்குச் சாட்சி.

அமெரிக்க வாசகர்கள் அமெரிக்க மாநிலங்களைப் பற்றி யும் அவற்றின் பூகோள தாவர விஷயங்களையும் ருஷ்யரான நோபோகோவ் அத்தனைத் துல்லியமாக எழுதியிருப்பதைக் கண்டு ஆச்சரியப்பட்டார்கள். நோபோகோவும் அவருடைய மனைவியும் பட்டாம்பூச்சி ஆர்வலர்கள். பட்டாம்பூச்சிப் பண்ணைகளைப் பார்ப்பதற்காகப் பல மாநிலங்களில் சுற்றி யிருக்கிறார்கள். அது தனக்கு உதவியதாக நோபோகோவ் சொன்னார். அமெரிக்கர்களுக்கு நோபோகோவ் மிகக் கச்சித மாக அமெரிக்க ஆங்கிலப் பிரயோகங்களைக் கையாண்டதும் வியப்பை அளித்தது. உண்மையில் நோபோகோவ் ஆங்கிலத்தையும் அமெரிக்காவையும் நேசித்தார். அதன் வளரும் நடுத்தர வர்க்க அடாவடித்தனத்தை ரசித்தார். அமெரிக்காவில் அவர் அனுபவித்த சுதந்திரத்தை வேறெந்த நாட்டிலும் அவர் கண்டிராததே அவரது அபிமானத்தையும் பிரமிப்பையும் அந்நாடு பெற்றது. உலக

யுத்தத்துக்குப் பிந்தைய அமெரிக்காவின் நுகர் கலாச்சாரமும் தொலைக்காட்சி நிகழ்ச்சிகளையும் மேற்கு சினிமாக்களையும் அவர் வெறுத்தார். லோலிடா அவற்றின் உருவகமாகப் பார்க்கப்படுகிறாள்.

அஜார் நஃபீஸீ என்று ஓர் இரானிய எழுத்தாளர். 'Reading Lolita in Tehran' என்ற ஆவணச் சரிதத்தை எழுதியிருக்கிறார். இரானின் அரசியல் நிலவரத்துக்கு லோலிடா ஒரு உருவக விளக்கமாகப்படுவதாகச் சொல்கிறார். லோலிடாவின் பாத்திரத்துக்கு நிகழ்வதைப்போலவே இரான் அரசு தனது கனவுகளை மக்கள் என்ற யதார்த்தத்தின் மேல் திணித்துக் கற்பனை வடிவங்களாக மாற்றுகிறது என்கிறார்.

இன்று மீண்டும் நாவலைப் படிக்கும்போது ஆபாசம் என்று சொல்லும்படியாக ஒரு வார்த்தையும் தென்படவில்லை. நடுவயது ஆண் ஒருவனுக்குப் பதின்வயதைத் தொடாத பாலகியிடம் ஏற்படும் தகாத காம இச்சை என்கிற கருப்பொருள் மட்டுமே ஆட்சேபத்துக்கு உரியதாகப்படுமே தவிர அதன் இலக்கியத் தன்மைக்காக அல்ல. வாசகரின் எண்ணங்களைக் கதைசொல்லியும் ஏற்கிறான். நோபோகோவ் ஏதோ உணர்வின் வேகத்தில் அதை எழுதவில்லை. இந்தக் கரு அவர் ஐரோப்பாவில் இருந்தபோதே அவரை மிகவும் பாதித்திருக்கிறது. விஞ்ஞானி ஒருவர் கூண்டில் அடைக்கப்பட்ட ஒரு குரங்கை விடாமல் பயில்வித்து ஓவியம் வரையச் செய்தபோது அது கூண்டு கம்பிகளை வரைந்து காட்டியது என்ற செய்தித் துணுக்கைத் தான் தினசரி நாளிதழில் படிக்க நேர்ந்ததே தனக்கு இந்தக் கரு கிடைத்தது என்கிறார் நோபோகோவ். சிறைபட்ட லோலிடா. பரிசோதனைக்கான உருவகம். மிகக் கவனமாகப் பின்னப்பட்ட நாவல் என்று அவர் ஒப்புக்கொள்கிறார். ஆனால் உருவகத்துக்குப் பின்னால் ஒளியும் தரிசனம் எல்லோருக்கும் விளங்காது என்பதாலேயே அது ஒரு 'டைம் பாம்' என்று உணர்ந்திருந்தார்.

தனது படைப்பு காலத்துக்கும் பேசப்படும் என்றோ ரஷ்யர் ஒருவர் எழுதிய ஆங்கிலப் படைப்பு ரஷ்யாவின் பரம வைரியான அமெரிக்காவால் ஸ்வீகரிக்கப்பட்டுப் போற்றப்படும் என்றோ அவர் நினைத்திருக்க மாட்டார். அந்த அரவணைப்புத் தந்த சமாதானத்தில் தான் ஒரு ருஷ்யர் என்பதே அவருக்கு மறந்து போயிற்று. வாழ்வின் கடைசி ஆண்டுகளில் அவர் ஸ்விட்சர்லாந்தில் வாழ்ந்தார். சாகும்வரை தன்னை ஓர் அமெரிக்க எழுத்தாளர் என்றே சொல்லி வந்தார்.

லோலிடா செய்த மாற்றம் அது.

ஹார்ப்பர் லீயின் இரண்டு புத்தகங்கள்

அமெரிக்கச் சமூகத்துக்கு மறதி அதிகம் என்ற விமர்சனம் உண்டு. ஆனால் கடந்த ஐம்பத்தைந்து ஆண்டுகளாக ஒரு புத்தகத்தை, நாட்டின் பிரதான சொத்தாகப் போற்றி வந்திருக்கிறது. அமெரிக்க அரசியல் சாசனம் வலியுறுத்தும் சமதர்மப் பண்பு களை, தார்மீகக் கோட்பாடுகளைப் பிரதிபலிக்கும் ஒரு கவித்துவம் மிகுந்த துணிச்சலான நவீனமாகக் கருதப்பட்டு வந்திருக்கிறது அப்புத்தகம். அதை எழுதிய ஹார்ப்பர் லீ என்ற பெண்மணி இன்னமும் மதிக்கப்பட்டு, அனைத்து அமெரிக்க மக்களாலும் பெரிதும் நேசிக்கப்படுகிறார். அவருடைய புத்தகத்தை உலக இலக்கியங்களில் ஆகச்சிறந்த 100 புத்தகங்களில் ஒன்றாக டைம் பத்திரிகை சொல்கிறது.

அமெரிக்காவில் மட்டுமல்ல – வெளிவந்த உடனேயே (1960) 'To Kill A Mocking Bird' ஆங்கில வாசிப்பு உலகத்தினரின் ஒட்டுமொத்த கவனத்தைப் பெற்றது. 2006இல் பிரிட்டிஷ் நூலகர்கள், அதை பைபிளுக்கும் மேலாக வைத்து ஒவ்வொரு மனிதனும் இறந்துபோவதற்குள் படிக்க வேண்டிய புத்தகம் என்று கருத்துச் சொன்னார்கள். சாமான்யனுக்குள் நீறுபூத்து இருக்கும் உன்னத உணர்வுகளைப் புத்தகம் உசுப்புவதாக அமெரிக்க மக்கள் நெகிழ்ந்தார்கள். அன்றைய சமூக அமைப்பில் இருந்த பலவீனங்களை, நிறபேதக் குரூர அநீதிகளை மிக எளிமையான சொல்லாடலில், கள்ளமில்லாச்

சிறுமியின் பார்வையில் ஹாஸ்யமும் பரிவும் இழையோட வெளிப்படுத்திய விதம் நம்ப முடியாத ஆதரவைப் பெற்றது. நம்பிக்கைத்தரும் ஒரு மாற்றத்தின் வாயிலில் நிற்பதாக அமெரிக்கச் சாமான்ய வாசகர்கள் உணர்ந்ததன் தாக்கம் அது. லட்சக்கணக்கான பிரதிகள் விற்று தொடர்ந்து பதிக்கப்பட்ட வண்ணம் இருக்கிறது.

இன்றும் அமேசான் விற்பனைத் தளத்தில் முதல் பத்துக்கான இடத்தில் இருக்கிறது. நிற வெறியை வாழ்வியலாகக் கொண்டிருந்த, இன்னமும் நிறவெறி தனது குரூர முகத்தைக் காட்டிச் சங்கடப்படுத்தும் தெற்கு மாநிலமான அலபாமாவில் மன்ரோவில் என்ற ஒரு சிறிய நகரத்தைச் சேர்ந்த வெள்ளையரான ஹார்பர் லீ புத்தகத்தின் விளைவாகத் தமக்குக் கிடைத்த, தாம் நினைத்துப் பார்த்திராத புகழைக் கண்டு அரண்டு போனார். பேட்டிகளும் விமர்சனங்களும் அலுப்பைத் தந்தன. புத்தகத்துக்கு 'கௌரவமான மரணம் கிடைத்தால் போதும்' என்று நினைத்தவருக்கு அதன் அசாதாரண வெற்றியே போதுமானதாக இருந்தது. பத்திரிகையாளரைக் காணவே கூசினார். பேட்டி கொடுக்க மறுத்தார். ஒரு பெண்ணுக்கு ஒரேயொரு புத்தகம் எழுதிக் கிடைத்த மாபெரும் அங்கீகாரத்தை ஆண் உலகம் அசூயையுடன் பார்த்தது. அதை ஒரு பெண் எழுதியிருக்க முடியாது என்றும் அவருடைய பால்ய சிநேகிதனும் எழுத்தில் ('In Cold Blood|' என்ற அ–புனைவுப் புத்தகம் எழுதிப் புகழ்பெற்றவர். அந்தப் புத்தகம் எழுதுவதில் ஹார்ப்பர் லீயின் பெரும்பங்கு இருந்தது!) பிரபலமானவருமான ட்ரூமன்கப் போட்டி எழுதியிருக்கக்கூடும் என்றும் சிலர் விமர்சித்தார்கள். வெறுத்துப்போன ஹார்ப்பர் லீ ஆளைவிடுங்க சாமி என்று எழுதுவதையே நிறுத்திக்கொண்டார்.

எந்த பாராட்டு விழாவிலும் கலந்துகொள்ளாமல் ஒதுங்கி வாழ்ந்தார். 'ஒரு புத்தக அற்புதம்' என்ற விமர்சனம் கிடைத்தது. ஆனால் இன்னொரு பக்கம் பாராட்டும் விருதுகளும் குவிந்தன, அந்த ஒரு புத்தகத்துக்கு. அமெரிக்காவின் ஆகச்சிறந்த புலிட்சர் விருது, புத்தகம் வெளிவந்த மறு ஆண்டே கிடைத்தது. அமெரிக்கப் பள்ளிகளில் எட்டாம் வகுப்பு 'To Kill A Mocking Bird (1961)' தொடர்ந்து இன்றுவரை பாடப் புத்தகங்களில் ஒன்றாயிற்று. புத்தகம் உலக இலக்கியத்தில் செவ்வியல் அந்தஸ்து பெற்று அமர காவியமாயிற்று. அதன் பிரதான கதா பாத்திரங்கள் ஆட்டிகஸ்ஸும் ஸ்கௌட்டும் ஆங்கிலப் புதினம் படிப்பவர்களுக்கு மறக்க முடியாத கதைமாந்தர்கள் ஆனார்கள். ஹாலிவுட் இந்த நாவலைத் திரைப்படமாக்கிற்று. ஆட்டிகஸ்ஸாக நடித்த கிரிகோரி பெக்

புத்தகத்தின் புகழுக்கும் விற்பனைக்கும் வலுசேர்த்தார். படம் மூன்று அகாதெமி விருதுகளைப் பெற்றது. நான் புத்தகத்தைப் படித்ததும் பதின் வயதுகளில் ஹார்ப்பர் லீயின் ரசிகை ஆனேன். படத்தைப் பார்த்ததும் கிரிகோரி பெக்கிடம் காதல் கொண்டேன்.

இது நாள்வரை உலகத்தின் பார்வையிலிருந்து ஒதுங்கித் தேமேனென்று இருந்த ஹார்ப்பர் லீ இப்போது எல்லா ஆங்கில இதழ்களிலும் காட்சி அளிக்கிறார். உன்னதமான எழுத்துக்குச் சொந்தக்காரர் என்று அறியப்பட்டவரின் எழுத்து இப்போது அமெரிக்காவிலும் இங்கிலாந்திலும் பெரும் சர்ச்சையையும் அலசல்களையும் கிளப்பியிருக்கிறது. ஹார்பர் லீக்கு இப்போது வயது 89. காது சுத்தமாகக் கேட்கவில்லை. கண் தெரியவில்லை. முதியோர் மருத்துவ இல்லத்தில் இருக்கிறார். இந்த வயதில் இது தேவையே இல்லை என்கிறார்கள் இலக்கிய விமர்சகர்கள். சும்மா இருந்த சங்கை ஊதிக் கெடுத்த கதைபோல ஆயிற்று என்று அங்கலாய்க்கிறார்கள். என்ன ஆயிற்று திடீரென்று? அவர் எழுதிய இரண்டாவது புத்தகம் சமீபத்தில் வெளியாகியிருக்கிறது. ‘Go Set A watchman’ என்ற அந்தப் புத்தகத்தைப் பிரபல ஹார்ப்பர் காலின்ஸ் நிறுவனம் வெளியிட்டிருக்கிறது. மாபெரும் எதிர்பார்ப்பையும் அளவிலாத ஏமாற்றத்தையும் அளித்திருக்கிறது.

ஐயோ பாவம் ஹார்ப்பர் லீ. உண்மையில் இந்தக் குளறுபடிக்குக் காரணம் பதிப்பாளர்களின் பேராசையும் வியாபாரத் தந்திரமுமே தவிர வேறு ஒன்றுமில்லை என்றுதான் படுகிறது லீயின் ரசிகர்களுக்கு. தவிர இரண்டாவது புத்தகம் முதல் புத்தகத்துடன் ஒப்பிடப்பட்டுக் கருணையற்ற விமர்சனங்கள் எழுந்திருக்கின்றன. முதல் புத்தகத்தின் செல்வாக்கினால் இரண்டாவது புத்தக வெளியீடு பற்றின அறிவிப்பு உலகெங்கிலும் வாசகரிடையே புயலைப்போல எதிர்பார்ப்பை ஏற்படுத்தியது உண்மை. வெளியிடப்படுவதற்கு முன்பே பத்து லட்சம் பிரதிகள் முன்பதிவாகி விற்றுப்போயின. வெளியான பின் ஹாரிபாட்டர் விற்ற வேகத்தைவிட அதிவிரைவாக விற்பனையான புத்தகமாக இது பேசப்படுகிறது. அதன் வியாபார சாத்தியங்களே பதிப்பாளர்களை ஒரு சாமான்யமான புத்தகத்தை வெளியிடச் செய்திருக்க வேண்டும் என்று தீவிர விமர்சகர்கள் கருதுகிறார்கள். ஹார்ப்பர் லீயின் பூரண புரிதலும் ஒப்புதலும் இல்லாமல் அவர் வெளியிடாமல் பதுக்கிவைத்திருந்த பிரதி அவரது வழக்கறிஞரால் தந்திரமாக வெளியிடப்பட்டிருக்க வேண்டும் என்று சிலர் அபிப்பிராயப்பட்டார்கள். ‘Go Set A watchman’(பைபிளிலிருந்து எடுக்கப்பட்ட வார்த்தைகள் – எசாயா 21–6:

“ஏனெனில் என் தலைவர் எனக்குக் கூறியது இதுவே:

“நீ போய் காவலன் ஒருவனை நிறுத்திவை;

தான் காண்பதை அவன் அறிவிக்கட்டும்) வெளியீட்டு விழாவில் தும்பைப்பூ தலையுடன் ஹார்ப்பர் லீ புன்னகையுடன் காட்சி அளிக்கிறார். புத்தகம் வந்தது எனக்கு மிகவும் மகிழ்ச்சியை அளிக்கிறது என்று சொல்லியிருக்கிறார். எப்போதுமே பத்திரிகையாளர்களிடம் அதிகம் பேசாதவர், இப்போது பேசப்போகிறாரா என்ன? எப்போது எழுதப்பட்ட புத்தகம் இது? இத்தனை நாட்கள் ஏன் இதைப்பற்றி ஹார்ப்பர் லீ ஏதும் சொல்லவில்லை என்ற கேள்விக்குப் பலவிதமான விளக்கங்கள் சொல்லப்படுகின்றன.

இந்த நாவலின் கையெழுத்துப் பிரதி வங்கி லாக்கரில் இருந்ததை எதேச்சையாகக் கண்டுபிடித்ததாக அவருடைய வக்கீல் சொல்கிறார். ஒரு புத்தகம் எழுதி புகழும் செல்வமும் பெற்ற ஹார்பர் லீயின் அந்திமக் காலத்தில் கண்டுபிடிக்கப்பட்ட அவரது இன்னொரு படைப்புக்கு இருக்கக் கூடிய வியாபார எல்லைகளை வக்கீல் நிச்சயமாக நினைத்துப் பார்த்திருப்பார். ஹார்ப்பர் லீயின் கணக்கு வழக்குகளை அவருடைய தங்கை ஆலிஸ் லீ தான் வெகுகாலம் பார்த்துக்கொண்டிருந்தார். பிறகு அந்த உரிமை வக்கீலிடம் கொடுக்கப்பட்டது. அந்தப் பிரதியை அவர் (ஹார்ப்பர் லீக்குத் தெரிந்தோ தெரியாமலோ) பதிப்பாளரிடம் கொடுக்க அவர்களும் அதன் வியாபாரச் சாத்தியங்களை அறிந்து செயல்பட இப்போது லீயின் 89 வருட ஆயுளில் கண்டிராத விமர்சனங்கள் தினமும் பக்கம் பக்கமாக வெளியாகின்றன. நல்லவேளை லீக்கு இப்போது கண்ணும் தெரிவதில்லை. காதும் கேட்பதில்லை.

ஹார்ப்பர் லீ ஏன் அந்தப் பிரதியைப் பதுக்கிவைக்க வேண்டும்? 'To Kill A Mocking Bird'க்குக் கிடைத்த வரவேற்பு இதற்கு இருக்காது என்று நினைத்தாரா? புத்தகம் தமக்குத் திருப்தி அளிக்காததாலேயே பதிப்பிக்காமல் விட்டாரா? பின் அதை ஏன் அழிக்கவில்லை? ஒரு முறை 'To Kill A Mocking Bird' எழுதும்போது திருப்தி இல்லாமல் வெறுத்துப்போய் பக்கங்களை ஜன்னல் வழியாகப் பனியில் வீசிவிட்டார் என்ற ஒரு தகவலும் உண்டு.

வேறு விளக்கமும் சொல்லப்படுகிறது. அதாவது – உண்மையில், இதுதான் அவர் எழுதிய முதல் புத்தகம்.

அவரே அதைச் சொல்லியிருப்பதாகச் சொல்லப்படுகிறது. இதை அவர் நியூயார்க்கில் ஒரு பதிப்பகத்திடம் காண்பித்தார். அதை அவர்கள் நிராகரித்தார்கள். ஆனால் அங்கிருந்த ஒரு எடிட்டர் லீயின் உள்ளார்ந்த திறனை உணர்ந்து கதையில் ஒரு மாற்றத்திற்கு யோசனை சொன்னார். அதற்குப் பிறகு

இரண்டு ஆண்டுகள் உழைத்து, ஹார்ப்பர் லீ அதை மாற்றி எழுதினார். அந்த எடிட்டரின் உதவியாலேயே அவரால் காவியம் படைக்க முடிந்தது. அப்படி என்ன மாற்றப்பட்டது? முதலில் காண்பிக்கப்பட்ட பிரதியில் 60களில் இருந்த கதையின் காலகட்டத்தை 1930களுக்கு அமெரிக்க பொருளாதார மந்த நிலை காலத்துக்கு மாற்ற வேண்டுமெனச் சொல்லப்பட்டது. கதாநாயகி ஸ்கௌட் ஒரு சிறுமியாகத் தன்னைச் சுற்றி நடப்பதைக் கவனித்து விவரிப்பதுபோல இருந்தால் சிறப்பாக இருக்கும் என்றும் சொல்லப்பட்டது. அதனால் ‘To Kill A Mocking Bird’ ஆறு வயதுச் சிறுமி முப்பதுகளில் அலபாமா மாநிலத்தில் மேகோம்ப் என்ற கற்பனைச் சிற்றூரில் தன் அண்ணன் ஜெம்முடனும் வழக்கறிஞர் தந்தை ஆட்டிக்கஸுடன் வாழ்ந்த வரலாற்றை, அப்போது வெள்ளைச் சமூகத்தால் நிலவிய ‘அங்கீகரிக்கப்பட்ட’ நிற துவேஷத்தையும் பொதுவாக இருந்த பரஸ்பரதப்பபிப்பிராயங்களையும் மிக சூட்சுமமாக ஒரு குழந்தையின் கபடமற்ற பார்வையில் அவளது வாய்மொழியில் சொல்கிறது.

அந்தப் பெண்ணின் சித்திரிப்பில் ஆபத்தானவர்களாக ஒதுக்கிவைக்கப்படுபவர்கள் ரட்சகர்களாக வடிவம் கொள்கிறார்கள். நம்பத்தகாதவர்கள், கொள்ளையர்கள் என்று துவேஷிக்கப்படும் கறுப்பர்களின் இயலாமையும் அவர்களுக்கு இழைக்கப்படும் அநீதியும் மிகத் தெளிவாக ஒரு சிறுமியின் அதிர்ச்சி கொண்ட பார்வையில் வெளிப்படுகிறது. பால் மனத்தின் மரணத்தையும் படம் பிடிக்கிறது. அவளது வெளிப் படுத்தத் தெரியாத அறம் சார்ந்த கேள்விகளுக்குச் சூத்ரதாரியாக 149 பக்கங்களில் விசுவரூபமாக எழுவது நேர்மையே கொள்கை யாக வாழும் பேசும், ஆட்டிகஸ். அவளுடைய தந்தை. ஆட்டிகஸ் அமெரிக்க மாண்புகளின் கதாநாயகனாக, உதாரண மனிதராக நாட்டினரால் அடையாளம் காணப்பட்டார்.

எடிட்டரின் ஆலோசனையின் பேரில் ஏற்கெனவே எழுதப்பட்ட நாவல் மீண்டும் எழுதப்படும்போது சரித்திரம் படைக்கும்படியான வடிவம் பெற இயலுமா? இயன்றது என்றால் அந்த வடிவமே ஹார்ப்பர் லீயிக்கு உகந்த கட்டமைப்பாக இருந்திருக்க வேண்டும். எடிட்டர் கோடுகாட்டினார். அதை வானவில்லாக்கினார் லீ.

இப்போது ‘Go Set A Watchman’ ஏற்படுத்தியிருக்கும் மிகப்பெரிய அதிர்ச்சிக்கும் ஏமாற்றத்துக்கும் காரணம் அதில் வயதான ஆட்டிகஸ் நிறபேதத்தை ஆதரிப்பவராகச் சித்திரிக்கப்படு கிறார் என்பது. இதில் ஸ்கௌட் முப்பது வயது யுவதி. நியூயார்க்கில் பத்திரிகையாளராகப் பணிபுரிபவள். வயதான,

நோய்வாய்ப்பட்டிருக்கும் தந்தையைக் காண அவள் வளர்ந்த சிற்றூரான மேகோம்புக்கு வருகிறாள். சமூக அநீதிகளைக் கண்டு கோபப்படுபவளாக மூன்றாம் நபர் குரலில் நாவல் பின்னப்படு கிறது. தந்தையின் பிற்போக்குத்தன நிற பேத எண்ணங்களைக் கண்டு கோபம் அடைகிறாள்.

தங்களுடைய கதாநாயகன் காலத்தால் அழியாதவன் என்று நினைத்த வாசகர்களுக்கு இது ஏமாற்றத்தைத் தந்திருக்கிறது.

இரண்டு புத்தகங்களையும் படித்த எனக்கு இது ‘To Kill A Mocking Bird’க்கு அடுத்தகட்டப் புத்தகமாகத்தான் எண்ணத் தோன்றுகிறது. ‘Go Set A Watchman’ நிச்சயமாக முன்னதன் தரத்தைத் தொடவில்லை. இருந்தும் சில இடங்களில் ஹார்ப்பர் லீயின் கூர்மையான பார்வையும் ஹாஸ்யமும் பளிச்சிடுகிறது. முன்னதற்குத் தொடர்ச்சியாக எழுதப்பட்டதுபோல இருக்கும் தன்மையால்தான் அதை வெளியிடத் துணிந்தார்கள் என்று எனக்குப் படுகிறது. அதே கதை மாந்தர்கள். சிலர் இல்லை. சிலர் புதிதாக நுழைந்தவர்கள். ஆனால் முன்னதைப் படித்தவர்களுக்கு மட்டுமே அது விளங்கும். ஏமாற்றம் அளிப்பதன் காரணம் கதைக்கரு மாறிப்போனது.

‘To Kill A Mocking Bird’இன் கதையைச் சொன்னால்தான் விஷயம் விளங்கும் :

அமெரிக்கத் தெற்கு மாநிலமான அலபாமாவில் மேகோம்ப் என்ற சிறிய ஊரில் ஆட்டிகஸ் ஃபின்ச்சின் குடும்பம் வசிக்கிறது. கதையைச் சொல்வது ஆட்டிகஸ்ஸின் ஆறு வயது மகள் ஸ்கௌட். ஸ்கௌட் இரண்டு வயதாக இருக்கும்போது தாய் இறந்துவிடுவதால் ஸ்கௌட்டுக்குத் தாயின் நினைவு இல்லை. தாயுமாக இருக்கும் தந்தை ஆட்டிகஸ் அரசாங்கம் சார்பில் நீதிமன்றத்தில் பணிபுரியும் வழக்கறிஞர். ஜீன்லூயிஸ் என்ற பெயர் கொண்ட, ஸ்கௌட்டுக்கு ஜெம் (ஜெரமி) என்று பெயர் கொண்ட 10 வயது அண்ணன். இருவரும் இணை பிரியாதவர்கள். அதீத புத்திசாலிக் குழந்தைகள். வீட்டு வேலை களைச் செய்யவும் குழந்தைகளை கவனிக்கவும் கால்புர்ணியா என்ற கறுப்புப் பெண்மணி இருக்கிறாள்.

சிறிய ஊர். அதிலும் நம் ஊர் ஜாதிபேதம்போல குடும்பங்க ளிடையே அந்தஸ்து பேதமும் நடைமுறைக் கலாச்சார பேதங்களும் இருக்கின்றன. நிறத்துவேஷம் என்பது முழுமை யாகப் புரியாத குழந்தைகளுக்குக் கறுப்பர்கள் வெள்ளையர் வசிக்கும் இடத்திலிருந்து விலகித் தொலைவில் வசிப்பதும் ஒதுக்கப்படுவதும் ஏனென்று புரிவதில்லை. அவர்களுக்கு டில் என்ற ஒரு சிறுவன் அந்தத் தெருவில் தன்னுடைய சித்தியுடன்

தங்குவதற்காகக் கோடை விடுமுறையில் வருகிறான். 7 வயதுச் சிறுவனான அவன் ஸ்கௌட்டுக்கு நெருங்கிய தோழனாகிறான். (ஊருக்குச் செல்லும்போது உன்னைச் சத்தியமாகத் திருமணம் செய்துகொள்வேன் என்பான்.) ஃபின்சின் வீட்டுக்கு இரண்டு வீடு தள்ளி ராட்லீ என்பவர்களின் குடும்பம் இருக்கிறது. அது ரகசியங்கள் மிகுந்த வீடு. வீடு எப்போதும் சாத்தியே இருக்கும். அதில் ஆர்த்தர் பூ ராட்லீ என்ற இளைஞன் இருப்பதாக அவர்களுக்குத் தெரியும். யாரும் அவனைப் பற்றிப் பேச மாட்டார்கள். ஆட்டிகஸ்ஸும் மற்றவர்கள் விஷயத்தில் மூக்கை நுழைக்காதீர்கள் அவரவர் அவரவர் இஷ்டப்படி வாழ உரிமை இருக்கிறது என்பார். ஆனால் குழந்தைகள் எப்படியாவது பூ ராட்லீயை வெளியில் வரவழைக்க வேண்டும் என்கிறது. ஆவல் கட்டுப்படுத்த முடியாததாக ஆனால் பூ ஒரு பூதமாக இருக்கக் கூடும் என்கிற பயமும் உண்டு. என்னென்னவோ செய்து பார்க்கிறார்கள், அவனுடைய கவனத்தைப்பெற. அவனுடைய கதையைப் பற்றி அவர்களுக்குத் தெரியாது. அவன் பதின்வயதுகளில் விஷமக்காரனாக இருந்தவன். கெட்ட சகவாசம் என்று மேட்டுக்குடி கருதிய ஏழைக் குடும்பத்துப் பிள்ளைகளுடன் ஊர் சுற்றியவன். அவன் சகாக்களுடன் போலீஸுடன் மோதியபோது அவர்களைச் சீர்திருத்தப்பள்ளிக்கு அனுப்புவதாக மாஜிஸ்டிரேட் சொல்கிறார். ராட் லீயின் தந்தை அதை பெரிய அவமானமாகக் கருதுகிறார். (சீர்திருத்தப் பள்ளிக்கு அனுப்பப்பட்ட சிறுவர்கள் பள்ளியில் நன்றாகப் படித்து வாழ்வில் முன்னேறி நல்ல நிலையில் இருக்கிறார்கள் என்பதை ஹார்ப்பர் லீ கதைப் போக்கில் தெரிவிக்கிறார்) வீட்டிலேயே கவனித்துக்கொள்கிறேன்; அவனால் இனி உங்களுக்குத் தொந்தரவு இருக்காது என்கிறார். அதற்குப் பிறகு பூ ராட்லீ வெளியில் தென்படுவதில்லை. தந்தை அவனை அறைக்குள் வைத்துப் பூட்டி விடுகிறார். கட்டிலில் சங்கிலியுடன் பிணைத்திருப்பதாக ஊர் மக்கள் பேசுகிறார்கள். அவன் பொல்லாதவன், கொலைகாரன் என்று அஞ்சி அந்த வீட்டுக்கருகில்கூட எவரும் செல்வதில்லை.

குழந்தைகள் மேல் அவர்கள் அறியாமல் பூ ராட்லீக்கு ஓர் ஈர்ப்பு ஏற்படுவதால் அவன் அவர்களுக்காக மரப்பொந்தில் மிட்டாய்களையும் விளையாட்டுப் பொருள்களையும் வைப்பது நமக்குப் புரிகிறது.

அந்த ஊரில் கறுப்பர்கள் வசித்த பகுதிக்குப் பக்கத்தில் வெள்ளையர் குடும்பம் ஒன்றும் இருக்கிறது.

'வெல்' குடும்பத்தினரைக் கண்டால் யாருக்கும் பிடிக்காது. திமிர்பிடித்த குடும்பம். அடங்காப்பிடாரிப் பிள்ளைகள். ஆரம்ப தினத்தன்று மட்டும் பள்ளிக்கு வரும். அழுக்குணிகள். தாயில்லாக்

குடும்பம். மூத்த 19 வயதுப் பெண் மாயெல்லா இவெல் தான் வீட்டு வேலைகள் செய்பவள். நண்பர்களே இல்லாத குடும்பம்.

திடீரென்று மேகோம்ப் அல்லோலகல்லோலப்படுகிறது. மாயெல்லா கறுப்பர், டாம் ராபின்சன் என்ற (நீக்ரோ, நிகர் என்ற வார்த்தை 46 தடவை நாவலில் வருகிறது. அது ஆட்சேபகரமான சொல் என்பதால் அந்தப் புத்தகத்துக்குத் தடைவிதிக்க வேண்டும் என்கிற எதிர்ப்பு பின்னால் வந்தது.) தன்னைப் பாலியல் பலாத்காரத்துக்கு உட்படுத்தியதாகப் புகார் தொடுத்தாள். டாம் ராபின்சன் கைது செய்யப்பட்டுச் சிறையில் அடைக்கப்படுகிறான். அவன் மிக நேர்மையான கண்ணியமான குடும்பத் தலைவன் என்று எல்லோருக்கும் தெரியும். இருந்தும் ஒரு கறுப்பனுக்காகப் பேச எவரும் முன்வரவில்லை. டாம் ராபின்சனுக்காக வாதாடுவதற்கு நீதிபதி டேய்லர் ஆட்டிகஸ்ஸை நியமிக்கிறார். ஆட்டிகஸ் ஒரு நீக்ரோவுக்கு வழக்காட ஒப்புக் கொண்டது நிறத்துவேஷம் மிகுந்த மக்களிடையே கோபத்தை ஏற்படுத்துகிறது. அவரைப் பார்க்கும்போதெல்லாம் 'நிகர் லவர்' – நீக்ரோக்களின் காதலன் என்று கிண்டல் செய்கிறார்கள். ஊரே அவரை எதிர்ப்பது போல் இருக்கிறது. 'ரேப்' என்றால் என்ன என்று விளங்காமல் ஸ்கௌட் குழப்பமடைகிறாள். தந்தை மிக இக்கட்டில் மாட்டிக்கொண்டிருப்பதாக ஜெம் கவலைப்படுகிறான். (பதினொன்று வயது ஜெம்முக்கு மிக நுட்பமான பார்வையும் தீவிரமான தார்மீக எண்ணங்களும் இருப்பது மிக அழகாக நாடகத்தனம் இல்லாமல் வெளிப்படு கிறது.) குழந்தைகளுக்கு ஏதேனும் ஆபத்து வரலாம் என்று தன் தங்கை அலெக்ஸாண்டிராவைத் தங்களுடன் வந்து தங்கும் படி ஆட்டிகஸ் கேட்க அலெக்சாண்ட்ராவும் வந்து தங்குகிறாள்.

இடையில் கால்புர்ணியா ஜெம்மையும் ஸ்கௌட்டையும் ஒரு ஞாயிறன்று கறுப்பர்களுக்கு என்று இருக்கும் தேவாலயத்துக்கு அழைத்துச்செல்கிறாள். அந்தத் தேவாலயம் வெள்ளையரின் தேவாலயத்திலிருந்து மிக வித்தியாசமாக இருப்பதை ஸ்கௌட் கவனிக்கிறாள். மிக எளிமையான எந்த வசதியும் இல்லாத இடம்.

மூன்று குழந்தைகளும் அலெக்சாண்டிராவுக்குத் தெரியாமல் வழக்கைக் கவனிப்பதற்காக நீதிமன்றத்துக்குச் சென்று கறுப்பர்கள் நிற்கும் இடத்தில் நின்றுகொள்கிறார்கள். ஆட்டிகஸ் மிக வலுவாக ராபின்சனுக்காக வாதாடி அவன் நிரபராதி என்பதையும் தவறு மாயல்லா இவெல்லினுடையது என்பதையும் நிரூபிக்கிறார். (நண்பர்களே இல்லாமல் தனிமையை அனுபவிக்கும் மாயெல்லாவே டாம் ரொபின்சனிடம் வலியச் சென்று வீட்டுக்குள் அழைத்து அணைத்து முத்தமிடு கிறாள் என்பதும் அதை ஜன்னல் வழியாகக் கண்டுவிட்ட

குடிகாரத் தந்தை இவெல் ஒரு கறுப்பனிடம் உனக்குச் சபலமா என்று கொடூரமாக மகளை அடித்ததாலேயே அவளது காயங்கள் என்பதும் ஆட்டிகஸ்ஸின் விசாரணை மூலம் அம்பலமாகிறது) ஜெம் தந்தைக்கு வெற்றி கிடைக்கும், ராபின்சன் விடுவிக்கப்படு வான் என்று பூரித்துப் போகிறான். ஆட்டிகஸ் அப்படி திறம்பட வாதாடியும் உண்மை என்னவென்று ஜூரிக்குத் தெரிந்தும், சமூகத்தின் பொதுவான வெள்ளையரின் இனத்துவேஷத்தால் ஜூரி ராபின்சன்தான் குற்றவாளி என்கிறது.

ஒரு கறுப்பனுக்காக வாதாடி நியாயம் பெற முடியாது என்று ஆட்டிகஸ்ஸுக்குத் தெரியும். ஜெம் இடிந்துபோகிறான். மிக அதிகமாக அந்தத் தீர்ப்பு அவனைப் பாதிக்கிறது. ராபின்சனுக்குத் தண்டனை கிடைத்தாலும், நீதிமன்றத்தில் ஆட்டிகஸ் தன்னை அவமானப்படுத்திவிட்டதாக இவெல் கடுங்கோபத்தில் இருக்கிறான். நீதிபதி வீட்டில் கொள்ளையடிக்கப் பார்க்கிறான். ராபின்சனின் மனைவியைச் சீண்டி பயமுறுத்துகிறான்.

அப்படியெல்லாம் ஏன் நடக்கிறது என்று ஆட்டிகஸ் மகளுக்குப் புரியும்படி விளக்குவார்.

“இன்னொருவர் சருமத்துள் நீ புகுந்து பார்த்தால்தான் ஏன் அப்படி நடந்துகொள்கிறார்கள் என்று புரியும். அவர்கள் கோணத்தில் பிரச்சினைகள் தெரியவரும்.” என்ற வரிகள் பிரபலமானவை. நாவலின் தலைப்பு ஒரு உருவகம். *Mocking Bird* என்பது யாருக்கும் தீங்கிழைக்காத, எப்போதும் பாடிக்கொண் டிருக்கும் பறவை. அதைக் கொல்வது பாவம் என்று ஆட்டிகஸ் குழந்தைகளிடம் சொல்வான்.

டாம் ராபின்சன் சிறையிலிருந்து தப்பிக்கப் பார்த்தான் என்று சொல்லி அவனைச் சிறை அதிகாரிகள் கொன்று விடுகிறார்கள். செய்தி அறிந்ததும் ஆட்டிகஸ்ஸால் புர்ணியாவை அழைத்துக்கொண்டு ராபின்சன் மனைவியிடம் விஷயத்தைப் பக்குவமாகச் சொல்லக் கிளம்புவான். எல்லா சம்பவங்களின் நடுவிலும் ஏழு வயது ஸ்கௌட் அகன்ற விழிகளுடன் நின்று ஜீரணிக்கப் பார்ப்பதை ஹாஸ்யமும் மனிதநேய உணர்வும் கலந்து ஹார்ப்பர் லீ வெளிப்படுத்துவதுதான் நாவலின் சிறப்பு.

இவெல்லின் ஆத்திரம் அடங்குவதாக இல்லை. பள்ளியில் ஹாலோவீன் விழாவில் பங்கேற்க ஜெம்மும் ஸ்கௌட்டும் சென்று திரும்பும்போது நன்றாக இருட்டிவிடுகிறது. இருவரும் பயந்தபடியே விளக்கில்லாத பாதையில் நடந்து வருகையில் அவர்கள் தாக்கப்படுகிறார்கள். முகம் தெரியாத (இவெல்) எதிரியுடன் அவர்கள் போராடும்போது ஜெம்மின் கை முறிந்துவிடுகிறது. ஸ்கௌட்டின் ஃபான்ஸி உடுப்பு அவளைக்

காப்பாற்றுகிறது. விபரீதம் நிகழ்வதற்கு முன் யாரோ வந்து இவெல்லின் தாக்குதலைத் தடுத்து ஜெம்மைத் தூக்கிக்கொண்டு அவர்கள் வீட்டில் சேர்ப்பிக்கிறார். அறையின் ஓரமாக நின்ற அந்த நபர்தான் வெளியிலேயே வராத பூ ஆர்த்தர் ராட் லீ என்பதை ஸ்கௌட் புரிந்துகொள்கிறாள். அவன் வந்திராவிட்டால் தானும் தன் அண்ணனும் செத்திருப்போம் என்று உணர்கி றாள். இவெல் குழந்தைகளைத் தாக்கவும் துணிந்துவிட்டான் என்று ஆட்டிகஸ் புரிந்துகொண்டு உடனடியாக போலீஸுக்குத் தெரிவிக்கிறார். ஆட்டிகஸ் கொடுத்த தகவலின் பேரில் சம்பவ இடத்துக்குச் சென்று திரும்பிய காவலர் இவெல் கத்தியால் குத்தப்பட்டு இறந்துகிடப்பதாகச் சொல்கிறார். என்ன நடந்திருக்கும் என்று ஊகித்துக்கொண்ட ஆட்டிகஸ் பூ ராட்லீயைக் காப்பாற்றும் எண்ணத்தில் ஜெம்தான் அதைச் செய்திருக்க வேண்டும், அவனுக்காகச் சட்டத்தைச் சந்திக்கத் தாம் தயார் என்கிறார். போலீஸுக்கும் விவரம் தெரியும். சண்டையில் இவெல்லின் கத்தி அவனையே தாக்கிவிட்டது என்று தன்னால் நிரூபிக்க முடியும் என்று காவலர் சொல்லி ஆட்டிகஸ்ஸின் சங்கடத்தைப் போக்குகிறார்.

ஸ்கௌட்டைப் பார்த்து என்னை என் வீட்டிற்கு அழைத்துச் செல்கிறாயா என்று பூ ராட்லீ மெல்லக் கேட்பான். ஆட்டிகஸ் தன் குழந்தைகளைக் காப்பாற்றியதற்காக அவனுக்கு நன்றி சொல்வார். பூதம் என்று முன்பு பயந்த மனிதனின் சூரியனைக் காணாமல் வெளிறிய விரல்களை ஸ்கௌட் பற்றி ராட் லீ வீட்டின் வாயிலில் விடுவாள். அவன் உள்ளே சென்றதும் கதவு மூடிக்கொள்கிறது. பிறகு என்றும் திறப்பதில்லை. இதுதான் ஹார்ப்பர் லீ யின் மிகப் பிரபலமான புத்தகத்தின் கதை.

அப்புத்தகத்துக்கும் தீவிர விமர்சகனிடமிருந்து விமர்சனங்கள் எழுந்தன. ஹீரோவாக நினைக்கப்படும் ஆட்டிகஸ் உண்மை யில் பொதுவாக நிலவிய அபிப்பிராயங்கள் கொண்டவன்தான் என்றும், அவனாக ஒரு கறுப்பனுக்காக வாதாடவில்லை, அரசு நீதிபதி அவனிடம் வேலையைக் கொடுத்ததாலேயே ஒப்புக்கொண்டான்; முதலில் மிகவும் தயங்கினான் என்றும் பாத்திரப் படைப்பு விமர்சிக்கப்பட்டது. ஸ்கௌட்டும் ஜெம்மும் வயதுக்கு மீறிய பேச்சும் சிந்தனையையும் வெளிப்படுத்துவது இயற்கைக்கு விரோதமானது என்றார்கள். கறுப்பின வாசகர்கள் நாவல் மிக மேலோட்டமாகத் தங்கள் நிலைமையைச் சொல்வதாக விமர்சித்தார்கள். டாம் ராபின்சனைப் பற்றி எதுவுமே நமக்குத் தெரிய வருவதில்லை. அவன் சுட்டுக் கொல்லப்பட்டபோது ஆட்டிகஸ் கோபப்படுவதில்லை. அது எதிர்பார்த்ததுதான் என்பதுபோலப் பேசாமல் இருக்கிறான். வெள்ளையர்களின்

போக்கை இயல்பானதுபோல நாவல் பிரதிபலிக்கிறது என்று சொன்னார்கள். மொத்தத்தில் கறுப்பு விமர்சகர்களுக்கு நாவல் மேலோட்டமானதாகப் பட்டது.

ஆனால் ஒட்டுமொத்த வாசகர்களின் அபிமான பாத்திரமாக ஆட்டிகஸ் உருவானதை எந்த விமர்சனமும் சிதைக்க முடிய வில்லை.

இப்போது வந்திருக்கும் இரண்டாவது புத்தகம் அதைத்தான் செய்யப் பார்க்கிறது. படைத்தவரே அதைக் கொலைசெய்வது போல. அநியாயம் என்கிறார்கள் அபிமானிகள்.

மிதவாதிகள் அதைச் சற்று சாதகமாகப் பார்க்கிறார்கள். 'To Kill A Mocking Bird'டின் ஆட்டிகஸ் அமெரிக்கர்களின் ஆதர்சமாக விளங்கினான். 'Go Set A Watchman'இன் ஆட்டிகஸ் நம்மை நாம் உள்நோக்கிப் புதுப்பித்துக்கொள்ள வேண்டிய அவசியத்தை உணர்த்துபவனாக இருக்கிறான்.

இது முதலில் எழுதப்பட்ட புத்தகம், முதல் பிரதி என்று சொல்லப்பட்டாலும் அதற்குப் பிந்தைய காலகட்டத்தில் நடக்கும் கதையாக இருப்பதால் முற்றிலும் ஒரு முழுமையான வேறு நாவலாகத்தான் படுகிறது. முந்தைய நாவலில் வரும் சம்பவங்கள் திரும்பச் சொல்லப்படுவதில்லை. ராபின்சன் வழக்கு கதைப் போக்கில் குறிப்பிடப்படுகிறதே தவிர விளக்கமாக இல்லை. மூன்றாம் மனிதரின் குரலில் சொல்லப்பட்டிருக்கும் நாவல். ஸ்கௌட் இதில் இளநங்கை. முந்தைய புத்தகத்தில் இருக்கும் டில்லுக்குப் பதில் வேறு ஒரு காதலன். அவளுடைய அண்ணன் ஜெம் ஒரு விபத்தில் மாண்டுவிட்டதாக இதில் வருவதுதான் மிக ஏமாற்றமாக இருக்கிறது. (ஜெம் அருமையான கதாபத்திரம்) முன்னதில் ஆட்டிகஸ் தாராள முற்போக்குக் கருத்துகள் கொண்டவனாகச் சித்திரிக்கப்படுகிறான். இதில் முற்போக்குக் கருத்துகள் கொண்டவளாக அறச்சீற்றம் கொண்டவளாக ஸ்கௌட் சித்திரிக்கப்படுகிறாள். ஸ்கௌட் என்ற பெயரைவிட இயற்பெயரான ஜீன்லூயிஸ் என்ற பெயரே பொருத்தம் என்று நினைக்கிறாள். நியூயார்க்கிலிருந்து தனது 72 வயது தந்தை ஆட்டிகஸ்ஸைப் பார்க்க வருகிறாள். நமக்குத் தெரிந்த பொறுமையான, கம்பீரமான, மனித [illegible] இயல்புகளை அசைபோட்டு நேர்மைக்கு முக்கியத்துவம் கொடுக்கும் ஆட்டிகஸ் இல்லை. முடக்குவாதத்தால் அவதியுறும் சிடுசிடுக்கும் கிழவன். சமத்துவத்தில் அக்கறை இல்லாதவன். அடிப்படையில் நிறத்துவேஷி. தன் தந்தை என்பதைக் கண்டு ஜீன்லூயிஸ் அதிர்ச்சி அடைகிறாள். இருவருக்கும் இடையே வாக்குவாதங்கள் ஏற்படுகின்றன. கறுப்பர்களை மைய

நீரோட்டத்துக்குள் சேர்க்க மத்திய அரசு எடுக்கும் புதிய கொள்கைகளில் (ஒரே பள்ளி, வாக்களிக்கும் உரிமை) தனக்குச் சம்மதமில்லை என்று தெரிவிக்கிறான். எல்லா இடத்திலும் கறுப்பர்கள் இருப்பதை விரும்புகிறாயா என்று கோபத்துடன் கேட்கிறான். "கறுப்பர்கள் மாறும் சட்டங்கள் அளிக்கும் சுதந்திரங்களுக்குத் தயாராகவில்லை. நம் சமூகத்துக்கு என்ன ஆகுமோ என்று அஞ்சுகிறேன். நம் தெற்கு சமூகத்தைக் காக்க விரும்புகிறேன்" என்கிறான்.

இது நமக்குப் பரிச்சயமில்லாத ஆட்டிகஸ். ஆனால் 'To Kill A Mocking Bird' டைப் படித்திராதவர்களுக்கு இன்றைய நிலையிலும் அமெரிக்கத் தெற்கு மாநிலங்களில் இருக்கும் நிறத்துவேஷமும் அநேகமாகப் பழைய தலைமுறையின் மாறாத கருத்துகளும் 'Go Set A Watchman' மிக யதார்த்தமாக வெளிப்படுத்துவதாக நினைக்கத் தோன்றும். ஸ்கௌட்டின் போராளிக் குணமும் முற்போக்குத் தாராள எண்ணங்களும் இளைய தலைமுறையினரைப் பிரதிபலிப்பதாக எடுத்துக் கொள்ளக்கூடும். ஆனால் இந்த நாவல் 1960இல் பதிக்கப் பட்டிருந்தால் நிச்சயம் முன்னதற்குக் கிடைத்த வரவேற்பும் வெற்றியும் கிடைத்திருக்காது. இது தரத்தில் இருக்கும் வித்தியாசத்தினால் அல்ல; கதைப்பொருள் வித்தியாசத்தினால். முதல் புத்தகத்தில் வாசகர்களுக்கு ஓர் ஆதர்சம் கிடைத்தது. உன்னதங்களைப் பற்றிப் பெருமைகொள்ள வைத்தது. ஏற்றத்தின் மார்க்கம் புலப்பட்டது. இப்போதைய புத்தகம் மனித மனத்தின் சறுக்கலைச் சுட்டுகிறது. இதில் தெற்கு மாநிலங்களின் மிகச் சிக்கலான அரசியல் சூழல் நுட்பமாக வெளிப்படு கிறது. இதில் நீதிமன்றக் காட்சி இல்லை. அசாதாரணத் திருப்பம் இல்லை. ஹார்ப்பர் லீயிக்குத் தெற்கு அரசியல் அளித்த ஏமாற்றமும் பரிதவிப்புமே இதில் வெளிப்படுவதாகப்படுகிறது.

இது வெளிவந்திருக்கக் கூடாத புத்தகம் என்பது அதீதமான விமர்சனம். இது நிறவேற்றுமை பற்றிய யதார்த்தப் பார்வை என்றுதான் தோன்றுகிறது. இதில் ஒரு தேவதையைப் படைக்க அவர் விரும்பவில்லை. இதை முன்னதுடன் ஒப்பிடக் கூடாது. இது தனிப்பட்ட புத்தகம் என்கிற அந்தஸ்தைப் பெறும்போது இந்தப் புத்தகம் நம்மையே கேள்வி கேட்கவும் நிறத்துவேஷத்தைப் பற்றிச் சிந்தித்துப் பார்க்கவும் உதவும் என்கிறார் ஒரு விமர்சகர். அப்படி நேருமானால் அது ஹார்ப்பர் லீயின் இரண்டாவது வெற்றி.

சீற்றத்தில் பிறந்த காவியம்
'The Grapes of Wrath' By John Steinbeck

இருபதாம் நூற்றாண்டு அமெரிக்க இலக்கியத்தில் அந்த அளவுக்கு விலாவாரியாக எந்தப் புத்தகமும் கருத்தரங்குகளிலும் கல்லூரி வகுப்புகளிலும் விவாதிக்கப்பட்டதில்லை; விமர்சிக்கப்பட்டதில்லை. பல பல இலக்கிய விருதுகள் வந்த நிலையிலும், புத்தக விற்பனை சிகரத்தைத் தொட்டபோதும் விசித்திரமாகக் கண்டனத்துக்கு உள்ளானதில்லை. அது வெளியானதும் ஒரு தேசிய நிகழ்வுபோல இருந்தது. மக்களால் பகிரங்கமாகத் தடை செய்யப்பட்டுப் பிரதிகள் கொளுத்தப்பட்டன. தேசிய வானொலியில் விவாதிக்கப்பட்டது. அதனாலேயே புத்தகம் பரவலாக வாசிக்கப்பட்டது. 1939இல் அது வெளிவந்த சமயம் அமெரிக்கா மிக மோசமான பொருளாதாரத் தேக்கத்திலிருந்து, வீழ்ச்சியிலிருந்து மீண்டு எழ முயற்சித்துக்கொண்டிருந்தது. அப்படியும் ஓர் ஆண்டுக்குள் 4,30,000 பிரதிகள் விற்றுப்போயின. உடனடியாக அமெரிக்கப் புத்தக விற்பனையாளர் சங்கத்தின் வாக்கெடுப்பில் தேசிய புத்தக விருது கிடைத்தது. அதையடுத்து அமெரிக்காவின் மிகச் செல்வாக்கு மிகுந்த 'புலிட்சர் விருது' கிடைத்தது. 1962இல் இலக்கியத்துக்கான 'நோபல் பரிசு' வழங்கப்பட்டபோது ஆசிரியரின் அந்தப் புத்தகமே விருது வழங்கக் காரணம் என்று தெரிவிக்கப்பட்டது.

இன்று உலகத்தின் ஆகச்சிறந்த நூறு புத்தகங்களில் ஒன்றாக அமெரிக்க எழுத்தாளர்

ஜான் ஸ்டீன்பெக் எழுதிய 'தி க்ரேப்ஸ் ஆஃப் ராத்' ('The Grapes of Wrath') கருதப்படுகிறது.

ஆனால் பரம ஏழைகளின் நிலையை – அவர்களது வாழ்வின் அவலத்தைத் தத்ரூபமாகப் படம் பிடித்தாற்போல் எழுதிய ஸ்டீன் பெக்கின் புதினத்தை அவரது சமகாலத்து எழுத்தாளர்கள், தொழிலதிபர்கள், நில அதிபர்கள், முதலாளிகள் கடுமையாக விமர்சித்தார்கள். அவரது சமூக அரசியல் சித்தாத்தங்களைத் தாக்கினார்கள். கம்யூனிசம் என்பது அமெரிக்காவில் கெட்டவார்த்தை. பீதி அளிப்பது. ஸ்டீன் பெக் ஒரு பிரச்சாரகர், சோஷியலிஸ்ட் என்றார்கள். மிகக் கடுமையான தாக்குதல் கலிஃபோர்னியாவின் விவசாயிகள் சங்கத்திடமிருந்து வந்தது. அவருடைய புத்தகம் ஒரு புளுகு மூட்டை என்றார்கள். பஞ்சத்தால் மத்திய மேற்கிலிருந்து இடம்பெயர்ந்து வந்தவர்களை கலிஃபோர்னியாவின் நில அதிபர்களான விவசாயிகள் மிக மோசமாக நடத்தியதாக எழுதப்பட்டிருப்பது உண்மைக்குப் புறம்பானது என்றார்கள். அவரது அரசியல் நிலைப்பாட்டை வலியுறுத்துவதற்காக இடம்பெயர்ந்தவர்களின் முகாம்களின் நிலவரத்தை மிகைப்படுத்திக் கேவலமாகச் சித்திரித்திருப்பதாகச் சொன்னார்கள்.

ஸ்டீன் பெக் புத்தகம் எழுதுவதற்கு முன் *சான் ஃப்ரான்ஸிஸ்கோ நியூஸ்* என்ற பத்திரிகையில் வேலை பார்த்தார். ஸெனோரா பாப் என்ற பெண் எழுத்தாளர் விவசாயிகள் பாதுகாப்பு நிர்வாக அலுவலகத்தில் பணிபுரிந்தவர். அவர் முகாம்களை நேரில் சென்று பார்த்தவர். அவர் விரிவாக எழுதியிருந்த குறிப்புகள் ஒரு நண்பர் மூலம் ஸ்டீன் பெக்கிற்குக் கிடைத்தன. அதை அவர் தனது நாவலுக்காக உபயோகித்துக் கொண்டார் என்று பலர் அப்போது அறிந்ததுதான். புலம்பெயர்ந்தவர்களின் அந்தரங்க கதைகளையும் அவர்களது வாழ்வு ஆகிய விவரங்களையும் தான் எழுதப்போகும் நாவலுக்காக ஸனோரா சேகரித்திருந்தார். அவர் 1939இல் வெளியிட்ட அவரது நாவல் அதே ஆண்டில் வெளியான ஸ்டீன் பெக்கின் நாவலின் வெற்றியில் முழுவதுமாகக் காணாமல்போனது. ஸ்டீன் பெக்கின் எழுத்தின் ஆளுமையின் வசீகரம் அத்தகையதாக இருந்தது. ஸனோரா தன்னுடைய குறிப்புகளை ஸ்டீன் பெக் திருடினார் என்றோ உபயோகித்தார் என்றோ சர்ச்சையைக் கிளப்பாதது ஆச்சரியம். பெண் எழுத்தாளர்களின் நிலையும் அன்று இரண்டாம்பட்சம் என்பதால் இருக்கலாம்.

முப்பதுகளின் அமெரிக்கப் பொருளாதார வீழ்ச்சியைப் பின்புலமாகக்கொண்ட கதை 'க்ரேப்ஸ் ஆஃப் ராத்' வறட்சி, பஞ்சம், வங்கியில் கடன் வாங்கித் திருப்ப இயலாத குறுநில

விவசாயிகள்; அதைப் பயன்படுத்தி லாபம் பார்க்க நினைத்த வங்கிகளின் நில ஆக்ரமிப்பு; தாங்கள் வாழ்ந்த நிலத்தை விட்டு வெளியேற வேண்டிய நிலைமைக்கு உள்ளான ஓக்லஹாமா மாநில மக்கள்; அங்கிருந்து விடியலைத் தேடி அவர்கள் மேற்கொள்ளும் பயணம் – இதுவே கதைக்கரு. விவசாயிகள் நிலத்தை இழந்து தவிக்கும் தவிப்பு, வேலைவாய்ப்பு உள்ளதாகச் சொல்லப் பட்ட இயற்கை வளம் மிக்க கலிஃபோர்னியாவை நோக்கிய அவர்களது நெடிய அசாதாரணப் பயணம், வழியில் சந்திக்கும் ஏமாற்றம், பயம், எதிர்பாராத தருணத்தில் சக யாத்ரிகர்களிடம் சந்திக்கும் மனிதநேயம், காசுள்ளவர்களின் மூர்க்கம், இரக்கமின்மை. இவ்வளவிற்கும் ஈடுகொடுக்கும் பெண் என்ற ஆளுமையின் துணிச்சல் – காருண்யம் இவையெல்லாம் இழையோடும் அற்புத காவியமாக வரைந்திருக்கிறார் ஸ்டீன் பெக் தனது எழுத்தாற்றலால்.

என்னை மிகமிக நெகிழ்வித்த புத்தகம் அது. புத்தகத்தின் தொடக்கமே மிக வறண்ட பயங்கர மண் காற்றுவீசும் ஓக்லஹாமா பிரதேசத்ததின் வர்ணனையுடன் தொடங்குகிறது. சுடுகாடுபோல இருக்கும் கிராமம். வாழ்ந்த வீடுகளைக் காலிசெய்து எல்லோரும் பிழைப்பைத் தேடிப் போய்விட்டார்கள். அங்கு எலிகள் மட்டுமே வசிக்கின்றன. சோள வயல்கள் எல்லாம் காய்ந்து மண் காற்றில் உருத் தெரியாமல் சாய்ந்து கிடக்கின்றன. அந்தக் காட்சியை அத்தனை கவிதை அழகுடன் எழுத முடியுமா என்று பிரமிப்பேற்படுகிறது. ஆங்கில நடை சொக்கவைக்கிறது. ஆசிரியரின் துல்லியமான பார்வையில் சேதி இருக்கிறது. காற்றில் ஒரு சீற்றம் இருக்கிறது. காய்ந்த வயிற்றின் சீற்றம். வாழ்ந்த மண்ணை விட்டு நிர்ப்பந்தமாகக் கிளம்ப நேர்ந்த மக்களின் ஆன்மாக்களில் கவியும் சீற்றம் கனம் மிகுந்த திராட்சைக் குலைகள்போல – கொடி தாங்க முடியாத கனம். (பைபிளிலிருந்து எடுக்கப்பட்ட உருவகம் – கடவுளின் சீற்றம் “வானதூதர். . .” உமது கூர்மையான அரிவாளை எடுத்து மண்ணுலகத்தின் திராட்சைக் குலைகளை அறுத்துச் சேர்த்திடும்; ஏனெனில் திராட்சை கனிந்துவிட்டது” என்று உரத்த குரலில் கூறினார். ஆகவே அந்த வானதூதர் மண்ணுலகின்மீது அரிவாளை வீசி திராட்சைக் குலைகளை அறுத்துச் சேர்த்தார். கடவுளின் சீற்றம் என்னும் பிழிவுக் குழியில் அவற்றைப் போட்டார். பிழிவுக் குழியிலிருந்து இரத்த வெள்ளம். . . பாய்ந்து ஓடியது. (திருவெளிப்பாடு: 14:18–20)

மக்களின் சீற்றம் கனிந்த நிலை அப்போது. எல்லோரும் ஒன்றுசேர்ந்தால் விடிவுக்கு வழியுண்டு என்கிற சேதியை ஸ்டீன் பெக் சொல்லத் துணிகிறார். அதுசாத்தியமா?

தலைமறைவான படைப்பாளி 33

இந்த நாவலை எழுத ஆயத்தமானபோது ஸ்டீன் பெக் சொன்னாராம் "அமெரிக்கப் பொருளாதார வீழ்ச்சிக்கும் அதன் மோசமான விளைவுகளுக்கும் காரணமான பேராசை பிடித்தவர்களை வெட்கப்பட வைக்க வேண்டும் என்று விரும்புகிறேன். படிப்பவர்களின் நாடி நரம்பை உசுப்பிவிட வேண்டும் என்று நினைக்கிறேன்."

இந்தப் புத்தகம் தொழிலாள வர்க்கத்தின் பெரும் ஆதரவைப் பெற்றதில் வியப்பில்லைதான். அதன் சரளமான நடையும் அதிக வாசகர்களைப் பெற்றது.

பஞ்சத்தில் அடிபட்ட பரதேசிகளாய்ப் புலம்பெயர்ந்து விடிவைத் தேடிப் பரிதவிப்புடன் செல்லும் மனிதக் கூட்டத்தின் பயணத்தைச் சொல்லும் கதை. அதில் என்ன சுவாரஸ்யம் இருக்கும்?

அதில்தான் இருக்கிறது அந்த எழுத்தின் வீச்சு. மந்திரம் போல் விழும் வார்த்தைகள். சுண்டியிழுக்கும் சொற்றொடர்கள் வேதவாக்குப்போல. இந்த நாவலில் பல கதைமாந்தர்கள் இருக்கிறார்கள். ஆனால் சீற்றம், பரிதவிப்பு, பெண்ணின் காருண்யம் ஆகிய உருவகங்களே கதையைப் பின்னுவதாக எனக்குப்படுகிறது .

டாம்ஜோட் என்கிற வாலிபன் ஓக்லஹாமாவில் சாலிசா என்ற இடத்தில் இருந்த தனது வீடு நோக்கிச் செல்வதில் ஆரம்பிக்கிறது நாவல். தன் தங்கையிடம் ஒருத்தன் தவறாக நடந்ததற்காகப் போட்ட சண்டையில் அவனைக் கொன்ற குற்றத்திற்காகச் சிறை தண்டனை பெற்றவன். நன்னடத்தை அடிப்படையில் அவனை முன்னதாக விடுவிக்கிறார்கள். கடுமையான வெயிலும் மணற்காற்றுமாக இருண்டிருக்கிறது பாதை முழுவதும். ஜனங்கள் அதிகம் தென்படாமல் இருப்பது அவனுக்கு விசித்திரமாக இருக்கிறது. ஒரு நபர் தென்படுகிறார். ஜிம்கேஸி என்ற ஆள். மதபோதகராக அவர் இருந்தது ஜோடுக்குத் தெரியும். கேஸியும் அவனை அடையாளம் தெரிந்து கொள்கிறார். தான் இப்போது மதபோதகர் இல்லை என்கிறார். அவருக்கு இப்போது அதில் நம்பிக்கை இல்லாமல் போனதாகச் சொல்கிறார். பஞ்சத்திலும் வறுமையிலும் முதலாளிகளின் நிலஆக்கிரமிப்பிலும் தவிக்கும் மக்களைப் பார்க்கப் பார்க்கத் தனது மத போதக வேலைக்கு அர்த்தமே இல்லாமல் போனதாகத் தான் உணர்ந்ததாகச் சொல்கிறார். தவிர, சர்ச்சுக்கு இப்போது ஆட்கள் வருவதும் குறைந்துபோய்விட்டது. தான் தோற்றவன் என்கிறார். நீ செல்லும் இடத்திற்கு நானும் வருகிறேன். உன் குடும்பத்தை நானும் பார்க்க வேண்டும் என்கிறார். இருவரும்

சேர்ந்து பயணிக்கிறார்கள், ஜோடின் பண்ணை வீட்டை அடைந்தபோது அங்கு எவரும் இல்லை. இருந்ததை அள்ளிக் கொண்டு குடும்பம் முழுவதும் எங்கோ கிளம்பிவிட்டதைப் போலத் தெரிகிறது. டாமிற்கு அது மிகப் பெரிய அதிர்ச்சியாக இருக்கிறது. குடும்பத்தைக் காப்பாற்றக் கடமைப்பட்டவனான தான் எந்த வகையிலும் பெற்றோருக்கு உதவியாக இல்லாமல் போனதாகக் குற்ற உணர்வு ஏற்படுகிறது. குழப்பத்துடன் இருவரும் கிளம்புகிறார்கள். நகரமே ஆளில்லாததாகத் தோன்று கிறது. வழியில் தன்னந்தனியாக ஒரு மேட்டில் சாய்ந்தபடி அமர்ந்திருக்கிறான் ம்யூலீ கிரேவ்ஸ். உன் குடும்பம் உன் சித்தப்பா ஜான்ஜோட் வீட்டிற்குப் போய்விட்டது என்கிறான். கடனை விவசாயிகள் திருப்பித் தர இயலாமல் போனதால் வங்கிகள் அவர்களது நிலத்தைப் பிடுங்கிக்கொண்டு இடத்தை விட்டுத் துரத்தி விட்டன என்கிறான். ஆனால் என்னால் என் உயிர் போனாலும் என் மண்ணை விட்டுப் போக முடியாது என்கிறான். (மண்வாசனை மிகுந்த ஓக்லஹாமா வட்டார மொழியில் சம்பாஷணைகள் உருக்கமாக வெளிப்படுகின்றன.)

டாம் போய்ச்சேருவதற்குள் அவனுடைய குடும்பம் – அவனுடைய அப்பா, அம்மா (நாவலில் அவர்களது பெயர்கள் குறிப்பிடப்படாமல் Pa Joad, Ma Joad, grandpa Joad, grandma Joad என்றே சொல்லப்படுகிறது) பிறக்கும்போது காயம் பட்டதில் கற்கும் திறன் குன்றியவனான மூத்தமகன் நோவா ஜோட், கார், பதினாறு வயதுத் தம்பி அல் ஜோட், கனவுகள் மிகுந்த கற்பனையில் வாழும் கர்ப்பிணியான தங்கை ரோஸ், அவளுடைய 19 வயது உதவாக்கரைக் கணவன் கோனிரிவர்ஸ், பாட்டி, தாத்தா, சித்தப்பா ஜான்ஜோட் – ஆகிய அவ்வளவு பேரும் ஒரு வாகனத்தைச் சரக்கு ஏற்றும் லாரியைப் போல் மாற்றி தமது சாமான்களுடன் கிளம்பத் தயார் ஆகியிருக்கிறார்கள். சொந்த நிலத்தை வங்கிக்குப் பறிகொடுத்துவிட்டதால் வளமான கலிஃபோர்னியாவில் எந்த வேலை கிடைத்தாலும் செய்து பிழைத்துக்கொள்ளலாம் என்ற முடிவுக்கு வந்திருக்கிறார்கள். தாத்தா ஜோடுக்குத் துளியும் இஷ்டமில்லை, சொந்த மண்ணை விட்டுக் கிளம்ப. அவரை எப்படியோ தூக்கமருந்து கொடுத்து அசந்த சமயத்தில் வண்டியில் ஏற்றுகிறார்கள். கிளம்பும் முதல் நாள் மாலை திடீரென்று டாம் ஜோடும் ஜிம்கேஸியும் வந்து நின்றதும் எல்லோருக்கும் வியப்பு. அம்மா ஜோட் மகிழ்ச்சியில் திக்குமுக்காடிப் போகிறாள். கவலையும் கொள்கிறாள். சிறையில் அடிப்பார்களாமே, அடித்தார்களா? நீ வேறு எதுவும் தப்பு செய்யவில்லையே, சொல்லாமல் தப்பித்துக்கொண்டு வரவில்லையே, போலீஸ் உன்னைத் தேடி வருமா என்றெல்லாம் தனியே அழைத்துக் கேட்கிறாள். சிறையில் மூன்று வேளையும்

ஒழுங்காகச் சாப்பாடு கிடைத்தது. கடந்த மூன்று நாள் அலைச்சலில் கிட்டத்தட்ட பட்டினி கிடந்திருந்தப் டாமிற்கு அம்மாவின் ருசியான சமையலும் பாசம் மிகுந்த அரவணைப்பும் இதமாக இருக்கின்றன. அம்மாவிடம் தன்னை யாரும் அப்படித் துன்புறுத்த வில்லை என்றும் தான் எதுவும் தப்பு செய்யவில்லை என்றும் சமாதானப்படுத்துகிறான். பரோலில் விடுப்பில் வந்தவன் அந்த மாநிலத்தை விட்டு வேறு மாநிலத்துக்குச் செல்லக் கூடாது என்ற விதி இருந்தாலும் தனது குடும்பத்துடன் ஒக்லஹாமாவை விட்டுக் கிளம்பத் தயாராகிறான். அவர்களுக்கு அந்தச் சமயத்தில் தனது உதவி தேவை என்று நினைக்கிறான். அவனுக்கு அது ஆபத்தாகப் போகலாம் என்று பயந்த அம்மாவை ஜோடை ஒருவழியாக ஜோட் சமாதானப்படுத்துகிறான்.

அம்மா ஜோட் பாத்திரம் ஒரு அற்புதப் படைப்பு. மிக வலுவான உயர்ந்த தார்மீக எண்ணங்கள் கொண்ட குடும்பத் தலைவி. யாரும் பசியுடன் இருக்கக் கூடாது என்கிற அவளுடைய பரிதவிப்பும் நெருக்கடியான நிலையைச் சமாளிக்கும் அவளது சாமர்த்தியமும் மனத்தை நெகிழ்விப்பவை. குடும்பப் பாரத்தைப் பொருளாதார உதவிகொண்டு காப்பாற்ற முடியாத சோர்வில் ஆண்கள் செயலற்றுப்போன நிலையில் முன்னேறுவதற்கான முடிவுகளை எடுப்பது அம்மா ஜோட்தான். அவளது முடிவுகள் விவேகமானவை, துணிச்சலானவை. ஆண்கள் வேறுவழியில்லாமல் அவள் சொல்படி நடக்கிறார்கள். (குடும்பத்தின் அதிகாரப் பகிர்வு இப்போது மாறிவிட்டது என்று அப்பா ஜோட் ஓர் இடத்தில் சொல்வார்.) குடும்பம் ஒன்றாக இருக்க வேண்டும் என்று அவள் மிகவும் பிரயத்தனப்படு கிறாள். அது எல்லா காலகட்டத்திலும் சாத்தியமில்லை என்று அவள் உணர்ந்து வருந்துவதும் பிறகு சமாளித்துக்கொள்வதும் அவளை வாசகருக்கு மிக நெருக்கமாக்கும். கடைசிவரை அவளது தாய்மை உணர்வும் கனிவு மானுடத்தை உயிர்ப்பிக்கும் கருவியாக, கதாநாயக அந்தஸ்தைப் பெரும் ஆளுமையாகப் பளிச்சிடுகிறது.

ஒக்லஹாமாவிலிருந்து சாரி சாரியாகப் பயணமாகும் கும்பலைக் கலிஃபோர்னியா மாநிலத்தவர் ஓக்கீஸ் என்று வெறுப்புடன் அழைத்தார்கள். அவர்களது வருகையால் தாங்கள் சுரண்டப்படுவோம் என்கிற எச்சரிக்கையுடன் இருந்தார்கள். நில அதிபர்கள் சக்கையாகப் பிழிந்து வேலை வாங்கி, கால் காசைக் கொடுத்து விரட்டி அடித்தார்கள். அதைத் தாங்க முடியாத புலம்பெயர்ந்தோர் பலர் சொந்த மண்ணில் சாவதே மேல் என்று திரும்பினார்கள். அரதப் பழசான வாகனத்தை அல்ஜோட் சாமர்த்தியமாகச் செப்பனிட்டு அவனும் டாமும்

மாற்றிமாற்றி ஓட்டுகிறார்கள். தாத்தா ஜோட் அரைகுறை விழிப்புடன் இருக்கிறார். நினைவு வரும்போதெல்லாம் மண்ணை விட்டுக் கிளப்பிவிட்டவர்களைத் திட்டிக்கொண்டிருக்கிறார். நெடுஞ்சாலை 66இல் அவர்கள் மேற்கு நோக்கிப் பயணிக்கிறார்கள். அவர்களைப் போலவே கும்பல் கும்பலாகப் பலர் வேலை தேடிப் பயணிப்பதைப் பார்க்கிறார்கள். வழிநெடுகிலும் அங்கங்கே தற்காலிக முகாம்கள் தங்குவதற்கு இருக்கின்றன. அங்கு அவர்கள் சந்திக்க நேர்ந்தவர்களில் பலர் கலிஃபோர்னியாவில் சொர்க்கம் காத்திருந்ததாகச் சென்று ஏமாற்றத்துடன் திரும்புபவர்கள். அல்லது அங்கிருக்கும் நிலவரம் அறிந்தவர்கள். வேலை காலியிருப்பதாகச் சொல்லப்பட்ட விவரங்கள், பிட் நோட்டீஸுகள் எல்லாம் புளுகு மூட்டைகள் என்கிறார்கள்.

அப்படிக் கிடைத்தாலும் அங்கு கிடைக்கும் காசில் பாதி வயிறுகூட நிரம்பாது என்கிறார்கள். பாதி வழியில் தாத்தா ஜோட் இறந்துபோகிறார். ஒரு வயலில் அவரை அடக்கம் செய்கிறார்கள். அவரது மரணம் பாட்டி ஜோடை வெகுவாகப் பாதிக்கிறது. புத்தியே பேதலித்துவிட்டதுபோல ஏறுமாறாகப் பேசிக்கொண்டிருக்கிறாள். உண்மையில் ஓக்லஹாமாவை விட்டுக் கிளம்ப நேர்ந்ததே முதியவர் இருவருக்கும் முக்கால் உயிர் போனதுபோல. கலிஃபோர்னியா எல்லையைத் தொடும் சற்றுமுன்பே அவளது உயிர் பிரிந்துவிடுகிறது. போர்த்தப்பட்ட கம்பளிக்குள் அவள் இறந்துபோனது அம்மா ஜோடுக்குத் தெரியும். ஆனாலும் தனது துக்கத்தை மறைத்துக்கொண்டு யாரிடமும் சொல்லாமல் இருக்கிறாள். அங்கங்கே நிறுத்தும் சோதனைச் சாவடிக் காவலர்களுக்கு இறந்துபோன சடலம் இருப்பது தெரிந்தால் கலிஃபோர்னியாவுக்குள் நுழைய விட மாட்டார்கள் என்று அவளுக்குத் தெரியும். எப்படியாகிலும் முன்வைத்த காலைப் பின்னுக்கு இழுத்ததாக ஆகிவிடக் கூடாது என்பதில் உறுதியாக இருக்கிறாள். யார் என்ன சொன்னாலும் அவர்களது எதிர்பார்ப்பைக் குலைப்பதாக இருந்தாலும் எப்படியோ பிழைத்துக்கொள்ளலாம் என்கிற நம்பிக்கை அவளுக்கு இருக்கிறது.

எல்லையைக் கடக்கிறார்கள். பிறகுதான் அவள் பாட்டி இறந்த செய்தியைச் சொல்கிறாள். எல்லைக் காவலுக்கு அப்பால் பாட்டியையும் மறைவான இடத்தில் இரவோடு இரவாக ரகசியமாகப் புதைக்கிறார்கள். அது அம்மா ஜோடுக்கு மிகுந்த துக்கத்தை அளிக்கிறது. கேஸியிடம் ஒரு பிரார்த்தனை சொல்லுங்கள் என்று கெஞ்சுவாள். எனக்கு எதுவும் நினைவில்லை என்பார் கேஸி. நான் இப்போது போதகன் இல்லை என்பார். நீங்கள் சில வார்த்தைகள் சொன்னாலே போதும் நாங்கள்

பாமரர்கள் என்று அம்மா ஜோட் மன்றாட சில வார்த்தைகளை எளிமையாக கேஸி சொல்வார்.

இதற்கெல்லாம் இடையில் அசாதாரணக் கனவுகளுடன் ரோஸும் அவளது கணவன் கோனிரிவர்ஸும் பேசுவதும் திருப்திப்பட்டுக்கொள்வதும் நாவலின் பரிதவிக்கும் உள்ளங்களின் பல பரிமாணங்களைத் துல்லியமாக வெளிச்சம் போடுகிறது. கலிஃபோர்னியாவில் நான் படிப்பேன். நல்ல வேலை கிடைக்கும் என்று கோனி சொல்வதை ரோஸ் நிஜமாக நடந்துவிட்டதுபோலவே சந்தோஷப்படுகிறாள். குழந்தையை நன்றாக வளர்க்கலாம். படிக்கவைக்கலாம் என்கிறாள். சாப்பாட்டுக்குச் சிரமப்படும் நிலையிலும் பால் குடிக்காவிட்டால் வயிற்றில் இருக்கும் தனது குழந்தை வளராமல் போய்விடும் என்று அடிக்கடி சிணுங்குவாள். அம்மா ஜோட் எப்படியோ எல்லாரையும் சமாளித்து யாரும் பசியோடு இல்லாமல் இருக்கும்படி பார்த்துக்கொள்வதை மிக இயல்பாக தத்ரூபமாக ஆசிரியர் பின்னுகிறார்.

கலிஃபோர்னியாவுக்குச் சென்று அங்கு முகாம்களில் வசிக்கும்போதுதான் அங்கு தேவைக்கு அதிகமான கூலி ஆட்கள் வந்தேறியதும் அதனாலேயே கூலி மிகக்குறைவாக இருப்பதும் தெரிகிறது. இந்த ஏமாற்றத்தையெல்லாம் தாங்க முடியாமல், ஏற்கெனவே உதவாக்கரையான கோனிரிவர்ஸ் குழந்தையும் பிறந்துவிட்டால் எப்படி சமாளிப்பது என்ற பயத்தில் யாருக்கும் சொல்லாமல் ஓடிவிடுகிறான். அவன் போனதே தன் மகளுக்கு நல்லது என்று அம்மா ஜோட் நினைத்துக்கொள்கிறாள். ஆனால் அதிர்ச்சியில் ரோஸ் புலம்பிய வண்ணம் இருப்பாள். நோவா ஜோடும் குடும்பத்துக்குத் தன்னால் எந்த வகையிலும் உதவ முடியாது என்கிற முடிவில் டாமிடம் சொல்லிவிட்டே கிளம்புகிறான். காலராடோ நதிக்கரையில் தான் மீன்பிடித்துப் பிழைத்துக்கொள்வதாகச் சொல்கிறான். அவனைத் தடுக்க முடியாது என்று உணர்ந்து டாம் அவனுக்கு விடை கொடுக்கிறான்.

எல்லோருக்கும் ஏதோ ஒரு வகையில் குற்றஉணர்வு இருக்கிறது. நோவாவின் மிதமான மூளை வளர்ச்சிக்குத் தானே காரணம் என்று அப்பா ஜோட் வருந்துவார். கர்ப்பிணியான தனது மனைவியைத் தக்க சமயத்தில் மருத்துவரிடம் அழைத்துச் செல்லாததால் அவளும் குழந்தையும் இறந்ததற்குத் தானே காரணம் அந்தப் பாவம்தான் தன்னைத் துரத்துகிறது என்று சித்தப்பா ஜோட் சதா புலம்பிக்கொண்டிருப்பார். தன்னிரக்கம் கொள்ளாமல் வேலை பார்ப்பது அம்மா ஜோடும் டாமும்தான். ஸ்ட்ராபெரி, பீச் தோட்டத்தில் கனிந்த பழங்களைக்

கவனமாக அட்டைப் பெட்டிகளில் அடுக்கும் வேலைக்குத் தனது ஆறு வயதுப் பெண்ணையும் எட்டு வயது மகனையும்கூட அனுப்புகிறாள். ரோஸ் மட்டுமே வீட்டில் இருப்பவள். எல்லோரும் அரைக்காசோ கால்காசோ கிடைப்பதற்கு உழைக்கிறார்கள்.

எங்கு பார்த்தாலும் இருக்கும் பசியையும் பட்டினியை யும், முதலாளிகளின் (நிலம் உள்ளவர்கள்) சுரண்டலையும் பார்க்கப் பார்க்க ஜிம் கேஸிக்குத் தாங்க முடிவதில்லை. தொழிலாளர்களையெல்லாம் திரட்டிச் சங்கம் உருவாக்க முயற்சி செய்கிறார். நிறைய தொழிலாளர்கள் வேலைநிறுத்தம் செய்கிறார்கள். எல்லோரிடமும் ஒரு துணிச்சல் பிறந்திருக்கிறது. கேஸியின் சொற்கள் எல்லாம் அவர் முன்னாள் மதபோதகர் என்கிற பாத்திரத் தன்மைக்கு ஏற்ப மிகக் கவனமாக எழுதப் பட்டவை.

"தன் ஒட்டிய வயிற்றில் இருக்கும் பசி மட்டுமல்லாது தன் குழந்தைகளின் காய்ந்த வயிற்றின் ஓலத்தையும் கேட்டுக் கொண்டிருக்கும் ஒருத்தனை நீங்கள் எப்படி பயமுறுத்த முடியும்? அவனைப் பயமுறுத்த முடியாது. அவன் அந்தப் பயத்துக்கு மேலான பயத்தை அனுபவித்தவன்" என்பார் கேஸி. மதபோதகராக இருந்தவர் போராளியாக மாறுகிறார். அமெரிக்க முதலாளி வர்க்கத்துக்குத் தொடக்கக் காலத்திலிருந்து கம்யூனிசம், சிவப்பு என்றால் பயம். அதை முளையிலேயே கிள்ளப் பார்க்கிறார்கள். அங்கு நடக்கும் கலவரத்துக்கு கேஸியே காரணம் என்று அவரை முடித்துவிடக் காத்திருக்கிறார்கள். அதற்கேற்றாற்போல வேலைநிறுத்தப் போராட்டத்தில் வன்முறை வெடிக்கிறது. அதில் சேர்ந்திருந்த ஜிம் கேஸி சரமாரியாக அடித்துக் கொல்லப்படுகிறார். அதை நேரில் கண்ட டாம்ஜோடுக்குப் பொறுக்க முடியாத கோபம் ஏற்படுகிறது. கேஸியைக் கொன்றவனைத் தாக்கிக் கொன்று விடுகிறான். உடனடியாக அங்கிருந்து தலைமறைவாகிறான்.

பரோலில் உள்ளவன் கலிஃபோர்னியா மாநிலத்துக்கு வந்ததே தவறு என்பதோடு இப்போது கொலைக் குற்றமும் செய்திருப்பதால் அவன் கைதுசெய்யப்படுவான், தங்களுக்கும் ஆபத்து என்று உணர்ந்து ஜோட் குடும்பம் இரவோடு இரவாக பருத்தி விவசாயப் பகுதிக்கு இடம்பெயர்கிறது. டாம் அம்மாவைச் சந்தித்து விடை பெறுவான். "என்னைப் பற்றிக் கவலைப்படாதே' என்பான். நான் நலிந்தவர்களுக்காக, பாதிக்கப்பட்டவர்களுக்காக எப்போதும் உழைப்பேன்" என்பான். அம்மா ஜோட் கண்ணீர் மல்க விடை கொடுப்பாள். கூட்டைவிட்டு ஒவ்வொரு பறவையாக வெளியேறுவதைத்

தன்னால் தடுக்க முடியாது என்று உணர்கிறாள். அல்ஜோட் ஏற்கெனவே அவசரத்தில் இருப்பவன். சுதந்திரக் காற்றை அனுபவிக்கக் காத்திருப்பவன். அடுத்தாற்போல் அவன் கிளம்புவான் என்று அவளுக்குத் தெரியும். அவனுக்கு ஒரு காதலி வேறு இப்போது. அவனால் அந்தப் பெண்ணின் குடும்பத்திற்கு ஏதும் தலைக்குனிவு ஏற்படக் கூடாது என்று முன்னெச்சரிக்கையாக அவர்கள் திருமணத்தை நிச்சயம் செய்கிறாள்.

மிகப் பெரிய மழை வந்து முகாம்கள் வெள்ளக்காடாகிப் போகின்றன. கூரைகள் பிய்ந்து சாமான்கள் எல்லாம் நாசமாகும் நிலையில் இருக்கிறது. இதற்கிடையில் ரோஸுக்குப் பிரசவ வலி எடுக்கிறது. குழந்தை இறந்தே பிறக்கிறது. பிரசவத்துக்கு அல்ஜோடின் காதலியின் தாய்தான் உதவுகிறாள்.

இந்த நாவலில் ஒரு விஷயம் – முகாம்களில் சில மத அடிப்படைவாதிகளின், பிற்போக்குத்தனமான மூட நம்பிக்கைகள் கொண்டவர்களின் அச்சுறுத்தும் பேச்சுக்கள் வந்தாலும், அதையெல்லாம் புறம்தள்ளும் மனிதர்களாக மனிதநேயம் மிக்க மானுடர்களாக அன்றாடம் காய்ச்சிகளாகப் பஞ்சப்பரதேசிகளாக வாடும் தொழிலாள வர்க்கம் இருப்பதாக ஸ்டீன் பெக் காட்டுகிறார். நில அதிபர்களே இரக்கமற்றவர்கள் என்று படம்பிடித்திருப்பதால் தான் புத்தகத்திற்கு அந்தச் சமூகத்திலிருந்து பலத்த எதிர்ப்பு கிளம்பிற்று.

வெள்ளத்திலிருந்து தப்பிக்க மீண்டும் இடம்பெயர வேண்டிய நிலை ஏற்படுகிறது ஜோட் குடும்பத்திற்கு. மேடான பகுதியைத் தேடிப் போகிறார்கள். அங்கு ஒரு தானியம் வைக்கும் கிடங்குபோல இருந்த கிடங்கில் தஞ்சம் அடைகிறார்கள். அங்கு ஒரு சிறுவனும் அவனுடைய தந்தையும் ஒதுங்கியிருக்கிறார்கள். பசியினால் தந்தை இறக்கும் நிலையில் இருப்பதாகச் சொல்லி சிறுவன் அழுகிறான். “அவருக்குப் பாலாவது வேணும். இல்லைனா செத்துப்போவார். உங்ககிட்ட இருக்கா?” திரும்பத் திரும்ப அதையே சொல்கிறான். பீதியுடன் தந்தையைப் பார்க்கிறான்.

அம்மா ஜோட் ரோஸைப் பார்க்கிறாள் ஒரு முடிவுக்கு வந்ததைப் போல. சிலநாள் முன்புவரை குழந்தையைப் போல இருந்த ரோஸ் அந்த அசாதாரணத் தருணத்தில் முதிர்ச்சி அடைகிறாள். சரி என்றபடி அந்தச் சாகக் கிடக்கும் மனிதனை நோக்கி நகர்கிறாள். அம்மா ஜோட் நீ செய்வாய் என்று எனக்குத் தெரியும் என்று சொல்லாமல் சொல்லுவதுபோலப் புன்னகைக்கிறாள். ரோஸ் தனது முலைகளை அந்த மனிதனின் வாயில் வைக்கிறாள்.

அத்துடன் நாவல் முடிகிறது. எதிர்பாராத அதிர்ச்சி தரும் முடிவு. அதில் ஸ்டீன் பெக் அந்தக் காலகட்டத்தில் மிகப் புதுமையான ஒரு சித்திரத்தைத் தீட்டியதுபோல எனக்குத் தோன்றுகிறது. பெண்ணின் ஆளுமையின் வலிமையை இதைவிட அழுத்தமாக எந்த எழுத்தாளரும் சொன்னதில்லை என்று நெகிழ்ச்சி ஏற்படுகிறது. தொழிலாளர்களுக்கு நல்ல காலம் பிறக்குமா, ஒன்றுசேர்வார்களா, எதிர்காலம் என்ன என்பதைப்பற்றியெல்லாம் எதுவும் சொல்லாமல் இத்துடன் முடித்திருப்பது ஒரு கவித்துவ எழிலை அளிக்கிறது.

"அந்த முடிவே ஆரம்பம்." என்றார் ஸ்டீன் பெக். "நான்'இலிருந்து 'நாம்'இற்கு. மக்களுக்குச் சொந்தமான செல்வத்தை உங்களின் உடைமையாக்கிக்கொண்டிருக்கும் நீங்கள் இதை உணர்வீர்கள் என்றால் நீங்கள் பாதுகாப்பாக இருக்கலாம். காரணங்களிலிருந்து விளைவுகளைப் பிரித்துப் பார்க்கத் தெரிந்துகொண்டீர்களென்றால், பேயின், மார்க்ஸ், ஜெஃப்பர்சன், லெனின் எல்லோரும் விளைவுகள் – காரணிகள் அல்ல என்று புரிந்துகொள்வீர்கள் என்றால், நீங்கள் பிழைப்பீர்கள். ஆனால் நீங்கள் புரிந்துகொள்ள மாட்டீர்கள். ஏனென்றால் உடைமையாக்கல் 'நான்' எனும் பதத்திற்குள் உங்களைக் காலத்துக்கும் உறைய வைத்துவிடும். 'நாம்' என்பதிலிருந்து உங்களை ஆயுளுக்கும் அன்னியப்படுத்திவிடும்."

சென்ற நூற்றாண்டின் முப்பதுகளில் பொருளாதாரத் தேக்கம் பற்றி இப்படிப் பேசிய எழுத்தாளரை முதலாளி வர்க்கத்திற்கு எப்படிப் பிடிக்கும்?

ஆனால் அவரது 'Grapes of Wrath' உலக இலக்கியத்தின் நூறு நாவல்களில் எல்லோரும் அவசியம் படிக்க வேண்டிய புத்தகம் என்று பெருமை அடைந்திருக்கிறது. அதைப் படிக்காத அமெரிக்க / ஆங்கிலேய மாணவர் இருக்க முடியாது. அமெரிக்க உயர்நிலைப் பள்ளிகளிலும் கல்லூரிகளிலும் புதினத்தின் வரலாற்று விவரத்திற்காகவும் அது தெரிவிக்கும் மானுடம் உய்விக்கும் நெறிகளின் வெளிப்பாட்டிற்காகவும் வாசிக்க வைக்கப்படுகிறது.

புரியாத தலைப்பு - பிரச்சினையான மொழி

'Catcher in the rye' By J.D. Salinger

பிரபல அமெரிக்க எழுத்தாளர் ஜே.டி. சாலிங்கர் எழுதிய 'Catcher In The Rye' என்ற நாவலை படம் எடுக்கும் யோசனையில் ஒரு ஹாலிவுட் நிறுவனம் இருந்தது. ஒரு நாள் இளைஞனொருவன் அதன் அலுவலகத்துக்கு வந்தான். "நீங்கள் அந்தக் கதையைப் படமாக்கக் கூடாது" என்றான். "ஏன்?" என்ற கேள்விக்கு, "ஏனென்றால் அதைப் புரிந்து கொள்ளும் நுட்பம் உங்கள் எவருக்கும் இல்லை" என்று சொல்லிவிட்டு வெளியேறினான்.

பிறகுதான் தெரிந்தது, வந்தது புத்தகத்தை எழுதிய எழுத்தாளர் ஜே.டி. சாலிங்கர் என்று.

உண்மையில் அந்தப் புத்தகத்தின் கருப்பொருள் பூடகமானதாகவே இலக்கிய வாசகப் பெருமக்களால், முக்கியமாக இலக்கிய ஆய்வாளர்களால் புரிந்துகொள்ளப்படுகிறது. பதின் பருவத்திலிருந்து அடுத்த நிலைக்குச் செல்லும் பருவ மாற்றத்தின் தாக்கமாக இளைஞர்களைப் புத்தகம் வெகுவாகக் கவர்ந்தது. சாலிங்கர், இரண்டாம் உலக மகாயுத்தத்தின் கோர மரணங்களை, அழிவுகளை நேரிடையாகப் பார்த்த அனுபவத்தை, நடை முறை உலகத்தைக் கண்ட ஏமாற்றத்தை இதில் மறைமுகமாக வெளிப்படுத்தியிருப்பதாகப் பல விமர்சகர்கள் சொன்னார்கள். தன் பங்கிற்கு சாலிங்கர் வாயைத்

திறக்கவில்லை. களங்கமில்லா பரிசுத்த குழந்தைப் பருவத்துக்கு ஒரு காலக்கெடு இருப்பதன் அபத்தத்தை நினைத்து அவர் பரிதவிப்பது போல் இருக்கிறது. அது ஏற்படுத்தும் தார்மீகச் சரிவிலிருந்து மானுடத்தை மீட்பது அசாத்தியமான விஷயம் என்கிற நிராசை அவரை வாட்டியிருப்பதாகவும் அதைத் தன் கதாநாயகன் மூலம் வெளிப்படுத்தியிருப்பதாகவும் எனக்குத் தோன்றுகிறது.

புத்தகத்தின் தலைப்பே விவாதப்பொருளாகுமென்று அவர் நினைத்திருக்க மாட்டார். அதன் பொருளென்னவாக இருக்கும் என்ற ஊகங்களும் வியாக்கியானங்களும் அதுவரை வேறு எந்தப் புத்தகத்திற்கும் இருந்ததில்லை. நாவலில் வரும் பல சம்பவங்கள், அடையாளங்கள் எல்லாமே குறியீடுகளாக விவாதிக்கப்பட்டன. பிறகு அதன் மொழி...

பதின்வயதுகளில் இருக்கும், படிப்பில் நாட்டமில்லாத, முதியவர்களின் உலகத்தின் பாசாங்குத்தனத்தை, ஆபாசத்தை, நேர்மையின்மையைக் கண்டு வெறுத்து விரக்தியில் இருக்கும் அமெரிக்க இளைஞனின் நேர்முக வர்ணனையில் சொல்லப்படும் மொழி. பெரியவர்களின் குண இயல்புகளை மிகச் சரியாகக் கணிக்கும் வெறுப்புக் கக்கும் வசை மொழி. நாகரிக உலகில் ஏற்கப்படாத வார்த்தைகள். அமெரிக்காவில் பல மாநிலங்களில் தடைசெய்யப்பட்டது. சமீப காலம்வரை அந்தப் புத்தகம் வாசிப்பு உலகில் பெரிய சவாலாகவே நினைக்கப்பட்டு வந்திருக்கிறது. ஆனால் உலக செவ்வியல் இலக்கியத் தளத்தில் புத்தகம் நிரந்தர ஸ்தானத்தைப் பெற்றிருக்கிறது . இருபதாம் நூற்றாண்டின் உலக மகா இலக்கியங்களில் அது ஒன்றாக இன்று கருதப்படுகிறது. நியூயார்க் வாழ்க்கையை அத்தனை தத்ரூபமாக எந்த எழுத்தாளரும் எழுதியதில்லை என்றும் தன்னை மிகவும் பாதித்த புத்தகம் அது என்றும் ஜார்ஜ் புஷ்ஷின் தந்தை சொன்னார்.

நாவலின் கதாநாயகன் 17 வயது ஹோல்டன் கால்ஃபீல்ட் இளைஞர்களுக்கு – பதின்வயதுச் சிறுவர்களுக்கு ஒரு அடையாளச் சின்னமாகிப் போனான். அவனது வாய்மொழியில் பள்ளி மாணவப் பரிபாஷையில் கொச்சையான வார்த்தைகளில் விரியும் நாவல் ஆரம்பத்திலிருந்து ஒரு விஷயத்தைத் துல்லியமாக முன்வைக்கிறது. அவனைச் சுற்றி இருக்கும் பாசாங்குத்தனம் மிக்க ‘பெரிசுகளின்’ உலகத்தில் அவன் தனிமைப்பட்டு நிற்கிறான். பருவமாற்றத்தில் ஏற்படும் தடுமாற்றத்தையும் பீதியையும் மிக அற்புதமாக வெளிப்படுத்துகிறது அக்கதை. எது நல்லது, எது கெட்டது என்ற குழப்பம். பெரியவர்களின் நடவடிக்கைகளை உபதேசங்களைக் கண்டு வெறுப்பு. அவர்களின் உண்மையான சொரூபங்களை மிகத் துல்லியமாகக் கண்டறியும் நுட்பம். அதற்குத்

தகுந்தாற்போல் கதாநாயகனுக்குக் கிடைக்கும் அனுபவங்கள். அவன் இயல்பில் ரசனை உள்ளவன். இலக்கியத்தில் ஈடுபாடு உள்ளவன். ஆங்கில வியாசங்களை லாவகமாக எழுதக்கூடியவன். அது ஒன்றே அவனது பலம். மற்ற எல்லாப் பாடங்களும், வரலாறு உள்பட அவனுக்குச் சலிப்பைத் தருபவை.

ஆங்கிலப் பாடத்தைத் தவிர எல்லா பாடங்களிலும் அவன் சுழிப்பதால் அவன் படிக்கும் மிகச் செல்வாக்குள்ள (செல்வாக்கா? புண்ணாக்கு! என்று அவன் சொல்வான்) தனியார் பள்ளி அவனை வீட்டிற்குச் செல்லச் சொல்லிவிடுகிறது. ஊரில் இருக்கும் அவனது பெற்றோருக்குக் கடிதம் அனுப்புகிறது. அவர்களுக்கு அது போய்ச்சேருவதற்குள் தான் ஊருக்குப் போய்விட வேண்டும் என்று அவன் நினைக்கிறான். அவனது அறைத் தோழர்கள் சராசரி இளைஞர்கள். செக்ஸிலும் விளையாட்டிலும், கணிதம், வரலாறு ஆகிய பாடங்களிலும் சிரத்தை உள்ளவர்கள். அதனாலேயே அவர்களுடன் அவனுக்கு நெருக்கம் இல்லை. அவர்கள் மற்றப் பெண்களுடன் போகிற போக்கில் வைத்துக்கொள்ளும் உடல் உறவு எப்படி சாத்தியமா கிறது என்பது அவனுக்கு விளங்காத ஒரு விஷயம். இந்தக் குறியீடு நாவல் முழுவதும் வருகிறது. அவனுக்கு அந்தப் 'போகிற போக்கு' உறவுகள் மனத்தில் அதிர்வைத் தருகிறது. ஒரு பெண்ணுடன் அத்தகைய உறவு வைப்பது அப்பெண்ணை அவமானப்படுத்துவதாகும் என்ற நினைப்பு அவனுக்கு. அன்றைய மாணவப் பருவ வாழ்க்கை முறைக்கு அது முரணாக இருக்கிறது. அதை அவனால் விளக்கவும் முடியாது.

எல்லா அநீதிகளும் வரைமுறைகளும் மேம்போக்காக எடுக்கப்படும், எல்லைமீறுதல்கள் சகஜமாகக்கொள்ளப்படும் உலகத்தில் தான் தனிமைப்பட்டு நிற்பதில் அவனது குழப்பமும் தடுமாற்றமும் அவனை நிலைகொள்ளாமல் தவிக்கவைக்கிறது. பள்ளி வளாகத்தை விட்டுக் கிளம்புவதற்கு முன் வரலாற்று ஆசிரியர் திருவாளர். ஸ்பென்ஸரைப் பார்க்கச் செல்கிறான். அவர் அவனுக்கு உபதேசம் செய்வார். அவன் வாழ்க்கையில் முன்னேற விரும்பினால் தனது பழக்கங்களை மாற்றிக்கொள்ள வேண்டும், கடுமையாக உழைக்க வேண்டும் என்பார். அவனது வராற்றுக் கேள்வித் தாளில் எழுதியிருக்கும் அபத்தமான பதில்களைப் படித்துக் காண்பிப்பார். தனக்கு எல்லாமே அபத்தமாகப்படுகிறது என்பான் அவன். வாழ்வின் மறுபக்கத்தில் தான் சிக்கிக்கொண்டது போல் உணர்வதாகச் சொல்வான்.

வயது ஏறுவதைக் கண்டே அவன் பயப்படுவது போல் இருக்கிறது. வயதானவர்கள் சிறியவர்களின் களங்கமில்லா,

கள்ளமில்லா மனத்தைத் தொலைத்தவர்கள். அவனுக்கு அந்தக் கள்ளமில்லா உலகத்தில்தான் ஈர்ப்பு. அதை ஒட்டியே இருக்க விருப்பம். குழந்தைகள் அவனது ஆதர்சம். ஆனால் அவனது தனிமை உணர்வுக்கு என்ன வடிகால் என்பது அவனுக்குத் தெரியாது. அதைத் தேடித்தான் செல்கிறது அவனது பயணம். அவன் பள்ளியிலிருந்து நீக்கப்பட்டது அவனுடைய பெற்றோருக்கு எப்படிப்பட்ட அதிர்ச்சியையும் ஏமாற்றத்தையும் தரும் என்பதை ஸ்பென்சர் சுட்டிக்காட்டுகிறார். அந்தக் கவலை அவனையும் வாட்டுகிறது. அவர்களை எப்படி எதிர்கொள்வது என்று பயம் ஏற்படுகிறது.

அவனுடைய தந்தை கோபக்காரர். அவனுடைய அண்ணன் ஒரு எழுத்தாளன். ஹாலிவுட்டில் வசிக்கிறான். இன்னொரு அண்ணன், ஹோல்டனுக்கு நெருக்கமானவன், காரணமில்லாமலே விபத்தில் இறந்துவிட்டான். அது அவனை மிகவும் பாதிப்பதாக அவனது நீடித்த தனிமை உணர்வுக்குக் காரணமானதாக எனக்குப்படுகிறது. அவனைப்போலத் தானும் ஒரு நாள் மறைந்து போவோமோ என்கிற மரண பயமும் அவனைத்துன்புறுத்துகிறது. பள்ளி ஆசிரியர் எவரும் அவனைப் புரிந்துகொள்ளவோ வழிகாட்டவோ முற்சிப்பதில்லை என்பது இந்த நாவலில் கல்வி முறையைப் பற்றின ஒரு குறியீடு. தனது தனிமை உணர்வைப் போக்கிக்கொள்ள அவன் ஒரு பொய் உலகை சிருஷ்டித்துக்கொள்வான். கண் சொடுக்காமல் தேவையற்ற விஷயங்களுக்கெல்லாம் பொய் சொல்வான். அவனது கற்பனைத் திறன் பொய் சொல்லும்போது விரிந்துகொண்டே போவது அவனுக்கு மகிழ்ச்சியை அளிக்கும்.

ஹோல்டனுக்குக் குழந்தைகளைக் கண்டால் மிகுந்த பிரியம். அவனது ஆறு வயதுத் தங்கை ஃபோபியிடம் உயிரையே வைத்திருக்கிறான். பெரியவர்களின் உலகத்திலிருந்து குழந்தை களைக் காப்பாற்ற வேண்டும் என்கிற தாபம் அவனை வாட்டுகிறது. பெற்றோரைப் பார்க்கும் தைரியம் அவனுக்கு இல்லை. எங்கேயாவது கண்காணாத மேற்குப் பகுதிக்குச் சென்று பிழைத்துக்கொள்ளலாம் என்று நினைக்கிறான். அதற்கு முன் தங்கையை ஒரு முறை பார்த்துச் சொல்லிக்கொண்டு போக வேண்டும் என்று நினைக்கிறான். பள்ளியில் அவன் மேல் இன்னொரு குற்றமும் சாட்டப்பட்டிருக்கிறது. கால் பந்துப் போட்டியில் ஒரு குழுவுக்காகச் சாமான் வாங்க அவனை நியூயார்க்குக்கு அனுப்பியிருந்தார்கள். வாங்கிய சாமானை அவன் தொலைத்துவிடுகிறான். திரும்பிவரும் சமயத்தில் சிவப்பு நிற வேட்டைக் குல்லாவை வாங்கிவருகிறான். வித்தியாசமான அந்தக் குல்லாவே அவனது தனிமையின் குறியீடு. அவன்

தங்கைக்கும் சிறுவயதில் இறந்துபோன அண்ணனுக்கும் சிவந்த முடி. சிவப்பு அவனைப் பொருத்தவரையில் கள்ளமற்ற குணத்தின் அடையாளம். தனது தனித்துவத்தின் அடையாளமாக அந்தக் குல்லாவை அவன் அந்நியர்களின் முன்பு அணிந்துகொள்வான்.

அவன் சாமானைக் கொண்டுவராமல் போனதால் குழுவின் ஆட்டம் ரத்தாகிவிடுகிறது. பள்ளி முழுவதுக்கும் அவன் இடைநீக்கப்பட்ட விஷயம் தெரிந்துவிட்டது. யாருக்கும் தன்மேல் அனுதாபம் இல்லை, தான் தோற்றுப்போனவன் என்கிற முடிவுக்கு அவன் வருகிறான். ஆனால் எனது தோல்விக்கு நான்தான் காரணமா? சுயபச்சாதாபத்தில் அவனுக்கு எல்லோர்மீதும் கோபம்தான் வருகிறது. பள்ளியை விட்டுக் கிளம்பி நடுக்கும் குளிரில் ரயிலைப் பிடித்து நியூயார்க் செல்கிறான். பள்ளி நிர்வாகத்தின் கடிதம் செல்ல இரண்டு நாள் பிடிக்கலாம். பெற்றோர்கள் அவனை இரண்டு நாள் கழித்துத்தான் எதிர்பார்ப்பார்கள். அதுவரை பொழுதைக் கழிக்க வேண்டும். நியூயார்க் வீதிகளில் பேயைப்போல் அலைகிறான். இயற்கை வரலாறு அருங்காட்சியகத்திற்குச் செல்கிறான். அங்கு அவன் பார்க்கும் அசையாத உறைந்த பிம்பங்களும் அவனது எண்ணங்களின் குறியீடு. உலகம் மாறவே மாறாமல் இருக்கக் கூடாதா என்கிற அவனது ஏக்கத்தின் பிரதிபலிப்பாகத் தோன்றுகிறது.

அவன் குழந்தைத்தனமாக ஒரு கேள்வியைத் தான் சந்திப்பவர்களிடம் கேட்கிறான் – நண்பனிடம், வாடகைக் கார் ஓட்டியிடம். நியூயார்க் ஸெளண்ட்ரல் பார்க்கில் குளத்தில் இருக்கும் வாத்துகள் உறைபனிக் காலங்களில் எங்கே செல்கின்றன? வசந்தகாலத்தில் மீண்டும் வருகின்றனவே? இடையில் எங்கே போகின்றன? உறைபனியில் உறைந்து மீண்டு உயிர் பெறுகின்றனவா? அவன் ஒரு கிறுக்கு என்கிறார்கள் கேள்வியை எதிர்கொள்கிறவர்கள். அந்தக் கேள்வியும் ஒரு குறியீடு என்கிறார்கள் ஆய்வாளர்கள். கதை முடிவில் தொனிக்கும் நம்பிக்கையின் உருவகமாக இருக்குமோ அது என்கிற அனுமானம் வருகிறது.

புதன் கிழமைதான் பெற்றோர்கள் அவனை எதிர் பார்ப்பார்கள், விடுமுறை ஆரம்பிக்கும் சமயத்தில். அதுவரை நியூயார்க்கில் ஒரு மலிவான ஓட்டலில் தங்க முடிவெடுக்கிறான் ஹோல்டன். ஹோட்டல்காரன் பெண் வேண்டுமா என்று கேட்கிறான். சரி அனுப்பு என்கிறான் ஹோல்டன். உடலுறவு வைத்து அவனுக்குப் பழக்கமில்லை. ஆனால் தான் ஓர் அனுபவசாலி என்று காண்பிக்க ஆசை. விபச்சாரப் பெண் வந்ததும் உன்னுடன் பேசுவதற்குத்தான் கூப்பிட்டேன், எனக்கு வேறு எண்ணமில்லை

என்கிறான். பேசப்பட்ட பணத்தைக் கொடுத்துவிடுவதாகச் சொல்லியும் அவன் தன்னை அவமானப்படுத்திவிட்டதாக அந்தப் பெண் நினைக்கிறாள். அவளும் ஹோட்டல்காரனும் சேர்ந்து அவனைத் தாக்கி அவனிடமிருந்த பணத்தில் பாதியைப் பிடுங்கிகொள்கிறார்கள். ஹோட்டலிலிருந்து புறப்பட்டு ரயில் நிலையத்தில் சாமானை வைத்துவிட்டு மீண்டும் இலக்கில்லாமல் அலைகிறான். நிறையப் புகைக்கிறான். கிடைத்த இடத்தில் (உனக்கு வயதில்லை என்று மது மறுக்கப்படுகிறது) குடிக்கிறான். (இப்படிப்பட்ட வர்ணனைகள்தான் புத்தகம் தடைசெய்யப் படக் காரணங்கள்.) அவன் அன்புக்காக, தோழமைக்காகப் பரிதவிப்பது அவனது செயல்களில் வெளிப்படுகிறது.

ரொம்ப யோசித்துவிட்டு அவனுக்குத் தெரிந்த பழைய சிநேகிதி சாலியுடன் தொடர்புகொள்கிறான். இடையில் தன்னுடைய தங்கை ஃபோபிக்காக ஒரு இசைத்தட்டு வாங்குகிறான். மாலையில் சாலியைச் சந்தித்து நாடகம் பார்க்கிறான். "என்னுடன் வந்துவிடு நாம் ஓடிப்போய்விடலாம்" என்பான் உணர்ச்சிவசப்பட்டு. அவள் விவரம் தெரிந்தவள். மறுத்துவிடுகிறாள். நிராகரிக்கப்பட்ட ஏமாற்றத்தில் அவளிடம் மூர்க்கமாகப் பேசுகிறான். அவள் கோபத்துடன் கிளம்பிச் செல்கிறாள். எல்லாருமே பாசாங்குக்காரர்களாகத் தோன்று கிறது. சென்ட்ரல் பார்க்கின் வாத்துகள் நினைவுக்கு வருகின்றன. அவை இருக்கின்றனவா என்று பார்க்கப் போகிறான்.

உறைபனிக் காலமாதலால் வாத்துகள் இல்லை. போதை யேறிய அவனது தடுமாற்றத்தில் கையில் இருந்த இசைத்தட்டுக் கீழே விழுந்து நொறுங்கிவிடுகிறது. அது அவனை மிகவும் விசனப்படுத்துகிறது. தங்கைக்குத் தன்னால் கொடுக்க முடிந்த ஒரே பொருள் நாசமானது அவன் மிகப் பெரிய உதவாக்கரை என்பதன் அடையாளம் என்று நினைத்து அழுகிறான். கையிருப்பும் கரைந்து போனதால் வீடு நோக்கிச் செல்கிறான். அவனுடைய பெற்றோர்கள் இரவு விருந்துக்கு வெளியில் சென்றிருக்கிறார்கள். தங்கை ஃபோபியின் அறைக்குச் சென்று அவளை எழுப்புகிறான். அவனைக் கண்டதும் அவள் மிக மகிழ்ச்சி அடைகிறாள். ஆனால் அவன் எதிர்பார்த்ததைவிடச் சீக்கிரமாக வீடு திரும்பியதன் காரணத்தை உடனடியாகப் புரிந்துகொள்கிறாள். பள்ளியி லிருந்து துரத்திவிட்டார்களா, அப்பா கொன்றுவிடுவார் என்று பயப்படுகிறாள். அவளை அவன் சமாதானப்படுத்துகிறான். அவளைப் பற்றி விசாரிக்கிறான். அவளுக்காகத் தான் வாங்கிய இசைத்தட்டை உடைத்துவிட்டதற்கு மன்னிப்புக் கேட்கிறான். அவள் தான் பள்ளி நாடகத்தில் முக்கிய பாகமேற்று அந்த வெள்ளியன்று நடிக்கப்போவதாகச் சொல்கிறாள். அவனுக்கு

மிகச் சந்தோஷமாக இருக்கிறது. நடிப்பது அவளுக்கு மிக சந்தோஷமான விஷயம் என்று அவனுக்குத் தெரியும். அவன் பேச்சில் இருக்கும் 'damn, bloody' என்ற வார்த்தைகளைக் கேட்டு அப்படிப்பட்ட மொழியைப் பேசாதே என்கிறாள். பள்ளியிலிருந்து நீக்கிவிட்டார்கள். நீ என்னவாக இருக்க வேண்டும் என்று விரும்புகிறாய் என்கிறாள். "I want to be a catcher in the rye" என்கிறான் ஹோல்டன்.

இது விமர்சகர்களால் பலவித வியாக்கியானங்கள் பெற்றிருக்கிறது. சாலிங்கர் என்ன அர்த்தத்தில் அந்தத் தலைப்பை– 'Catcher in the rye' – வைத்தார் என்று அவர் சொன்னதாகச் செய்தி இல்லை. கதையின்படி இந்த வரி கொண்ட பாடலை அவன் நியூயார்க் வீதிகளில் அலையும்போது சிறுவன் பாடுவதைக் கேட்கிறான். அது அவன் மனத்தில் ஒரு மகிழ்ச்சியை ஏற்படுத்து கிறது. அது 18ஆம் நூற்றாண்டு ஸ்காட்லாண்ட் கவி ராபர்ட் பர்ன்ஸ் எழுதிய கவிதை. 'ரை' என்பது கம்புபோன்ற ஒரு தானியம். அதன் செடி மிக உயரமாக வளரும், அதன் ஊடாகச் செல்பவரை மறைக்கும் அளவுக்கு. கவிதையின்படி அது கேட்கும் கேள்வி, ரை செடிகளுக்கு இடையே ஒரு ஆணும் பெண்ணும் உடலளவில் எதேச்சையாகக் கூடினால் அது வெளி உலகத்துக்குத் தெரிய வேண்டுமா என்ன? அதாவது யதேச்சையான பாலுறவு ஏற்படுவது தவறில்லை என்கிற அர்த்தத்தில் எழுதப்பட்டது. ஆனால் நமது கதாநாயகன் வேறு விதமாக அதை எடுத்துக் கொள்கிறான்.

ரை காடுகளில் தன்னிச்சையாக விளையாடும் குழந்தைகள் திசை தெரியாமல் மேட்டின் விளிம்பிலிருந்து விழுந்து விடாமல் அவர்களைப் பிடித்துக் காப்பாற்றுபவனாக இருக்க விரும்புகிறேன் என்கிறான். அதை வைத்து நீ பிழைக்க முடியாது என்கிறாள் ஃபோபி. கண்காணாத மேற்குப் பகுதிக்குச் சென்று ஊமையாக, செவிடாக நடித்து ஏதேனும் வேலை தேடிப் பிழைக்கப்போவதாகச் சொல்கிறான். அத்தனைத் தொலைவா, நானும் வருகிறேன் என்கிறாள். நீ படிக்க வேண்டும். நாடகத்தில் நடிக்க வேண்டும் நீ வர முடியாது என்று அவளைச் சமாதானப்படுத்துகிறான். என்னிடம் காசே இல்லை உன்னிடம் இருந்தால் கொடு, நான் வேலை கிடைத்ததும் திருப்பித்தருவேன் என்கிறான். அவள் கிறஸ்துமஸுக்காகச் சேர்த்து வைத்திருந்த எண்பது டாலரைக் கொடுக்கிறாள். அவன் நெகிழ்ந்து அவளை அணைத்துக்கொள்கிறான். மறுநாள் ஒரு இடத்துக்கு அவளது பள்ளிச் சாப்பாட்டு நேரத்தின்போது வரச்சொல்கிறான். சேர்ந்து சாப்பிடலாம் என்கிறான். உன்னை பார்க்கிற்கு அழைத்துச் செல்கிறேன். குதிரை ராட்டினத்தில் உட்காரவைக்கிறேன்

என்கிறான். பிறகு பெற்றோர் வீடு திரும்புவதற்கு முன் கிளம்ப வேண்டும் என்று நகர்கிறான்.

இரவு பசிக்கிறது. பனியில் நனைந்து குளிர் உடலுக்குள் ஊடுருவி நடுக்கமெடுக்கிறது. வழியில் வசித்த ஆங்கில ஆசிரியர் அண்டோலினியின் நினைவு வருகிறது. அவரிடம் அவனுக்கு மதிப்பு உண்டு. ஆங்கிலப் பாடத்தில் அவன் கெட்டிக்காரன். என்பதால் அவருக்கும் அவனைப் பிடிக்கும். அவரைத் தொலைபேசியில் அழைத்து உங்களுடன் கொஞ்சம் பேச வேண்டும் என்பான். தாராளமாக நீ வரலாம் என் வீட்டுக்கு என்கிறார். அவன் அங்கு சென்றதும் ஆசிரியரின் மனைவி அவனுக்குச் சாப்பாடு அளித்து மாற்று உடை தருகிறாள். அவள் படுக்கச் சென்றபின் அன் டோலினி நிறைய மது அருந்தியவண்ணம் இருக்கிறார். அவன் பேசுவதில்லை. அவர்தான் பேசுகிறார். நிறைய உபதேசம் செய்கிறார். எளிமையாகப் பணிவுடன் இருப்பதில்தான் மனிதனின் மேன்மை இருக்கிறது என்பார். கண்ணைத் திறக்க முடியவில்லை அவனுக்கு. மிகுந்த அசதியினால் அங்கிருக்கும் சோஃபாவில் படுத்து உறங்குகிறான். திடீரென்று விழிப்பு ஏற்படுகிறது.

அவனுடைய தலையை வருடியபடி அன்டோலினி அருகில் அமர்ந்திருப்பதைக் கண்டு அவனுக்கு அதிர்ச்சியும் அச்சமும் ஏற்படுகிறது. பேச்சுவாக்கில் அவர் நீ மிகவும் அழகானவன் என்று சொல்லியிருக்கிறார். அவர் ஒரு ஓரினச்சேர்க்கையாளர் என்கிற கலவரம் அவனை அழுத்த அவர் தடுத்தும் கேளாமல் அவசரமவசரமாக அவரிடம் விடைபெற்றுக் கிளம்புகிறான். அவரைப் பற்றித் தான் நினைப்பது தவறாக இருக்குமோ என்று வழிநெடுகச் சஞ்சலப்படுகிறான். இரவு ரயில் நிலையத்தில் கழித்து மறுநாள் மதியம் மதிய உணவு விடுப்பு நேரத்தில் ஃபோபிக்காகக் காத்திருக்கிறான். சற்றுத் தாமதமாக அவள் வருகிறாள். அவனுக்குத் தூக்கிவாரிப் போடுகிறது. அவள் ஒரு பெட்டியைத் தூக்க முடியாமல் தூக்கிவருகிறாள். என்ன இது ஏன் இந்தப் பெட்டி என்கிறான். அவள் நானும் உன்னுடன் வரப்போகிறேன், மேற்கிற்கு என்கிறாள். அவனுக்கு அதிர்ச்சி ஏற்படுகிறது. நீ எப்படிப் போகலாம் என்னை விட்டு விட்டு என்கிறாள்.

அந்தத் தருணத்தில் ஹோல்டன் விடலைப் பருவத்தி லிருந்து விடுபடுவதாகத் தோன்றுகிறது. தங்கையின் பாசமும் அவள்மேல் அவனுக்கு இருக்கும் பந்தமும், அந்த உறவு புறக்கணிக்க முடியாததாக அவனுக்குப் பட்டிருக்க வேண்டும். நீ எப்படி என்னோடு வர முடியும், உன் நாடகம் என்னாவது, நீ அதில் நடிக்க வேண்டாமா என்று கேட்பான். அது தேவை இல்லை

என்பாள் அவள். அவளுக்கு நாடகத்தில் நடிப்பது எத்தனை மகிழ்ச்சியை அளிக்கும் விஷயம் என்று அவன் உணர்வான். எனக்கு நீதான் முக்கியம் என்று தங்கை சொல்வதாக அவனுக்குப் படுகிறது. அன்பைத் தேடி அவன் வெளியில் அலைந்துகொண்டிருந்தான். அவன் அருகிலேயே வீட்டிலேயே இருந்தது அவனுக்குப் புலப்பட்டிருக்கும். சரி நான் எங்கும் போகவில்லை, உன்னுடனே வருகிறேன் என்பதுபோல அவளை அணைத்துக்கொள்வான். சாலிங்கர் எந்த விளக்கமும் எந்த நீண்ட வசனத்தையும் முன் வைப்பதில்லை. தங்கையின் அந்த முடிவு அவனை மீண்டும் குடும்பத்துக்குள் இணைப்பதாக நாம் புரிந்துகொள்ள வேண்டும். (அமெரிக்கப் பொது வாழ்வில் குடும்பம் என்பதற்கு ஒரு அரசியல் முக்கியத்துவமே இருக்கிறது) அதற்குப் பிறகு என்ன ஆயிற்று என்று நான் சொல்லப்போவதில்லை என்று அவன் கடைசியில் சொல்வான். தான் நோய்வாய்ப்பட்டிருந்ததாகவும் வேறு பள்ளியில் சேர்ந்ததாகவும் எதேச்சையாகச் சொல்வதுபோலச் சொல்வான். எந்த மனிதத் தொடர்பையும், நமது எதிராளிகளைக்கூட மறக்க இயலாது அவர்களுடன் நம் அனுபவங்களைப் பகிர்ந்து கொண்டிருப்பதால், என்பான் சூசகமாக.

நாவல் முழுவதும் ஒரு விடலைச் சிறுவனின் எண்ணங்கள், ஓட்டங்கள், அவனது அச்சங்கள், ஏமாற்றங்கள், ஏக்கங்கள், அந்தப் பருவத்து மாணவ மொழியில் சொல்லப்பட்டிருக்கிறது. அவன் வயதுக்கு வருவதையும் சொல்லாமல் சொல்கிறது. அதுவே 1951இல் வெளியான நாவல் இன்றைக்கும் இத்தனை ஆண்டுகளுக்குப்பிறகும் இளைய தலைமுறை வாசகர்களைக் கவர்கிறது. எத்தனை விதமான வியாக்கியானங்கள் இருந்தால் என்ன, சாலிங்கர் செய்துகாட்டியிருக்கும் செப்பிடுவித்தைதான் அது.

கூண்டுப்பறவை

"அதைப் போன்ற ஒரு சுயசரிதையை அதுவரை யாரும் எழுதியதில்லை. அது ஒரு கவிதை" என்றார் பிரபல ஆப்ரிக்க அமெரிக்க எழுத்தாளர் ஜேம்ஸ் பால்ட்வின். அந்தப் புத்தகத்தை எழுதத் தூண்டியவரே அவர்தான். இலக்கிய முகவர் ஒருவர் மூலம் பால்ட்வின் விடுத்த சவாலில் பிறந்தது அந்தக் காவியம். ஒரு 'சுயசரிதை' இலக்கியப் படைப்பாக இருக்கவே முடியாது என்று பிரபல பதிப்பகமான ராண்டம் ஹவுஸின் ஆசிரியர் ராபர்ட் லூமிஸ் மூலம் சவால் விடுக்கப்பட்டபோது, அதுவரை எழுத மறுத்திருந்த நாடக ஆசிரியை யாகவும் கவிஞராகவும் மட்டுமே அறிமுகமாகி யிருந்த மாயா ஆஞ்சிலோ ரோசத்துடன் அதை ஏற்று 'I know why the caged bird sings' (கூண்டுப்பறவை ஏன் பாடுகிறது என்று நான் அறிவேன்) என்ற தலைப்பில் தனது சுயசரிதையை எழுத ஆரம்பித்தார்.

இரண்டு வருடம் முனைப்புடன் எழுதி மாயாவின் 40ஆம் வயதில், 1969இல் புத்தகம் வெளியானது. வெளியான உடனேயே அதிகபட்சம் விற்பனையாகும் புத்தகமாக ஆயிற்று. ஒரு கறுப்பினப் பெண் தனது வாழ்க்கை அனுபவத்தை, தனக்கு நேர்ந்த பாலியல் வன்முறையை, ஓரினச்சேர்க்கைக் குழப்பங்களை, அப்படிக் கூச்சமில்லாமல் வெளிப்படுத்தியதில்லை என்பது கவனம் பெற்றது. *நியூயார்க் டைம்ஸ்* வெளியிட்ட நூல் மதிப்புரை மாயாவின் எழுத்து கீதம்போல் இருப்பதாக வர்ணித்தது. "அதில் வெளிப்படும் விவேகம்,

ஹாஸ்யம், வேதனை, கதை பின்னும் பாணி எல்லாமே மனத்தை மயக்கும் அவரது கைவண்ண சொந்த மெட்டு". "மரணத்தின் நடுவில் ஒரு வாழ்வின் ஆன்மீக தரிசனம்போல, வாசகரின் வாழ்வில் முக்தியைக் காண்பிக்கிறது" என்று புகழ்ந்தார் ஜேம்ஸ் பால்ட்வின். வாசகர்கள், முக்கியமாகக் கறுப்பினப் பெண்கள் புத்தகத்தை தங்களுடைய கதையாக சுவீகரித்துக்கொண்டார்கள். டைம் பத்திரிகை 1923இலிருந்த எழுதப்பட்ட அதிக தாக்கம் ஏற்படுத்திய நூறு ஆங்கில புத்தகங்களில் ஒன்றாக இதைப் பட்டியலில் சேர்த்தது.

ஏழு பாகமாகப் பின்னர் விரிந்த சுயசரிதையின் முதல் புத்தகம் அது. அவரது மூன்று வயதிலிருந்து பதினாறு வயதுப் பருவக் காலம் வரையிலான சுய வரலாறு. அதனூடாகக் கறுப்பினப் பெண்ணின் அனுபவங்களும் அன்றைய அமெரிக்காவில் நிலவிய நிற வேற்றுமையால் கறுப்பு இனம் பொதுவாகச் சந்திக்கும் சவால்களும் இளம் மனத்தில் ஏற்படும் குழப்பங்களும் பயங்களும் கவித்துவம் மிகுந்த மொழியில் வெளிப்பட்டுப் படிப்பவரை நெகிழ்விக்கின்றன.

ஆனால் இந்தப் புத்தகம் அமெரிக்காவில் பல மாகாணங் களில் தடைசெய்யப்பட்டது. பள்ளியில் பாடப் புத்தகமாக வைக்கப்பட்டபோது பெற்றோர்கள் கடுமையாகக் கண்டனம் தெரிவித்தார்கள். அதில் இருந்த பாலியல் வன்முறை விவரங்களும், அமெரிக்க இனவெறியின் கொடுமையையும், கிறிஸ்த்துவ மத போதகர்களைப் பற்றின கிண்டலும் திருமணமாகாத 17 வயதுப்பெண் கர்ப்பமான (இயல்பானதாக ஏற்றுக்கொள்ளப்படும்) விவரமும் தவறான எண்ணங்களை மாணவ மாணவியருக்கு ஏற்படுத்தும் என்று எதிர்ப்பு கிளம்பிற்று. அநேகப் பள்ளிகளில் அதிகபட்சம் தடைசெய்யப்பட்ட பத்துப் புத்தகங்களில் இதுவும் ஒன்று. ஆனால் சில கல்வியாளர்கள் மாயா வளர்ந்தது போன்ற சூழலில் வளரும் குழந்தைகளின் மன இயல்புகளை ஆய்வு செய்ய மிக உபயோகமான புத்தகம் இது என்றும் கருதுகிறார்கள்.

பால் லாரென்ஸ் டன்பர் என்ற ஆப்ரிக்க அமெரிக்கக் கவிஞர் எழுதிய ஒரு கவிதையில் வரும் வரி புத்தகத்தின் தலைப்பாயிற்று.

"எனக்குத் தெரியும் கூண்டுப்பறவை ஏன் பாடுகிறது என்று,
அதனுடைய சிறகு முறிந்து, மார்பு புண்ணாகியிருக்கையில்,
கூண்டுக் கதவின் கம்பியை அடித்துத் தப்பிக்கப்
பார்க்கையில்,
அது ஆனந்த கீதம் இல்லை,
அதனுடைய இதயத்திலிருந்து புறப்படுகிறது ஒரு பிரார்த்தனை
ஒரு வேண்டுதல், மேலே சுவர்க்கத்தை நோக்கி,
எனக்குத் தெரியும் கூண்டுப்பறவை ஏன் பாடுகிறது என்று."

உயர்ந்த படைப்பிலக்கியப் பண்புகளுடன் ஒரு சுயசரிதை பிறக்குமா? பிறந்தது. மாயாவின் இலக்கிய ரசனை மிக்க உணர்வுகளினால். கவிதை அழகு கொண்ட மொழியினால். ஒரு பெரும் சோகத்திற்குப் பிறகு பிறந்தது இந்தப் புத்தகம். அவரது நெருங்கிய நண்பரும், ஆஞ்சிலோ ஈடுபட்டிருந்த சிவில் உரிமைப் போராட்டத்தில் ஆதர்ச தலைவருமான மார்டின் லூதர் கிங் படுகொலை செய்யப்பட்ட வேதனை தாங்க முடியாததாக இருந்தது. அதற்கான ஒரு வெளிப்பாடாகவே இந்த எழுத்து அமைந்தது. சொல்லப்பட வேண்டியவை இனி மறைப்பதற்கல்ல என்று அவர் நினைத்திருக்கலாம்.

அமெரிக்காவின் நிறவெறி மிக்க தெற்கு மாகாணமான அர்கன்ஸாசில் ஸ்டாம்ப்ஸ் என்ற சிற்றூரில் மாயா என்ற மார்கரீட்டாவின் கதை தொடங்குகிறது. அவளும் அவளது அண்ணன் பெய்லீயும் பெற்றோர்களால் கைவிடப்பட்டவர்கள். இருவரும் தந்தையின் தாயிடம் (மொம்மா என்று அழைக்கிறார்கள்) அனுப்பப்படுகிறார்கள். அவர்கள் தனியாகப் பயணிக்கிறார்கள். சாமானுக்குச் சீட்டு ஒட்டுவதுபோல அவர்கள் சட்டையில் ஒரு சீட்டு ஒட்டப்படுகிறது. புத்தகம் முழுவதும் குழந்தைகள் மனத்தில் பெற்றோர்கள் தங்களைப் புறக்கணித்த விஷயம் சுழன்று வருவது அடிநாதமாக இழைகிறது.

மொம்மா என்ற பாட்டி ஒரு அற்புதப் பெண்மணி. மூன்று முறை திருமணமானவள். ஆனால் மூன்றாம் புருஷனும் எப்போது பணம் தேவைப்படுகிறதோ அப்போது மட்டும் வருவார். மொம்மா சுதந்திரமானவள், மளிகைக் கடை ஒன்று நடத்தி ஓரளவுக்கு வசதியாக இருக்கிறாள். பலருக்கு, வெள்ளையருக்கு உள்படப் பண உதவி அவ்வப்போது செய்வாள். ஆனால் கடைக்கு வரும் வெள்ளைச் சிறுவர்கள் சிறுமியர்கூட மொம்மாவை பரிகசித்துத் திமிருடன் பேசுவதை மாயா கவனிப்பாள். ஒரு முறை ஒரு வெள்ளைப் பெண் வேண்டுமென்றே தனது கவுனைத் தூக்கித் தனது யோனி முடியைக் காண்பிக்கிறாள். மொம்மா கண்டுகொள்ளாமல் இருப்பது வியப்பையும் அவமானத்தையும் அளிக்கும்.

வீட்டில் சித்தப்பா வில்லீயும் இருப்பான். அவனுக்குக் கலகக்காரர்களுடன் தொடர்பு இருந்து, உடம்பு நோய்பட்டுப் பலவீனமாகி வீடு திரும்பியவன். எந்த வேலைக்கும் லாயக்கற்றவன். ஒரு முறை போலீஸ் அவனைத் தேடி வருவது அறிந்து மொம்மா அவனைக் காய்கறிக்கூடையில் பதுக்கிவிடுகிறாள். அதை நினைத்து மாயாவும் பெய்லீயும் சிரிப்பார்கள். மொம்மா வெகு கண்டிப்பு – சுகாதாரத்தில்; ஒழுங்கில்; படிப்பைக் கண்காணிப்பதில். அவள் படிக்காதவள் என்றாலும் கணக்கில் புலி.

உலக விவகாரத்தில், நடைமுறை நிற வெறி விஷயத்தில் விவேகி. பல சமயங்களில் நியாய தர்மத்தில் இருந்த வித்தியாசத்தைக்கண்டு பொங்கவும் செய்வாள். மாயாவுக்கு ஒரு சமயம் மிகுந்த பல்வலி. செல்லக்கூடிய தொலைவில் இருந்தது ஒரு வெள்ளைக்காரரின் மருத்துவமனை. எந்த கறுப்பரும் அவரிடம் செல்ல முடியாது. மொம்மா அவருக்குப் அமெரிக்கப் பொருளாதாரத் தேக்க காலத்தில் பணம் கொடுத்து உதவியிருக்கிறாள். அந்த நன்றிக்காவது வைத்தியம் செய்ய மாட்டாரா என்று மாயாவை அழைத்துச் செல்கிறாள். இவளைக் கண்டதும் அவர் முகத்தைச் சுளிக்கிறார். நான் எந்தக் கறுப்பருக்கும் வைத்தியம் செய்ய முடியாது என்கிறார். மொம்மாவுக்கு மிகுந்த கோபம் வருகிறது. "என்னிடம் பணம் கேட்க வந்தாயே அந்தப் பணத்தில் என் கறுப்பு ஒட்டிக்கொள்ளவில்லையா" என்று உயர்ந்த குரலில் கேட்கிறாள். "நான் பணத்தைத் திருப்பிவிட்டேன். நீ கத்தாதே, என்னால் வைத்தியம் செய்ய முடியாது. அடுத்த டவுனில் கறுப்பு வைத்தியர் இருக்கிறார் அங்கு செல்" என்கிறார் வைத்தியர் நிர்த்தாட்சண்யமாக.

"அடுத்த டவுனுக்குச் செல்ல என்னிடம் காசில்லை. நான் உன்னிடம் வட்டி வாங்கவில்லை. அதைக் கொடு இப்போது" என்று சண்டை போட்டு மொம்மா காசு வாங்கி மாயாவைக் கறுப்பு வைத்தியரிடம் அழைத்துச் செல்கிறாள். ஏழு வயது மாயா விடுமுறை நாட்களில் ஒரு வெள்ளைக்கார மாதுவின் பணிப்பெண்ணாகச் சில நாட்கள் வேலை பார்க்கிறாள். "அது என்ன பெயர் மார்கரீட்டா? நான் உன்னை மேரி என்று அழைக்கிறேன்" என்று அவள் சொல்வாள். மாயாவுக்கு அது மிகப் பெரிய அவமானமாக இருக்கிறது. முகமும் பெயரும் இழந்து நிர்வாணமாக நிற்பதுபோல இருக்கிறது. வெள்ளையர் எந்த வகையில் தங்களைவிட உயர்ந்தவர்கள் என்கிற குழப்பம் மாயாவின் இளம் மனத்தை வாட்டியவண்ணம் இருக்கிறது. மொம்மா வணங்கும் இறைவன் ஏன் இத்தனைப் பாரபட்சத்துடன் நிறத்தை மாற்றினான்? நிறத்தில் அதிகாரத்தை வைத்தான்? கடவுள் வெள்ளையரா? கறுப்பர்களை வெள்ளையரின் அடிமைகளாக ஏன் ஆக்கினான்? அதிகாரமும் பலமும் நிறத்தில் இருப்பதா? அவளது எட்டாம் வகுப்புப் பட்ட விழாவில் அவள் மிக நல்ல மதிப்பெண்கள் வாங்கியிருந்தும் அன்று பேச வந்த வெள்ளையர் கறுப்பர்களைப் பற்றி அவர்களது திறமையைப் பற்றித் தாழ்வாகப் பேசுகிறார். கறுப்பர்களுக்கு வேலைவாய்ப்புக் குறைவு என்று நக்கலுடன் பேசும்போது அவமானத்திலும் துக்கத்திலும் மாயாவின் தலை குனிந்தபடியே இருக்கிறது. ஆண்டவன் என்று ஒருத்தன் இல்லவே இல்லை என்று தோன்றுகிறது. தேசிய விளையாட்டுப் போட்டிகளில், முக்கியமாகக் குத்துச்சண்டையில்

கறுப்பர்கள் வெள்ளையரைத் தோற்கடித்த செய்தி வானொலியில் கேட்கும் தருணத்தில் மட்டும் நிறவெறி சூழ்ந்த இறுக்கத்தில் சுயமாக சுவாசிக்கும் காற்று கிடைத்ததுபோல கறுப்பர்களுக்கு ஆசுவாசம் கிடைக்கிறது.

அவர்களது வாழ்வில் திடீரென்று மிகப் பெரிய மாற்றம் ஏற்படுகிறது. அவர்களுடைய தந்தை எதிர்பாராமல் வந்து நிற்கிறார். தன்னுடன் அழைத்துப்போவதாகச் சொல்கிறார். ஆனால் மிஸ்ஸௌரியில் இருக்கும் அவர்களுடைய தாயின் வீட்டில் விட்டுவிட்டுக் கிளம்பிச் செல்கிறார். மாயாவுக்கும் பெய்லீக்கும் தாயின் நினைவு ரம்யமான கனவுபோல ஆனந்தம் தருவது. அவள் பேரழகி. மிகக் கெட்டிக்காரி. நாசூக்கானவள் என்ற பிரமிப்பு. அவர்களின் கனவைப் போலவே அம்மா இருக்கிறாள். வெகு வேகமாகச் சளசளவென்று பேசுகிறாள். அவர்களை வெகு ப்ரியத்துடன் கவனித்துக்கொள்கிறாள். பேய்லீ அம்மா பித்தாகவே ஆகிவிட்டான். அவர்களை ஏன் சிறு வயதில் அம்மா விட்டுவிட்டுச் சென்றாள் என்பது மாயாவுக்குப் புதிராகவே இருக்கிறது. அம்மா ஒரு சூதாட்ட கிளப் நடத்துகிறாள். அவளுக்கு மூன்று முரட்டுச் சகோதரர்கள் இருக்கிறார்கள். தாயுடன் அடுத்த டவுனில் வசிக்கிறார்கள். அவர்களைக் கண்டால் அந்த வட்டாரத்தில் எல்லோருக்கும் பயம்.

அம்மா அநேகமாக வீட்டில் இருப்பதில்லை. அவளுடன் ஃப்ரீமன் என்று ஒரு நண்பன் வசிக்கிறான். அவன் எட்டு வயது மாயாவிடம் பசப்பு வார்த்தையில் அன்பொழுகப் பேசுகிறான். தந்தையின் பாசத்துக்காக ஏங்கிய மாயாவுக்கு அது இதமாக இருக்கிறது. அவன் அத்துமீறுவதுகூட அன்பின் அடையாளமாக நினைக்கிறாள். ஒரு நாள் அவன் அவளைப் பலாத்காரம் செய்ததில் அவளுக்கு ரத்தப்போக்கு ஏற்பட்டு வலியில் துடித்தபடி படுக்கையில் விழுகிறாள். மருத்துவரிடம் அழைத்துச் சென்றபோது விஷயம் அம்பலமாகிறது. ஃப்ரீமன் கைதுசெய்யப்படுகிறான். ஆனால் சிறையிலிருந்து தப்பி வெளியில் வந்தவனை யாரோ கொலை செய்கிறார்கள். அம்மாவின் சகோதரர்களால் இருக்கலாம் என்று மாயா பின்னால் புரிந்துகொள்கிறாள். தனக்கு நேர்ந்த அந்த அத்துமீறலுக்குத் தானும் எந்த வகையிலோ காரணம் என்று அவளுக்குத் தோன்றுகிறது. அவளது பேச்சே நின்றுவிடுகிறது. யாருடனும் பேச மறுக்கிறாள். பேய்லீயிடம் மட்டுமே சில வார்த்தைகள் பேசுவாள். மிகவும் கலங்கிப்போன அம்மா அவர்களை மீண்டும் மொம்மாவிடமே அனுப்பிவைக்கிறாள். ஸ்டாம்ப்ஸுக்கு வந்தபிறகும், மாயாவுக்குப் பேச முடியவில்லை.

ஸ்டாம்ப்ஸில் பர்தா ஃப்ளவர்ஸ் என்ற மூதாட்டி இருக்கிறாள். கறுப்பர்களில் அவள் மிகப் பணக்காரி மட்டுமல்ல, படித்தவள்.

மற்றவர்களைப் பேச்சினால் ஈர்ப்பவள். விவேகியான மொம்மா மாயாவை அவளிடம் அனுப்புகிறாள். பர்தா மாயாவிடம் பேச்சில் மெல்ல ஈடுபடுத்துகிறாள். புத்தகங்களின் மூலம், சொற்களின் மூலம் உன் ஆன்மாவையும் குரலையும் மீட்டெடுக்கப் பார் என்கிறாள். நிறையப் புத்தகங்கள் கொடுக்கிறாள். மாயாவுக்கு இயல்பிலேயே இலக்கிய ரசனை இருக்கிறது. வாசிப்பு அவளையும் பேய்லீயையும் ஆட்கொள்கிறது.

ஸ்டாம்ப்ஸில் நிறவெறி அதிகமாகும் அறிகுறிகள் மொம்மாவைக் கவலைக்குள்ளாக்கிறது. இப்போது சான் ஃப்ரான்ஸிஸ்கோவில் வசிக்கும் அவர்களுடைய தாயிடமே குழந்தைகளை அனுப்ப முடிவுசெய்கிறாள். ஸ்டாம்ப்ஸை விட்டு வெளியே சென்றிராத மொம்மா தானே அவர்களுக்குத் துணையாகச் செல்கிறாள். மாயாவும் பெய்லீயும் நல்ல பள்ளியில் சேர்க்கப்படுகிறார்கள். பள்ளியில் வெள்ளை மாணவர்கள் செய்யும் அலட்சியத்தை ஒரே ஒரு ஆயுதத்தால் மட்டுமே வெல்ல முடியும் என்பது மாயாவுக்கு விளங்குகிறது. படிப்பில் அவர்களை முந்துவதுதான் அவர்கள் ஏற்படுத்தும் வேதனை யிலிருந்து தப்பிக்கும் மார்க்கம் என்ற முடிவில் கடுமையாக உழைக்கிறாள். பாரபட்சம் காண்பிக்காத வரலாற்று ஆசிரியை அவளுக்கு ஆதர்சமாகிறார். நாட்டியமும் சங்கீதமும் நாடகத் துறையும் அவள் விரும்பி ஏற்கும் பாடங்கள். பழைய வடு மறைந்து போகிறது. அதுவரை எந்தக் கறுப்புப் பெண்ணுக்கும் கிடைக்காத பஸ் கண்டக்டர் வேலைக்கு மனுசெய்து வெற்றி பெற்று வேலை பார்க்கிறாள்.

பெய்லீ பருவ மாற்றத்தில் தாயுடன் அடிக்கடி மோதுகிறான். 17 வயதில் இனி நான் தனியாக வாழ வேண்டும் என்று மாயாவிடம் சொல்லிவிட்டு வீட்டைவிட்டு வெளியேறுகிறான். அவனிடம் மிகுந்த பாசமும் நெருக்கமும் கொண்ட மாயாவுக்கு அது மிகுந்த பாதிப்பை ஏற்படுத்துகிறது.

அவளுடைய தந்தையைப் பார்க்க ஒரு கோடை விடுமுறையில் செல்கிறாள். அவருக்கு ஒரு புதிய சிநேகிதி அப்போது. இவள் வருகையைச் சந்தேகத்துடன் பார்க்கிறாள். அப்பா ஒரு குடிகாரர். பெண்ணாசை கொண்டவர். மாயாவை மெக்ஸிகோவுக்கு அழைத்துப்போகிறேன் என்று அவளை அழைத்துக்கொண்டு செல்கிறார். சென்ற இடத்தில் ஒரு பார் அருகே நிறுத்திவிட்டு வெகுநேரம் வருவதில்லை. மாயா வண்டியில் பயத்துடன் காத்திருக்கிறாள். நடுஇரவில் அவரைக் குண்டுக்கட்டாகச் சிலர் வண்டியில் போட்டு விட்டுப் போகிறார்கள். அவர் ஆழ்ந்த நித்திரையில் இருக்கிறார்.

வண்டியே ஓட்டியிராத மாயா வண்டியைக் கிளப்பி ஓட்டுகிறாள். தாறுமாறாக ஓடிய வண்டி ஒரு மலை முகட்டில் மோதி நின்றுவிடுகிறது. விழித்துக்கொண்ட அவள் தந்தை போலீஸ் வருவதைக் கண்டு சட்டென்று உணர்வு பெற்றுச் சமாளித்து வண்டியைக் கிளப்புகிறார். அன்று அவளை மிகப் பெரிய தனிமை உணர்வு ஆட்கொள்ளுகிறது. ஊர் திரும்பியதும் அவருடைய சிநேகிதி – டாலரஸ் – அவளை வம்புக்கிழுக்கிறாள், அவர் வெளியில் சென்ற சமயம் பார்த்து. அவளைக் கண்டால் ஏற்கெனவே எரிச்சலில் இருந்த மாயாவுக்குக் கோபம் வருகிறது. உன்னைவிட என் அம்மா அழகு, கெட்டிக்காரி என்கிறாள். டாலரஸ் பதிலுக்கு உன் அம்மா ஒரு வேசி, உலகுக்கெல்லாம் தெரியும் என்கிறாள். மாயாவுக்கு மிகுந்த கோபம் வந்து அவள் மேல் பாய்ந்து அடிக்க ஆரம்பிக்கிறாள். அது ராட்சஸ யுத்தம் போல் இருக்கிறது. கடைசியில் அவளுடைய தந்தை வந்து சமாதானப் படுத்தி அவளை வெளியில் அழைத்துச் செல்கிறார். அன்று இரவு ஒரு விடுதியில் தங்குகிறார்கள். திடீரென்று மாயா தனக்கு வயதாகிவிட்டதுபோல உணர்கிறாள். இரவோடு இரவாக வெளியேறிச் சில நாட்கள் திசை போன போக்கில் அலைகிறாள். கடைசியில் தாயிருக்கும் இடத்துக்கு வந்து சேருகிறாள். தாய் அவளை எதுவுமே தூண்டித் துருவிக் கேட்காதது சௌகர்யமாக இருக்கிறது.

அவளுடைய உடலிலும் பருவ மாற்றங்கள் ஏற்படுகின்றன. ஆனால் தான் ஒரு குரூபி என்று அவள் நினைக்கிறாள். மிக அதிக உயரமாக, ஆண் பிள்ளைபோன்ற உடல் வாகும் இருப்பதாகத் தோன்றுகிறது. மார்பகங்கள் வளர்ச்சியில்லாமல் இருப்பது அவளுக்குக் கவலை அளிக்கிறது. ஒரு முறை அவளுடைய தோழியின் அறையில் அமர்ந்திருக்கும்போது தோழி உடை மாற்றிக்கொள்கிறாள். நிர்வாணமாக அவள் நிற்பதும் உருண்டு திரண்ட அவளது மார்பகங்களும் மாயாவுக்குள் கிளர்ச்சியை ஏற்படுத்துகிறது. தனக்குள் நிகழ்ந்த அந்த உணர்வை ஆய்ந்து பார்க்கும்போது இன்னொரு பெண்ணிடம் தனக்குக் கவர்ச்சி ஏற்படுவது ஏன் என்ற கேள்வி எழுகிறது. தான் ஒரு லெஸ்பியனோ என்று பயமேற்படுகிறது. (அந்தக் காலகட்டத்தில் லெஸ்பியன், ஹோமோ ஸெக்ஸ் என்பதெல்லாம் பாவகரமான கெட்ட செய்கை என்று அதிக பயம் இருநதது) தனது யோனியில் ஏதோ வித்தியாசம் இருப்பதுபோல அவளுக்குப் பீதி ஏற்படு கிறது. அவளுடைய அம்மாவிடம் அதைப் பற்றிக் கேட்கிறாள். அம்மா பலமாகச் சிரித்து அது பருவ மாற்றத்தால் வருவது, நீ முழுமையான பெண்தான் கவலைப்படாதே என்று சமாதானப்படுத்துவாள்.

அம்மாவுக்கு எத்தனையோ ஜோலிகள். அலாஸ்கா என்ற வடக்கு மாகாணத்தில் ஒரு க்ளப் திறக்கத் திட்டம் போட்டுக் கொண்டிருக்கிறாள். மாயாவைக் கவனிக்க நேரமில்லை. மாயாவுக்கு ஒரு விசித்திர ஆவல் ஏற்படுகிறது. தான் முழுமையான பெண்தானா என்பது ஒரு ஆணுடன் உடலுறவு கொண்டால்தான் தெரியும் என்று தோன்றுகிறது. அவளுடைய உயர்நிலைப் பள்ளியில் ஒரு அழகிய பையன் இருக்கிறான். ஒரு நாள் வேண்டுமென்றே அவன் செல்லும் பாதையில் நின்று வழிமறிக்கிறாள். என்னுடன் உடலுறவு கொள்கிறாயா என்கிறாள். அவன் வியப்புடன் சம்மதிக்கிறான். இருவரும் அவனுடைய நண்பனின் அறைக்குச் செல்கிறார்கள். நண்பன் விஷயத்தைப் புரிந்துகொண்டு வெளியே செல்கிறான். அவர்கள் சற்றுத் தயக்கத்துடனேயே உறவுகொள்கிறார்கள். அதில் இருவருக்குமே திருப்தி இல்லை என்று அவளுக்குத் தோன்றுகிறது. ஆனால் நீ பெண் இல்லை என்று அவன் சொல்லவில்லை.

அதற்குப் பிறகு அவர்கள் சந்திப்பதில்லை. ஆனால் அவள் கர்ப்பமாகிறாள். அவளுக்குத் திகைப்பும் ஒரு வகையில் லேசான இனம்புரியாத மகிழ்ச்சியும் ஏற்படுகிறது. ஆனால் இதை அம்மாவிடம் சொல்லுவதற்குப் பயமாக இருக்கிறது அண்ணன் பெய்லீயிடம் சொல்கிறாள். அவன் இப்போதைக்கு யாரிடமும் சொல்லாதே உன் பரீட்சை முடியும்வரை என்கிறான். கருக்கலைப்பு சட்ட விரோதம். அந்த எண்ணம்கூட அவளுக்கு வருவதில்லை. தனக்கே சொந்தமான ஒரு உயிர் தன்னுள் வளர்வது தெம்பை அளிக்கிறது.

மிக நல்ல மதிப்பெண் பெற்று மாயா உயர்நிலைப் பள்ளி இறுதி வகுப்பில் தேறுகிறாள். அதற்குப் பிறகுதான் அவளுடைய அம்மாவுக்கு அவளது கர்ப்பத்தைப் பற்றித் தெரிகிறது. தனது அதிர்ச்சியைக் காண்பிக்காமல், அந்தப் பையனைத் திருமணம் செய்துகொள்ள விரும்புகிறாயா என்று கேட்கிறாள். இல்லை என்கிறாள் மாயா. "அந்தப் பையன் விரும்புகிறானா?" அதுவும் இல்லை என்றதும் அம்மா இனி எந்த யோசனையும் செய்யாதே என்று தைரியம் சொல்கிறாள். புத்தகத்தின் முடிவில் மாயா குழந்தை பெறுகிறாள். அதன் ஸ்பரிசத்தை மார்பில் உணர்கிறாள்.

மாயா ஆஞ்சிலோ இந்தச் சுயசரிதை மூலமாகக் கறுப்பர்களை ஆழமாகப் பாதித்த விஷயங்களான அடையாளம், பாலியல் வன்முறை, இனவெறி, குடும்பம், கல்வி ஆகியவற்றை முன்வைக்கிறார். அதோடு ஆண் ஆதிக்கச் சமூகத்தில் பெண்களின் வாழ்வைப் பற்றியும் நவீனமாக அணுகுகிறார். சிறுபிராயத்து ஆஞ்சிலோ அமெரிக்காவில் வளரும் கறுப்புப் பெண்களின்

சின்னம் என்று சொல்லப்படுகிறது. எட்டு வயதுப் பெண்ணுக்கு நேர்ந்த பாலியல் வன்முறை சுருக்கமாக வர்ணிக்கப்பட்டாலும், அது புத்தகத்தின் ஆதார வேராகப்படுகிறது. கறுப்பர்கள் படும் துன்பத்தின் அடையாளமாக அது உருவகம் பெறுகிறது. கூண்டுப்பறவையின் பரிதவிப்பும் இனவெறியை எதிர்கொள்ளும் இனத்தின் அடையாளம். தான் சந்திக்க நேரிடும் இனவெறிச் சவால்களைப் புத்தகங்களில் சரண் புகுந்து மீட்டுக்கொள்கிறாள் மாயா. அமெரிக்கச் சுயசரிதை எழுத்துக்கு ஒரு புதிய இலக்கியப் பரிமாணத்தை மாயா ஆஞ்சிலோ கொடுத்திருப்பதாக விமர்சகர்களால் பாராட்டப்படுகிறார், என்றாலும் அந்தக் கவிதையில் இருப்பதுபோல – அது ஆனந்த கீதமல்ல. இதயத்தின் வலி; ஒரு பிரார்த்தனை, மானுடத்தை நோக்கி.

காப்காவின் 'உருமாற்றம்': மாற்றம் தந்த தாக்கம்
(Metamorphosis by Franz Kafka)

அக்கு வேறு ஆணி வேறாக அப்படி ஒரு புத்தகம் பிரித்து ஆராயப்பட்டதில்லை. பக்கம் பக்கமாக, வரி வரியாகப் படித்து அலசப்பட்ட தில்லை. தவறாகப் புரிந்துகொள்ளப்பட்டு, தவறாக அர்த்தம் சொல்லப்பட்டதுமில்லை. பலர் அதைக் காப்பி அடித்துக் கதை பின்னினார்கள். அதீதமாக ஆய்வுசெய்தார்கள். பலர் அதன் இலக்கியத் தன்மையை உணராமல் தூஷிக்கவும் செய்தார்கள்.

அந்தப் புத்தகத்தை எழுதிய நபர் தன்னம்பிக்கை அற்றவர். மிகுந்த மனச்சோர்விலும் பீதியிலும் இருந்தவர். ஹிட்லரின் நாஜி காற்றின் அழுத்தத்தில் வாழ்ந்த செக்கோஸ்லாவிய யூதர் என்பதால் அல்ல. வர்த்தகத் தொழில் செய்யும் தந்தை அந்தத் தொழில் மூலமே தன் மகன் வாழ்வில் முன்னேற முடியும் என்ற எண்ணம் கொண்டவர் இலக்கியத்தில் மட்டுமே ஆர்வம்கொண்ட மகனை உதவாக்கரை என்று ஓயாமல் திட்டியும் அடித்தும் துன்புறுத்துபவர். இத்தகைய நிலையில் உதித்த பயங்கரக் கற்பனையின் வடிவம் அந்தக் கதை என்று ஆய்வாளர்கள் கருதுகிறார்கள். அது அவரது சுயசரிதையின் கற்பனைப் பதிவா? இருக்கலாம். அதன்மூலம் அவருக்கு ஒரு வக்கிர சமாதானம் கிடைத்திருக்குமோ? கிடைத்திருக்கலாம். ஆனால் அந்த நெடுங்கதை நவீன இலக்கியத்தின் ஒரு மகத்தான

திருப்புமுனையாக இருக்கும் என்று அந்த அப்பாவி இளைஞர் நிச்சயம் நினைத்திருக்கவில்லை. நவீன இருத்தலியல் இலக்கிய வெளிப்பாடாக, அது பின்னாளின் மகத்தான எழுத்தாளர்களான போர்ஹே, நபக்கோவ், காப்ரியேல் மார்க்கேஸ் போன்றோருக்கு உந்துசக்தியாக அமையும் என்றோ நல்ல எழுத்துக்கான ஒரு பாடப் புத்தகம்போலத் திரும்பத் திரும்ப படிக்கத் தூண்டும் என்றோ ஃப்ரான்ஸ் காஃப்கா நிச்சயம் நினைத்திருக்க மாட்டார். இத்தனைக்கும் அது நூறு பக்கங்கள்கூட இல்லாத புத்தகம் – நெடுங்கதை. ஆங்கிலத்தில் சிறுகதைப் பிரிவில்தான் சொல்லப்பட்டது. பிறகு நாவல் என்றார்கள்.

புத்தகம் வெளியான காலத்தில் (1912) பலருக்கு அந்த உருவகக் கதை விளங்கவில்லை. அபத்தக் கதை என்று சொல்லப் பட்டது. செக்கோஸ்லாவியாவில் பிறந்து வாழ்ந்த அவர் ஜெர்மன் மொழி பேசும் யூதக் குடும்பத்தைச் சேர்ந்தவர். அவர் ஜெர்மன் மொழியில் எழுதியதால் செக்கோஸ்லாவியா புத்தகத்துக்குத் தடைவிதித்தது. அவர் யூதர் என்பதால் ஜெர்மனி தடைவிதித்தது. புத்தகம் நையாண்டி செய்வது முதலாளித்துவத்தையா தொழிலாளர் வர்க்கத்தையா என்று புரியாத குழப்பத்தில் ருஷியா புத்தகத்துக்குத் தடை விதித்தது. ஆனால் ‘மாற்றம்’ என்று பொருள்படும் ‘The Metamorphosis’ என்ற குறுநாவல் 20ஆம் நூற்றாண்டு உலக இலக்கியத்தில் அதிகபட்சத் தாக்கத்தை ஏற்படுத்திய, கவனத்தைக் கவர்ந்த, காப்பி அடிக்கப்பட்ட புத்தகங்களுள் ஒன்று என்பதில் இன்று இருவேறு கருத்துகள் இருக்க முடியாது.

அபத்தம் என்று நினைக்குமளவுக்கு அதில் என்னதான் இருந்தது? வாசகர்களுக்குப் பழக்கப்பட்ட நேரிடைக் கதை அல்ல அது. உண்மையில் நடைமுறை உலகில் ஒரு மனிதன் மற்றவருக்கு உபயோகமற்றுப்போனால் அவன் எதிர்கொள்ள வேண்டிய எதிர்ப்பையும் உதாசீனத்தையும் உருவகப்படுத்திச் சொல்லும் சோகக் கதை.

அன்று வழக்கம் போல் காலை க்ரிகோர் ஸம்ஸா (விற்பனையாளர்) விழித்துக்கொண்டான். அவன் ஒரு நாள் கூட ஓய்வில்லாமல் வேலை நிமித்தம் சதா பயணிக்கும் கம்பெனி யின் மிகக் கடுமையான உழைப்பாளி. வழக்கமாக அவன் எழுந்திருக்கும்போதே அன்றைக்கான அலுவல்கள் மண்டையில் பட்டியலிட்டபடி நினைவில் நிற்கும். முந்தைய நாள்தான் ஒரு பயணத்திலிருந்து திரும்பியிருந்தான். மேலாளரிடம் தெரிவிக்க வேண்டிய விஷயங்கள் இருந்தது. அன்று வேலை நிறைய இருந்தது. அவன் வேலைக்கு அஞ்சுபவனல்லன். ஆனால் அவனால் படுக்கையை விட்டு எழுந்திருக்கத்தான் முடியவில்லை. திரும்ப

முடியவில்லை. பயங்கரமாக வலித்தது. அவன் அதிர்ச்சியுடன் தன் உடலைக் கவனித்தான். கைகால்கள் சுருங்கிப் பல்லாயிரம் கால்கள் போலத் தெரிந்தன. உடம்பு மாறிப்போயிருந்தது. ஒரு பயங்கர ராட்சஸ ஜந்துவாக அவன் மாறியிருந்தான். (மாற்றத்துக்கான காரணம் கதையில் வெளிப்படுவதில்லை. காஃப்காவும் அதை விளக்க முற்படவில்லை) மூளை மட்டும் மனித மூளையாக இயங்கிற்று. ஐயோ வேலைக்குச் செல்லும் நேரமாகிவிட்டதே, மேலாளர் கோபிப்பாரே என்று மனசு பதைத்தது. ஆனால் படுக்கையைவிட்டு எழுந்திருக்க முடிவில்லை. படுக்கை அறையை அவன் தாழ்போட்டிருந்தான்.

அவன் எழுந்து வராததைக் கண்டு அவனுடைய தாயும் தங்கையும் கதவைத் தட்டிக் கூப்பிட்டார்கள். 'இதோ வரேன்' என்று பதில் அளித்தான். ஆனால் குரல் மனிதக் குரலாக இல்லை. அவன் கோர்வையாகப் பேசுவதாக நினைத்தான். ஏதோ குரல் வந்ததில் தாய் சமாதானமாகிக் காத்திருந்தாள். கிரிகோருக்குத் தனது புதிய சங்கடத்தை எப்படிச் சமாளிப்பது என்று புரிய வில்லை. ஒரு வேளை இது பயங்கரக் கனவாக இருக்கலாம் என்று தோன்றிற்று. ஆனால் அவனுக்குப் பழக்கப்பட்ட அந்த அறையில் அவன் முதல் நாள் இரவு வந்து வைத்த விஷயங்கள் எல்லாம் அப்படியே இருந்தன.

ஜன்னலுக்கு வெளியே தெரிந்த வானமும் கதவுக்கு வெளியே தொனித்த பேச்சுக்களும் தெளிவாக இருந்தன. நேரம் ஆக ஆகக் கலவரக் குரல்கள் கேட்டன. தங்கை அழுவது கேட்டது. திடீரென்று மானேஜரின் கோபக்குரல் கேட்டது. அவன் இன்னும் ஏன் அலுவலகம் வரவில்லை என்று நேரிடை யாக விசாரிக்க வந்திருப்பதும் அவனுடைய தந்தை அவரைச் சமாதானப்படுத்துவதும் கேட்டது. 'கதவைத் திற க்ரிகோர், உடம்பு சரியில்லையா?' என்று தாய் தீனமாகக் கேட்க, மானேஜர் கோபமாகக் கத்துகிறார். அவனது வேலை இப்போதெல்லாம் அவ்வளவு திருப்திகரமாக இல்லையென்றும் வேலையில் அலட்சியம் காண்பித்தால் தன்னால் சும்மா இருக்க முடியாது என்றும் பயமுறுத்துகிறார். கிரிகோரின் சம்பளத்தை வைத்துத்தான் குடும்பம் நடந்தது. அவனுடைய தந்தை வேலைக்குச் செல்ல வில்லை. அவர் பட்ட கடனைத் திருப்பும் விதமாக கிரிகோரினின் வரும்படி உதவிற்று. அம்மாவும் தங்கையும் வீட்டில்தான் இருந்தார்கள்.

மேலாளரின் குற்றச்சாட்டுக்கு அவன் ரோசத்துடன் பதில் சொல்கிறான். தான் தன்னலமற்று நிறுவனத்துக்காக உழைப்பதையும் அவனது உழைப்பால் அதிகரித்திருக்கும் லாபத்தையும் கணக்குவாரியாகச் சொல்கிறான். அதாவது

தான் சொல்வதாக அவனுக்குப்படுகிறது. ஆனால் வெளியில் நிற்பவர்களுக்கு ஒரு சொல்லும் புரியவில்லை. விசித்திரமான ஒலியாக இருக்கிறது. என்னவோ ஆகிவிட்டது மகனுக்கு என்று பயந்த தாய் பூட்டை உடைக்கும் ஆளுக்குச் சொல்லி அனுப்புகிறாள். அதற்குள் க்ரிகோர் எப்படியோ பொத்தென்று கட்டிலிலிருந்து கீழே விழுந்து சமாளித்துக் கதவுக்கு நகர்ந்து மிகக் கஷ்டப்பட்டு வாயை வைத்துத் தாழ்ப்பாளைத் திறக்கிறான். கதவுக்கு அப்பால் தெரிந்த ராட்சஸ ஐந்துவைப் பார்த்துத் திடுக்கிட்டு, பயந்து மேலாளர் ஓட்டமெடுக்கிறார். தந்தை கைத்தடியினால் அவசரமாக கிரிகோரை அறைக்குள் தள்ளிக் கதவைத் தாழிடுகிறார். மகனின் புதிய உருவத்தைக் கண்டு தாய் மூர்ச்சிக்கிறாள்.

அதற்குப் பிறகு அவனது உருமாற்றத்துக்கு கிரிகோரும் மற்றவர்களும் எப்படிப் பழகிக்கொள்கிறார்கள் என்பதாகக் கதை நகர்கிறது. அறைக்குள் தள்ளப்பட்ட க்ரிகோர் தூங்கிப் போகிறான். கண் விழித்தபோது அவனுடைய அறையில் யாரோ பாலும் ரொட்டியும் வைத்திருப்பது தெரிகிறது. அவனுக்குப் பிடித்தமான உணவு. ஆனால் இப்போது அவனால் அதை ருசிக்க முடியவில்லை, பசியாக இருந்தும். சோர்ந்து கட்டிலுக்கடியில் பதுங்குகிறான். மறுநாள் காலை அவனுடைய அறைக்குள் வந்த தங்கை தான் வைத்த உணவு அப்படியே இருப்பது கண்டு அதை அகற்றுகிறாள். சற்று பொறுத்துப் பழைய அழுகிய உணவுப் பொருள்களைக் கொண்டு வந்து வைக்கிறாள். அவன் அதைச் சந்தோஷமாகச் சாப்பிடுகிறான். அவள் பிறகு அறையைச் சுத்தம் செய்துவிட்டுப் போகிறாள்.

அவள் தாயை அவன் அறைக்குள் அனுமதிப்பதில்லை. அவளது அன்புக்கு நன்றி சொல்ல வேண்டும் என்று க்ரிகோர் முயற்சிக்கிறான். அவள் அவன் பக்கம் திரும்புவதில்லை. அவனுக்கு ஜன்னல் வழியே உலகத்தைப் பார்க்க ஆர்வமிருப்பதை அவள் உணர்ந்து அவன் ஜன்னல் விளிம்பில் ஏறி அமரச் சௌகர்யமாக ஒரு நாற்காலியை ஜன்னலோரம் வைப்பாள். அவனது பார்வையும் இப்போது மங்கி இருக்கிறது. அவன் சுவரோரமாகத் தரையில் நகர்வதைக் கவனித்து அறையில் இருக்கும் மேஜை நாற்காலிகளை அகற்றுவது என்ற முடிவுக்கு அவளும் தாயும் வருகிறார்கள். அவனுக்கு அது கலவரத்தை ஏற்படுத்துகிறது. எனக்குப் பழக்கமான வஸ்துக்கள் அப்படியே இருக்கட்டும் என்று அவர்களிடம் எப்படிச் சொல்வது என்று அவன் பரபரக்கிறான். அவர்கள் மிக மும்முரமாக அதையெல் லாம் நகர்த்திக்கொண்டிருக்கிறார்கள். சுவரில் அவனுக்குப் பிடித்தமான சித்திரம் ஒன்று இருக்கிறது. அதை அவர்கள் எடுத்து

விடக் கூடாது என்று காண்பிப்பதற்காக அவன் அதன்மேல் படர்ந்து ஒட்டிக்கொள்வான். எதேச்சையாகச் சுவர்ப் பக்கம் பார்த்த தாய் அவனது உருவத்தைக் கண்டு பயந்து மூர்ச்சிக்கிறாள். அவனுடைய தங்கை பதற்றத்துடன் தாயைத் தாங்கிக்கொண்டு, "க்ரிகோர் ! நீ!" என்று சத்தம் போடுகிறாள். அவனது மாற்றத்துக்குப் பின் முதல்முறையாக அவள் அவனது பெயரைச் சொல்கிறாள் கோபமாக. அவளைச் சமாதானப்படுத்தவும் தாயின் நிலை எப்படி இருக்கிறது என்று அறியவும் க்ரிகோர் மெல்ல நகர்ந்து கூடத்திற்குள் வருகிறான்.

அவனது உருமாற்றத்துக்குப் பின் அவன் இனி குடும்பத்துக்குச் சம்பாதித்துக் கொடுக்க முடியாது என்று உணர்ந்தவுடன் தந்தை சமஸ் மீண்டும் வேலையில் அமர்கிறார். வாயிற்காவலர் வேலை என்று அவரது சீருடை தெரிவிக்கிறது. தாய் தையல் வேலைசெய்ய ஆரம்பிக்கிறாள். தங்கையும் ஒரு கடையில் வேலைசெய்ய ஆரம்பித்திருக்கிறாள். அவன் பயந்த அளவுக்குப் பண நெருக்கடி இல்லை என்பதை அவர்களது பேச்சிலிருந்து அவன் தெரிந்துகொண்டான். அவன் சம்பாதித்துக் கொடுத்த பணத்தை தாயும் தந்தையும் மிச்சப்படுத்திச் சேமித்திருக்கிறார்கள். அவனுடைய உதவி இல்லாமல் வாழ்க்கை நடத்த மெல்லப் பழகிக்கொண்டுவருகிறார்கள். அதனாலேயே உபயோகமற்ற க்ரிகோர் பாரமாகிப் போகிறான்.

அவன் கூடத்திற்குள் பிரவேசித்த சமயத்தில் தந்தை வீட்டுக்குள் வருகிறார். அவனைக் கவனிக்காமல், மனைவி மூர்ச்சித்துக் கண் மூடியிருப்பது கண்டு மகளிடம் 'என்ன விஷயம்' என்கிறார். 'எல்லாம் அந்த கிரிகோரின் வேலை' என்கிறாள் தங்கை. 'கண்டபடி அலைகிறான். அம்மாவைப் பயமுறுத்திவிட்டான். பெரிய தொல்லையாகிவிட்டது' என்கிறாள். தந்தைக்கு அசாத்தியக் கோபம் வருகிறது. க்ரிகோர் அங்கு இருப்பதைக் கவனித்துக் கைக்குக் கிடைத்த வஸ்துவையெல்லாம் அவன்மேல் வீசுகிறார். க்ரிகோர் வலியில் துடிக்கிறான். எப்படித் தப்புவது என்று புரியாமல் தவிக்கிறான். நினைத்த வேகத்துக்கு உடல் ஒத்துழைப்பதில்லை.

தந்தை கோபம் அடங்காமல் அங்கிருந்த ஆப்பிள் பழங்களை அவன்மேல் வீசுகிறார். ஒரு ஆப்பிள் அவனுடைய முதுகைத் துளைத்துத் தோலில் பதிந்துபோகிறது. அவனால் வலிதாள முடியவில்லை. தாய் கண்விழித்துத் தந்தையைக் கெஞ்சுகிறாள், மகனைக் கொல்லாதீர்கள் என்கிறாள். தந்தை அவனைத் தினசரி செய்திக் காகிதச் சுருளால் அறைக்குள் தள்ளிக் கதவைப் பூட்டுகிறார். முதுகின் ரணம் ஆறுவதே இல்லை. கிரிகோருக்குச் சாப்பிடப் பிடிக்கவில்லை. தூக்கமும் வருவதில்லை. ஒரு புதிய வேலைக்காரி, வயதான வாயாடி வீடு கூட்ட வருகிறாள்.

இப்போதெல்லாம் தங்கை வருவதேயில்லை. வேலைக்காரியின் சளசள பேச்சு அவனுக்கு அலுப்பைத் தருகிறது. அவனுக்குத் தங்கைமீது மிகுந்த பாசம். அவளுக்கு இசையில் இருக்கும் ஆர்வம் அவனுக்குத் தெரியும். வரும் கிறிஸ்மஸுக்குப் பிறகு அவளை இசைக்கல்லூரியில் சேர்க்கத் திட்டமிட்டிருந்தான். வீட்டின் அதிக வருமானத்துக்காக ஒரு அறை வாடகைக்கு விட்டிருப்பதை அவன் புரிந்துகொள்கிறான். அவனைக் கவனிக்க இப்பொழுது எவருக்கும் சிரத்தை இல்லை. அவனது அறையும் அசுத்தமாகவே இருந்தது. தும்பும் தூசும் ஒட்டடையும் அவன்மேல் ஒட்டிக் கொண்டன. சரியாகச் சாப்பிட முடியாததால் உடல் மிகப் பலவீனமாகி இருந்தது.

ஒரு நாள் அவனுடைய அறை லேசாகத் திறந்திருக்கிறது; வாடகைக்குத் தங்கியிருந்தவர்கள் கூடத்தில் சாப்பிட அமர்ந்திருப்பது இடுக்கு வழியாத் தெரிகிறது. அவனுடைய தாயும் தந்தையும் அளவுக்கு மீறிய பணிவுடன் உணவு பரிமாறினார்கள். திடீரென்று உள்ளறையில் அவனுடைய தங்கை வயலின் வாசிப்பது கேட்டது. கிரிகோருக்கு உள்ளார்ந்த பரவசம் ஏற்பட்டது. சாப்பிட்டுக்கொண்டிருந்தவர்கள் அவனது தங்கையைக் கூடத்துக்கு வந்து வாசிக்கும்படி கேட்டார்கள். தங்கை வந்து வாசிக்கிறாள். கிரிகோருக்கு அந்த இசை மிகுந்த மகிழ்ச்சியைக் கொடுக்கிறது. நேரிடையாகச் சென்று தங்கையைப் பாராட்ட வேண்டும் என்கிற ஆவலைக் கட்டுப்படுத்த முடியவில்லை. மற்றவர்களுக்குச் சங்கீதத்தில் ரசனை இல்லை என்பது அவர்களது பாவனைகளில் தெரிந்தது.

க்ரிகோர் மெல்லக் கதவைத் திறந்து கூடத்துக்கு நகர்கிறான். குடியிருக்க வந்தவர்கள் திடுக்கிட்டு அவனைப் பார்க்கிறார்கள். அவனுடைய தந்தையிடம் கோபமாகப் பேசுகிறார்கள். இப்படிப்பட்ட ஜந்து இருக்கும் வீட்டில் எங்களால் இருக்க முடியாது, வாடகையும் கொடுக்க முடியாது என்கிறார்கள். தந்தை சமாதானப்படுத்துகிறார். அவர்கள் பிடிவாதமாக மறுத்தபடி அறைக்குத் திரும்புகிறார்கள். தான் சற்றுமுன் பட்ட பரவசம் காணாமல்போனதை க்ரிகோர் திகைப்புடன் பார்க்கிறான். தந்தை வெகு மூர்க்கத்துடன் அவனை அறைக்குள் தள்ளிக் கதவைச் சாத்துகிறார். கதவருகிலேயே சோர்ந்து கிடந்த கிரிகோருக்கு அவர்கள் பேசுவது கேட்கிறது. தங்கையின் குரல்தான் பலமாகக் கேட்கிறது. இதற்கு ஒரு முடிவு கட்டியாக வேண்டும் என்கிறாள். (முதல்முறையாக அவள் பெயர் க்ரேட்டா என்று தெரிவிக்கப்படுகிறது.) பெரிய சுமையாகிவிட்டான். நாம் கண்ணியமாக வாழ முடியாது. அவனுக்கு முடிவு கட்டாவிட்டால் நாம் எல்லோரும் நாசமாகி

விடுவோம் என்கிறாள். நீ சொல்வது உண்மைதான் என்கிறார் தந்தை. அவனுக்கு நம்முடைய அவஸ்தை புரிந்து அவனாகவே வெளியேறினால் நல்லது. ஒரு ஜந்துவுக்கு எப்படிப் புரியவைப்பது?

ஆனால் கிரிகோருக்கு ஒவ்வொரு சொல்லும் புரிகிறது. அறைக்குள் நன்றாக நகர்ந்து கட்டிலுக்கடியில் படுக்கிறான். மனசு வெறுமையாகிவிட்டது. குடும்பத்தின் நலனுக்காகவே உழைத்து வாழ்ந்தவன். அந்தக் குடும்பத்துக்கு அவனால் தொல்லை வருவதை எப்படித் தாங்க முடியும்? மறுநாள் காலை வந்த பணிப்பெண் க்ரிகோர் இறந்துவிட்டதாகச் சொல்கிறாள். சதைப்பற்றே இல்லாமல் தட்டையாக அந்த ஜந்து இருப்பதைப் பெற்றோர்கள் பார்க்கிறார்கள். அவர்களது மகனாக இருந்தவன் என்கிற எண்ணம் வருவதில்லை. நல்லவேளை ஒழிந்தது என்கிற நிலையில் இருக்கிறார்கள். சற்றுப் பொறுத்துப் பணிப்பெண், ‘கவலை வேண்டாம் அதை அப்புறப்படுத்தியும் விட்டேன்’ என்கிறாள்.

மற்றவர்களுக்கு ஒரு அசாதாரண நிம்மதி ஏற்படுகிறது. (இதெல்லாம் கதையில் விளக்கப்படுவதே இல்லை. மிக யதார்த்த விவரிப்பே உள்ளது.) தந்தை குடியிருக்க வந்தவர் களை உங்களுக்கு இனி இடமில்லை என்று விரட்டுகிறார். பணிப்பெண்ணையும் வேலையைவிட்டு நீக்குகிறார். க்ரிகோர் இல்லாத நிலையில் இவ்வளவு பெரிய வீடு அவர்களுக்குத் தேவையில்லை. கையிருப்புக்கு ஏற்ப ஒரு சிறிய வீட்டுக்குச் செல்லலாம். எல்லோருக்கும் இப்போது வேலை கிடைத்திருப்ப தால் எதிர்காலம் சௌகர்யமாகவே இருக்கும். எல்லோரும் பேருந்தில் ஏறி ஊரின் அமைதியான சூழலை ரசிக்கச் செல்கிறார்கள். பயணிக்கும்போது கணவனும் மனைவியும் க்ரேட்டா இப்போது அழகிய யுவதியாக இருப்பதை அப்போது தான் கவனிப்பதுபோல மகிழ்ச்சி அடைகிறார்கள். வயதுக்கு வந்துவிட்டாள் திருமணத்துக்குத் தயார்செய்ய வேண்டும் என்று தம்முள் பேசிக்கொள்கிறார்கள்.

இத்துடன் கதை முடிகிறது. ரத்த சம்பந்த, வயிற்றில் பிறந்த உறவுகூட எளிய நடுத்தர வர்க்க மக்களுக்கு அன்றாடப் பிரச்சினைகளின் அழுத்தங்கள் முன் அர்த்தமற்றுப் போகும். முக்கியத்துவம் இழக்கும். அவர்களுக்காகவே உழைத்த பெற்ற மகனைப் பற்றின நினைவுகூட மறைந்துவிடும் அவல யதார்த்தம் இத்தனை அழுத்தமாக – சொல்லப்படாத வார்த்தைகளில் – பதிந்ததில்லை.

இது காஃப்காவின் சொந்த வாழ்வின் எள்ளலா அல்லது அந்நியமாதல், தனிமைப்படுதல் ஆகிய உணர்வுகளின்

வெளிப்பாடா என்ற கேள்வி இலக்கிய ஆய்வாளர்களை அலைக்கழித்தவண்ணம் இருக்கிறது. அந்நியமாதல் என்ற சொற்றொடர், யூதர்களின் அடையாளமாக ஆரம்பித்தது. காஃப்காவின் யூதக் கேள்வி இப்போது அனைவரின் கேள்வியாகி விட்டது, என்கிறார் பிரபல நாவலாசிரியை ஜேடி ஸ்மித். 'ஒரு முஸ்லிம் என்பதென்ன? பெண்ணினம் என்பது என்ன? போலிஷ்தனம், இங்லிஷ்தனம் என்பதெல்லாம் என்ன? இப்போதெல்லாம் நமது பின்னங்கால்கள் நம்மெதிரில் படபடப்பதைப் பார்க்கிறோம். நாம் எல்லோருமே ஜந்துக்கள் இப்போது' என்கிறார் ஸ்மித். காஃப்கா எதை மனத்தில் வைத்து எழுதினாரோ, ஒன்றுமட்டும் நிச்சயம். மிகப்பெரிய அடையாளச் சிக்கலைப் பற்றி கதை சொல்கிறது. ஒவ்வொரு பிறவியும் வாழ்வின் ஏதேனும் ஒரு தருணத்தில் சந்திக்கும், குழப்பத்தில் தவிக்கும், மனித இனத்தின் வக்கிரங்களை உணர்ந்துகொள்ளும் அடையாளச்சிக்கல்.

காஃப்காவின் கதை செவ்வியல் அந்தஸ்தைப் பெறுவதற்குக் காரணம், நாகரிக மனித இனத்தை வாட்டும் மிகப்பெரிய கேள்விகளை அந்த நெடுங்கதை உள்ளடக்கினாலும் மிக எளிமையான போர்வையில் அற்புதமும் சாமான்யமும், ஹாஸ்யமும் பயங்கரமும், யதார்த்தமும் குரூரமும் உலகளாவிய தர்க்கமும் சுயதர்மமும் லாவகமாகப் பின்னியிருப்பது. கதையை எத்தனை முறை படித்தாலும் அதன் யதார்த்தம் தரும் தாக்கம் அதிர்வைத் தருவது. ஒரு அலங்கார வார்த்தை இல்லை. மிகைப்படுத்தப்பட்ட உணர்ச்சி கக்கும் வார்த்தைகள் இல்லை. அது ஓர் உருவகக் கதை என்று தெரிவிக்கக்கூட காஃப்கா விரும்ப வில்லை. புத்தக முகப்பு அட்டைச் சித்திரத்தில் ஜந்துவின் பிம்பம் இருக்கக் கூடாது என்று அவர் பதிப்பாளரிடம் சொன்னார். படிப்பவர் புரிந்துகொள்ள வேண்டும் என்று அவர் விரும்பினார். உண்மை சுடும். யதார்த்தமும் சுடும்.

ஆலிஸ் வாக்கரின் 'தி கலர் பர்ப்பிள்'

The Colour Purple by Alice Walker

கறுப்பினத்தைச் சேர்ந்தவர். பல பரிசுகளை, பெருவாரியான பாராட்டைப் பெற்ற, அவர் எழுதிய ஒரு நாவல் அவரது இனத்தாரேலேயே கண்டிக்கப்பட்டது. அசிங்கம், அபத்தம், பாலியல் வன்கொடுமை, லெஸ்பியன் உறவின் அப்பட்டமான வர்ணனைகள், கறுப்பின ஆண்களைக் கேவலப்படுத்தும் மிகைப்படுத்தப் பட்ட பாத்திரப் படைப்புகள் என்ற குற்றச்சாட்டு களால் பழிக்கப்பட்டது. வெள்ளையர்களோ நிற வெறியின் நுணுக்கமான கொடூரச் சித்திரிப்பு ஜனநாயகம் தழைக்கும் அமெரிக்க தேசத்தின் பிம்பத்தைக் களங்கப்படுத்துவதாகச் சொன்னார்கள். விமர்சகர்கள்கூட வன்முறை, பாலியல் உறவு, பாலியல் பலாத்காரம் ஆகிய பகுதிகளை அத்தனை விரிவாக எழுதியிருக்க வேண்டாம் என்றார்கள்.

பள்ளிகளின் நிர்வாகக் கூட்டங்களில் பாடத் திட்டத்திலும் வாசக சாலையில் இருந்தும் ஒதுக்கப்பட வேண்டிய புத்தகங்களைப் பற்றிய பார்வையில் அது முதலாவதாக இருந்தது. இருந்தும் அந்தப் புத்தகம் வெளிவந்த மறுஆண்டே (1983) அமெரிக்காவின் ஆகச்சிறந்த இலக்கிய விருதான 'புலிட்சர் விருது' பெற்றது. இரண்டு ஆண்டுக்குள் ஹாலிவுட்டின் பிரபல இயக்குநர் ஸ்டீவன் ஸ்பீல்பர்க் அதைத் திரைப்படமாக்கியவுடன் கண்டனக்

குரல்கள் அதிகரித்தன. கறுப்பின ஆண்–பெண் உறவு, குடும்பம் ஆகியவற்றைப் பற்றின எதிர்மறை பிம்பத்தை ஏற்படுத்துவதாக எதிர்ப்பு கிளம்பிற்று. புத்தகம் கறுப்பினப் பெண்ணால் எழுதப்பட்டது; படத்தை எடுத்தது ஒரு வெள்ளை இனத்து ஆண். அதனாலேயே கதையில் வித்தியாசம் ஏற்பட்டிருப்பதாக ஆப்ரிக்க அமெரிக்கர்கள் நினைத்தார்கள். தனிமையில் வாசிக்கப்படும் நாவல் படமாக்கப்படும்போது வெகுஜனத் தளத்தில் அதனால் நிகழும் பாதிப்பு அதிர்ச்சி தரவல்லது என்று முகம் சுளித்தார்கள். ஆனால் நம் ஊரில் செய்வதுபோல யாரும் எழுத்தாளருக்கு எந்த மிரட்டலையும் அச்சுறுத்தலையும் தரவில்லை; பொதுத் தளத்தில் புத்தகத்துக்கும் சினிமாவுக்கும் தடை விதிக்க வேண்டும் என்று சொல்லவில்லை. எதிர்பார்த்தபடியே புத்தக விற்பனை அதிகரித்தது.

அத்தகைய பெருமை கொண்ட 'தி கலர் பர்ப்பிள்' (The Colour Purple) என்ற நாவலை எழுதியவர் ஆலிஸ் வாக்கர் என்ற பெண்.

உண்மையில் புத்தகத்தைப் படித்தவர்களைவிடச் சினிமாவைப் பார்த்தவர்கள் அதிகம் என்று சொல்லப்படுகிறது. ஆலிஸ் வாக்கர் திரைப்பட உரிமை கொடுத்ததன் காரணமும் அதுதான். புத்தகத்தைப் படிக்காதவர்கள் திரைப்படத்தை நிச்சயம் பார்ப்பார்கள் என்று அவருக்குத் தெரியும். தான் சொல்ல நினைத்த சேதி மக்களுக்குப் போய்சேர வேண்டும் என்பதில் அவர் தீவிரமாக இருந்தார். வாக்கருடைய ஆலோசகர்களும் புத்தகத்தின் முக்கியமான சேதி – உடல்ரீதியாகவும் உளரீதியாகவும் தொடர்ந்து மானபங்கப்படுத்தப்பட்ட, கொடுமைக்குள்ளான ஒரு இளம், கல்வி அறிவில்லாத, கறுப்புப் பெண், சுயம் உணர்ந்த யுவதியாக மாறுவதும் மற்றப் பெண்களுடன் ஒரு பந்தம் ஏற்படுத்திக்கொள்ளும்போது சுயத்தை அடையாளம் காண்பதும் தன்னம்பிக்கையும் பெறுவதுமான சேதி சமூகத் தளத்தில் போய்ச்சேர வேண்டுமானால் திரைப்படம் மூலமே அதிகபட்சம் சாத்தியம் என்று உணர்ந்தார்கள். புத்தகத்தைப் பற்றின ஆய்வைவிட, படத்தைப் பற்றின சர்ச்சைகளும் ஆய்வுகளும் இலக்கிய மேடைகளில் அதிகம் நிகழ்ந்தன. சினிமாவின் தாக்கத்தினாலேயே புத்தகமும் பள்ளிகளில் நிராகரிக்கப்பட்டது.

எதிர்ப்புக்கு முக்கியக் காரணம் ஆலிஸ் வாக்கரின் சமகால அமெரிக்கர்கள், வெள்ளையர் கறுப்பர் உள்பட, தங்களது அவமானம் மிகுந்த வரலாற்று ஏடுகளைத் திரும்பிப் பார்க்க விரும்பாததுதான் என்று எனக்குப்படுகிறது. தவிர

ஓரினச்சேர்க்கை என்பது பொது வாழ்வில் இன்றும், அமெரிக்கர்கள் பரவலாக ஏற்காத ஒன்று. நாவலில் பெண்கள் ஆண்களுடன் கொள்ளும் உடலுறவைவிட சக பெண்களுடன் உடலுறவு கொள்வதில் நிறைவு காண்பதாக, இன இணக்கம் ஏற்படுத்தும் பௌதீக இயல்புபோலச் சொல்லப்படுவதும் விவாதத்திற்குள்ளானது. பெண்ணியவாதிகள் எல்லோரும் லெஸ்பியன்கள் என்கிற கருத்தும் பொதுத் தளத்தில் நம்பப் பட்டது. ஆலிஸ் வாக்கர் ஒரு பெண்ணியவாதி; மனித உரிமைப் போராளி.

அவரது நாவல் அமெரிக்காவின் தெற்கு மாகாணங்களில் நிறத்துவேஷமும் நிறப்பிரிவும் அடிமைத்தனமும் நடைமுறையில் இருந்த காலகட்டத்தில் நிகழும் கதை. கறுப்பினப் பெண்கள் வெள்ளையருக்கு மட்டும் அடிமைகள் இல்லை; தங்கள் இனத்தின் ஆண்களுக்கும் அடிமைகள். கல்வி அறிவு இல்லாமல், பொருளாதார வசதி இல்லாமல் இருதரப்பினாலும் வஞ்சிக்கப் படுகிறார்கள். அந்தச் சமூகத்தில் பெண்களுக்கு அந்தஸ்து இருக்கவில்லை. ஆண்களின் காம இச்சைக்கும் வீட்டையும் குழந்தைகளையும் பேணுவதற்கும் மட்டுமே பெண்கள் இருப்ப தாகக் கறுப்பின ஆண்கள் நினைத்தார்கள். வெள்ளையரைப் பற்றிக் கேட்கவே வேண்டியதில்லை. ஒட்டுமொத்த சமூகமுமே கறுப்பினத்தை அடிமைகளாகக் கருதிற்று. ஆப்ரிக்க அமெரிக்கர் களுக்கு எந்த வகையிலும் நீதி கிடைக்க முடியாத நிலை அன்று. மனத்தை உலுக்கும் இத்தகைய விஷயங்களை ஆலிஸ் வாக்கர் மனக்கூச்சமில்லாமல் தமது இனத்தின் பலவீனங்களையும் மூடிமறைக்காமல் விவரிப்பதாலேயே பலருக்கு அவரது புத்தகம் சங்கடத்தையும் கோபத்தையும் ஏற்படுத்திற்று. ஆனால் அவரது அந்த நேர்மையான பார்வைக்காகவே இலக்கிய அமர்வுகளால் பாராட்டப்பட்டது .

தவிர அந்தப் புத்தகம் ஒரு வரலாற்று ஆவணமாகவும் பார்க்கப்படுகிறது. அதனாலேயே அது அதிக முக்கியத்துவமும் சுவாரஸ்யமும் கொண்டது. ஒதுக்கப்பட்ட சமூகத்தின் பெண்களும் ஆண்களும், நூறு ஆண்டுகளுக்குமுன் அனுபவிக்க நேர்ந்த அநீதிகளையும் கொடுமைகளையும் எப்படி சமூகத்துக்குள்ளே யும் வெளியேயும் தனி நபர்களாக, எதிர்கொண்டார்கள் என்பதைப் பற்றிய கதை அது. தனது குடும்பத்தாரால் மிக மோசமாக நடத்தப்பட்ட ஒரு கறுப்பினப் பெண்ணின் வாய்மொழியில் சொல்லப்படும் கதை. அதனூடாக அன்றைய அமெரிக்க சமூக வரலாறு விரிகிறது. அந்த வரலாறு நிச்சயம் கொண்டாடத்தக்கதல்ல. பாடம் புகட்டக்கூடிய, திரும்பிப் பார்க்கவைக்கும் தரிசனங்கள் கொண்ட புனைவு.

ஸெல்லீ என்ற 14 வயதுக் கதாநாயகி – கறுப்பின ஏழைக் குடும்பம். பள்ளிக்குச் செல்லவில்லை. தான் பேசும் கொச்சை ஆங்கிலத்தில் தன் கதையைக் கடவுளுக்குக் கடிதம் மூலம் சொல்கிறாள். தனது கஷ்டங்களை யாரிடமும் போய்ச் சொல்ல இயலாத சூழலில் அருவமான ஒரு நபரிடம் சொல்வது மனச்சுமையை இறக்கும் யுக்தியாக இருக்கிறது. பெற்ற தகப்பன் என்று அவள் நினைக்கும் நபர் அவளைப் பயமுறுத்தித் தினமும் பாலியல் வன்முறைக்கு உட்படுத்தி 13 வயதில் கர்ப்பமாக்கி வெளியில் சொன்னால் கொன்றுவிடுவேன் என்றால் அவள் வேறு யாரிடம்தான் முறையிடுவாள்? நோய்வாய்ப்பட்டுப் படுத்திருக்கும் தாய்க்குப் பெண்ணின் நிலைக்கு யார் காரணம் என்று தெரியாததால் பெண்ணின் மேல் மிகுந்த கோபம் வருகிறது. ஸெல்லீ இருமுறை கர்ப்பமாகிறாள். பிறக்கும் ஒரு பெண் குழந்தையையும், பிறகு ஒரு ஆண்குழந்தையையும் தந்தை கடத்தி யாருக்கோ கொடுத்துவிடுகிறார். தாய் இறக்கும்போது ஸெல்லீயைச் சபித்துவிட்டுச் சாகிறாள்.

ஸெல்லீக்கு நெட்டீ என்று ஒரு தங்கை . ஸெல்லீயைவிட அழகானவள். அவளையும் தகப்பன் கெடுத்துவிடுவான் என்கிற அச்சம் ஸெல்லீக்கு உள்ளூர இருக்கிறது. நாவலில் பெயரே சொல்லப்படாத 'மிஸ்டர்' என்ற ஒரு பாத்திரம் ஸெல்லீயை இரண்டாம் தாரமாக மணம் செய்துகொள்ளச் சம்மதிக்கிறான். அவனுக்கு நெட்டியைக் கல்யாணம் செய்துகொள்ள வேண்டும் என்றுதான் இருக்கிறது. ஆனால் நெட்டீ வீட்டைப் பராமரிக்கத் தெரியாதவள்; ஸெல்லீ அதில் கெட்டிக்காரி என்று சொல்லி திருமணம் நடக்கிறது. மிஸ்டருக்கு முதல் தாரத்தின் மூலம் ஆறு அடங்காப்பிடாரிக் குழந்தைகள். கவனிப்பாரில்லாத வீடு குப்பையும் கூளமுமாக. மிஸ்டரும் அவளைப் படுக்கையில் பலாத்காரம் செய்கிறான்.

ஸெல்லீக்கு வாயைத் திறந்து பழக்கமில்லை. எல்லாவற்றையும் மிகப் பொறுமையுடன் சகித்துக்கொள்கிறாள். வீட்டை ஒழுங்குபடுத்துகிறாள். முரண்டு பிடித்த குழந்தைகளும் சற்று அடங்குகிறார்கள். இடையில் நெட்டீ தகப்பனின் ஹிம்சை பொறுக்காமல் ஸெல்லீயின் வீட்டுக்கு ஓடி வருகிறாள். ஆனால் ஸெல்லீயின் கணவன் மிஸ்டர் – நெட்டீயைக் காமக்கண்ணுடன் பார்ப்பதைக் கவனித்து ஸெல்லீக்குக் கவலை ஏற்படுகிறது. (அவள் ஒரு முறை கடைக்குச் சென்றபோது வசதி படைத்த கறுப்புப் பெண்மணி ஒருவர் சிறு பெண்ணுடன் அங்கு வந்திருந்தது அவளுக்கு நினைவிருந்தது.) கறுப்பர்களில் அப்படி வசதியுள்ள பெண்ணை அதற்கு முன் அவள் கண்டிருக்கவில்லை. நெட்டீயிடம் அந்தப் பெண்மணியிடம் உதவி கேட்கும்படி

கட்டாயப்படுத்தி அனுப்புகிறாள். நெட்டீ அவளுக்குக் கடிதம் மூலம் தொடர்பில் இருப்பதாக வாக்களித்துவிட்டுக் கிளம்புகிறாள்.

நெட்டீக்குப் பிறகு என்ன ஆயிற்று என்று ஸெல்லீக்குத் தெரிவதே இல்லை. அவள் இறந்துவிட்டதாக நினைக்கிறாள். மிஸ்டரின் குழந்தைகள் வளர்ந்து பெரியவர்களாகிறார்கள். பெரியவன் ஹார்ப்போ சொஃபியா என்ற பெண்ணை மணம் செய்துகொள்கிறான். சொஃபியா மிகத் தைரியசாலி. ஆணாதிக்கம் செலுத்த நினைக்கும் ஹார்ப்போவுக்கு அடங்க மறுக்கிறாள். அவளுடைய துணிச்சலைக் கண்டு ஸெல்லீக்குப் பொறாமையாக இருக்கிறது. மிஸ்டரிடம் தான் பயந்து அடங்கியிருப்பதன் காரணம் தனது பலவீனம் என்று புரிகிறது. தனது பொறாமை உணர்வுக்காக ஸோஃபியாவிடம் மன்னிப்புக் கேட்கிறாள். நீயும் எதிர்க்கப் பழக வேண்டும் என்று ஸோஃபியா அவளுக்குப் புத்தி சொல்கிறாள். ஹார்போ அவளை அடித்தால் அவள் திரும்பி அவனை விளாசிக் காயப்படுத்துவதை ஸெல்லீ வியப்பும் பிரமிப்பாகக் கவனிக்கிறாள். மிஸ்டர் தன்னை அடித்துத் துன்புறுத்தும்போது தன்னால் திருப்பி அவனை அடிப்பது சாத்தியம் என்று அவளுக்குத் தோன்றவில்லை.

ஷுக் ஆவரி என்ற பிரபல பாடகியின் வருகை ஸெல்லீயின் வாழ்வில் பெரிய திருப்புமுனையாகிறது. ஷுக், மிஸ்டரின் முன்னாள் காதலி. அவனுடைய மூன்று குழந்தைகளை அவள் பெற்றிருக்கிறாள். (ஷுக் மதுக்கடைகளில் பாடும் பாடகி என்பதால் மிஸ்டரின் தந்தை அவளை மகன் திருமணம் செய்து கொள்ளக் கூடாது என்று தடைசெய்திருக்கிறார்.) ஸெல்லீக்கு அதைப்பற்றின வருத்தமோ கோபமோ இல்லை என்பதுதான் வேடிக்கை. ஷுக்கைப் பற்றி அவள் கேள்விப்பட்டிருக்கிறாள். அவளுடைய புகைப்படங்களைத் தினசரி பத்திரிக்கைகளில் பார்த்திருக்கிறாள். ஷுக் அழகானவள்; நாகரிகமானவள். அவள் மேல் ஸெல்லிக்குப் பிரியம் ஏற்படுகிறது. பின்னாளில் அது காதலாக மாறும் என்று அவள் நினைக்கவில்லை. ஷுக் உடம்பு சரியில்லாமல் இருப்பது அறிந்து அவளை இன்னும் காதலிக்கும் மிஸ்டர் தன் வீட்டுக்கு அழைத்ததால் ஓய்வுக்கும் சிகிச்சைக்கும் வந்திருக்கிறாள். ஸெல்லீ மிக விருப்பத்துடன் அவளைக் கவனித்துக்கொள்கிறாள். முதலில் ஷுக் அவளை மிக மோசமாக நடத்துகிறாள். மெல்ல மெல்ல ஸெல்லீயின்மீது பரிவும் பிரியமும் ஏற்படுகிறது ஷுக்குக்கு.

ஒருநாள் ஸெல்லீ தனது கதையைச்சொல்லி அழுகிறாள். எல்லா இடத்திலும் தனக்குக் கஷ்டம், பிறந்த வீட்டிலும் சரி புகுந்த வீட்டிலும் சரி என்கிறாள். மிஸ்டர் தன்னை அடித்துத்

துன்புறுத்துவதைச் சொல்கிறாள். அவனுடன் கூடும் உடலுறவு தனக்கு எந்த இன்ப உணர்ச்சியையும் கொடுப்பதில்லை என்கிறாள். உண்மையில் தான் இங்கு ஓர் அநாதை. ஒரு அன்பான தங்கை, அவளும் போன இடம் தெரியவில்லை என்கிறாள். ஷுக்குக்கு அவளை நினைத்து வருத்தமாக இருக்கிறது. மிஸ்டரிடம் பேசி ஸெல்லீயைத் துன்புறுத்துவதை நிறுத்தினால்தான் தான் அங்கு இருப்பேன் என்கிறாள். ஒரு நாள் மிஸ்டர் வீட்டில் இல்லாதபோது ஒரு வெளிநாட்டுத் தபால் தலைகள் கொண்ட உறை ஸெல்லீயின் பெயருக்கு வருகிறது. ஷுக் அதைப் பிரித்துப் பார்த்தபோது அது ஆப்ரிக்காவிலிருந்து நெட்டீ எழுதிய கடிதம் என்று தெரிகிறது. நான் எத்தனையோ கடிதம் எழுதிவிட்டேன் உன்னிடமிருந்து பதிலே இல்லை என்று எழுதியிருக்கிறாள். ஷுக்குக்கு மிஸ்டரின் ஏமாற்று வேலை புரிகிறது. அவனுடைய பூட்டிய பெட்டியைத் திறந்து பார்க்கிறாள்; ஒரு கத்தைக் கடிதங்கள் கிடைக்கிறது. ஷுக் அவற்றை ஒவ்வொன்றாக ஸெல்லீக்கு வாசித்துக் காண்பிக்கிறாள்.

நெட்டீ ஒரு கிறித்துவ மதப்பிரச்சாரகத் தம்பதிகளுடன் – (சாமுவெல் – காரின்) ஆப்ரிக்காவுக்குச் சென்றது அதிலிருந்து தெரிகிறது. ஸெல்லீ நெட்டீக்குப் பரிந்துரைத்த மாதுவும் அவளது கணவரும்தான் அத்தம்பதிகள். இன்னொரு நல்ல சேதியும் இருக்கிறது. ஸெல்லீயின் குழந்தைகள் இருவரையும் (ஆதாம் – ஒலிவியா) அத்தம்பதியர் தத்து எடுத்திருக்கிறார்கள், யாருடைய குழந்தைகள் அவர்கள் என்று அவர்களுக்குத் தெரியாது. ஆனால் ஒலிவியாவுக்கு ஸெல்லீயின் ஜாடை பெரிதும் இருப்பது கண்டு நெட்டீக்கு ஆரம்பத்திலேயே சந்தேகம் வருகிறது. ஆனால் வெகுநாள் கழித்துத்தான் அவள் சாமுவேலைக் கேட்டுத் தெரிந்துகொள்கிறாள்.

இன்னொரு விஷயமும் தெரியவருகிறது. சாமுவேல் சொன்ன விவரத்திலிருந்து அவளும் ஸெல்லீயும் தங்கள் தந்தை என்று நினைத்த நபர் தங்களுடைய சொந்தத் தந்தை இல்லை என்பது தெரிகிறது. தாயின் இரண்டாவது கணவன்; அவர்களுடைய தந்தை (வசதியான வியாபாரி என்ற காரணத்தால்) வெள்ளையர்களால் கொலை செய்யப்பட்டார். அந்த அதிர்ச்சியைத் தாங்க முடியாமல் அவர்களுடைய தாய் சித்தப்பிரமை பிடித்தவள் போல் இருக்கிறாள். அவள் சொத்துடையவள் என்பதால் அல்ஃபோன்சொ என்பவன் வீட்டில் புகுந்து அவளுடைய கணவனைப் போல் தன்னை இருத்திக்கொள்கிறான். அவன் தன்மூலம் ஸெல்லீ பெற்ற இரு குழந்தைகளையும் சாமுவேலிடம் தத்து கொடுத்துவிடுகிறான். இந்த முக்கியச் சேதிகளோடு

நெட்டீ ஆப்ரிக்கர்களின் வாழ்வியலை விளக்குகிறாள். பல நூறு ஆண்டுகளுக்குமுன் ஆப்ரிக்கர்களை அடிமைகளாக வெள்ளையர்கள் வாங்கிச் சென்றது நமது மூதாதையர்களின் தவறு இல்லை என்று சொல்கிறாள். அவர்களின் பழமை வாய்ந்த கலாச்சாரம் அதோடு அவர்களது மூட நம்பிக்கைகள் எல்லாவற்றையும் விவரமாக எழுதுகிறாள். சாமுவேல் தம்பதிகள் செய்யும் மதப்பிரச்சாரத்தையும் கல்வி கற்பிக்கும் முயற்சியையும் வெள்ளையர்கள் விரும்பவில்லை என்றும் தெரிவிக்கிறாள். நாங்களும் கறுப்பர்கள் என்றாலும் எங்களை அவர்கள் நட்புடன் நடத்துவதில்லை என்கிறாள். நெட்டீக்கே பல சந்தேகங்கள் வருகின்றன. கடவுளும் யேசுவும் வெள்ளையர்களாக தேவாலயத்தில் சித்திரிக்கப்படுகிறார்கள். ஆனால் பைபிளில் கூட யேசுவின் முடி கம்பளி வுல் போல (ஆப்ரிக்கர்களுக்கு இருப்பதுபோல) இருப்பதாக வர்ணிக்கப்படுகிறது. கடவுள் வெள்ளையர் என்று எப்படி முடிவு கட்டினார்கள்?

காரின் நோய்வாய்ப்படுகிறாள். அவள் இறக்கும் தருவாயில் நெட்டீ அவளது சந்தேகங்களைத் தீர்க்கிறாள். என்னுடைய சகோதரிதான் குழந்தைகளின் தாய், நான் இல்லை (ஒலிவியாவுக்கும் நெட்டிக்கும் முக ஒற்றுமை இருந்ததால் சாமுவேலுக்கும் நெட்டீக்கும் பிறந்த குழந்தைகளாக இருக்கும் என்று காரின் சந்தேகப்படுகிறாள்) என்று அவள் விளக்கிச் சொன்னபின் காரின்னுக்கு நிம்மதி ஏற்படுகிறது. காரின் இறந்தபிறகு சிறிது காலம் கழித்து அவர்கள் எதேச்சையாகச் சந்திக்கும் வெள்ளை மூதாட்டியொருவர் அறிவுறுத்திய தன் படி நெட்டீயும் சாமுவேலும் திருமணம் செய்துகொள்கிறார்கள். தனக்கு அது மிகவும் மகிழ்ச்சி அளிக்கும் விஷயம், ஏனென்றால் தான் ஆரம்பத்திலிருந்தே சாமுவேலைக் காதலித்தேன் என்கிறாள் நெட்டீ. எல்லோரும் விரைவில் அமெரிக்கா வந்து உன்னைப் பார்ப்போம் என்றும் எழுதியிருக்கிறாள். தான் உயிருக்கு மேல் நேசிக்கும் தங்கையிடமிருந்து வந்த கடிதங்களை மிஸ்டர் மறைத்து வைத்தது ஸெல்லீக்குக் கடும் கோபத்தை ஏற்படுத்துகிறது. அவனைக் கொலைசெய்ய வேண்டும் என்ற ஆத்திரம் வருகிறது. கடவுளிடம் நம்பிக்கை போய்விடுகிறது. அவளுடைய மனநிலையை உணர்ந்துகொண்ட ஷூக் அவளைக் கட்டியணைத்து முத்தம் கொடுத்துச் சமாதானம் செய்யும்போது ஸெல்லீக்குள் மாற்றம் வருகிறது. இருவருக்கும் நெருக்கமான உறவு ஏற்படுகிறது. ஷூக்குடன் உடலுறவு கொள்வது அதிக இன்பத்தை அளிக்கிறது.

ஹார்ப்போவின் மனைவி ஸோஃபி வெள்ளைக்காரப் பெண்ணை, மேயரின் மனைவியை, ஒரு வாய்ச்சண்டையில் தாக்கி

மேயரையும் தாக்கிவிட அவளைச் சிறையில் அடைக்கிறார்கள். கொடூரமாகச் சித்திரவதை செய்யப்படுகிறாள். பல வருஷங்கள் கழித்துப் பிணைக்கைதியாக வெளியில் வந்து மேயரின் வீட்டில் பணிப்பெண் ஆக்கப்படுகிறாள். ஹார்ப்போ ஸ்க்வீக் என்ற ஒரு பெண்ணை வீட்டிற்கு அழைத்து வருகிறான். ஸோஃபிக்காகப் பேசப் போன அவளை மேயர் சித்திரவதை செய்து பாலியல் பலாத்காரத்துக்கு உட்படுத்துகிறான். ஹார்ப்போவும் அவளை இதமாக நடத்துவதில்லை. அவளுக்குப் பாடுவதற்குப் பிடிக்கும்; ஹார்ப்போ அதற்கும் அனுமதிப்பதில்லை.

ஷுக்கின் நட்பினால் ஸெல்லீக்கு மட்டுமல்ல, ஸ்க்வீக்குக்கும் தன்னம்பிக்கை பிறக்கிறது. மிஸ்டரை விட்டு விலக முடிவெடுத்து ஸெல்லீ ஷுக் வசிக்கும் இடத்துக்குக் கிளம்பும்போது ஸ்க்வீக்கும் கிளம்பிவிடுகிறாள். செல்வதற்கு முன் ஸெல்லீ மிஸ்டரை ஆசை தீரச் சபிக்கிறாள். ஷுக்கின் உதவியுடன் புதிய இடத்தில் தையல் கடை வைத்து வெற்றிகரமாகத் தொழில் நடத்துகிறாள். ஷுக் ஒரு இளைஞனுடன் நட்பை ஆரம்பித்தபோது ஸெல்லீ மனம் உடைந்துபோகிறாள். ஸ்க்வீக் பல ஊர்களுக்குச்சென்று மேடையில் பாடத் தொடங்குகிறாள்.

ஆல்ஃபோன்சோ இறந்துபோன செய்தி வருகிறது. ஸெல்லீ யின் தாய்க்குச் சொந்தமான வீடும் நிலமும் சட்டரீதியாக ஸெல்லீக்குக் கொடுக்கப்படுகிறது. ஸெல்லீ தன் பிறந்த வீட்டுக்குத் திரும்பித் தொழிலைத் தொடர்கிறாள். அவளுடைய கணவன் மிஸ்டர் – இப்போது திருந்தி, மீண்டும் ஸெல்லீயுடன் வாழ விருப்பம் தெரிவிக்கிறான்; ஸெல்லீ மறுத்துவிடுகிறாள். ஷுக் இல்லாத வாழ்க்கைக்கும் ஸெல்லீ இப்போது சமாதான மாகிப் போகிறாள். மனம் மாறிய மிஸ்டரிடமும் சிநேகித உறவு ஏற்படுகிறது.

நாவலின் முடிவில் எல்லோரும் ஸெல்லியின் வீட்டில் ஒன்றாகக் கூடுகிறார்கள். ஷுக் அந்த இளைஞனின் உறவு முடிந்தது என்று திரும்புகிறாள். நெட்டீயும் சாமுவேலும் ஸெல்லீயின் பெண் ஒலிவியாவும் மகன் ஆதாமும் அவனது ஆப்ரிக்க மனைவி தாஷியும் வருகிறார்கள். 30 ஆண்டுகள் பிரிந்திருந்த சகோதரிகள் பாசத்துடன் அணைத்துக்கொள்கிறார்கள். இந்த நாவல் மிக முக்கியக கவனத்தைப் பெற்றதற்கு இன்னொரு காரணம், இது ஆப்ரிக்கப் பெண்களுக்கான பார்வையை மட்டும் வைக்கவில்லை; ஒட்டுமொத்தப் பெண்ணினத்துக்குச் சேதிச் சொல்ல விழைந்தது: பெண்களின் செக்ஸ் நிறைவுக்கும் பொருளாதாரப் பாதுகாப்புக்கும் ஆண்கள் தேவை இல்லை என்பது. ஆனால் பொருளாதாரச் சுதந்திரம் பெண் விடுதலைக்கு

முக்கியமானது என்று நினைத்த பெண்கள்கூட லெஸ்பியன் உறவு விமோசனத்துக்குத் தேவையானது என்று நினைக்கவில்லை என்பதால் பெண்ணியவாதிகளிடையே நாவலைப் பற்றின இரு வேறு கருத்துகள் இருந்தன.

ஆனால் ஒன்று மட்டும் நிச்சயம். ஆலிஸ் வாக்கர், கறுப்பர் இனத்தின் பலவீனங்களைத் தயக்கமில்லாமல் சொல்வதோடு, இன்னமும் வெள்ளையர் சமூகத்தில் நிலவும் நிறத்துவேஷமும் ஆப்ரிக்க ஆண்களின் ஆணாதிக்கப் போக்கும் இரட்டைச் சவால்களாகக் கறுப்பினப் பெண்கள் எதிர்கொள்ள நேரிடும் அவலத்தை மிக நேர்மையுடன் பதிவுசெய்கிறார். இன்னொரு கறுப்பின எழுத்தாளர் மாயா ஆஞ்சிலோ கேட்பது போலவே ஆலிஸ் வாக்கரின் கதாநாயகி கேட்பது சுவாரஸ்யமான கேள்வி – கடவுள் வெள்ளையரா? கறுப்பரா? தேவாலயச் சித்திரங்களில் காண்பிக்கப்படுவதுபோல வெள்ளையராகவே இருப்பாரானால் கறுப்புப் பெண்ணான எனது துன்பத்தை உணர்ந்துகொள்வாரா? அவரிடமிருந்து எனக்கு நீதி கிடைக்குமா?

இந்த நாவல் சொல்லும் மற்ற சேதிகளைவிட அது எழுப்பும் இந்தக் கேள்விதான் எனக்கு மிக முக்கியமாகப் படுகிறது.

கண்டனத்துக்குள்ளான சிறுவர் இலக்கியம்

Adventures of Huckleberry Finn - by Mark Twain

19ஆம் நூற்றாண்டின் பிரபல அமெரிக்க எழுத்தாளர் மார்க் ட்வெய்ன் 1884இல் இங்கிலாந்திலும் கனடாவிலும் வெளியான தனது புத்தகத்தின் முகவுரையிலேயே சொன்னார். 'இது சிறுவர் சிறுமியருக்காக எழுதிய கதை. இதில் வரும் சாகசங்கள் எல்லாம் உண்மையில் நடந்தவை. பல நானே பங்குகொண்டு அனுபவித்தவை. புத்தகத்தைப் பெரியவர்களும் படிக்க வேண்டும் என்று ஆசைப்படுகிறேன்'. சிறுவர்கள் என்ன படிக்க வேண்டும் என்று பெரியவர்கள்தானே தீர்மானிக்கிறார்கள்? புத்தகத்தைப் படித்த பெரியவர்கள் அதைக் குப்பை என்று ஒதுக்கினார்கள். பேச்சுமொழி ஆங்கிலத்தில் எழுதப்பட்டிருந்ததால் அதை இலக்கியமாகக் கருத முடியாது என்றார்கள். மார்க் ட்வெய்ன் எழுதிய காலகட்டத்தில் அமெரிக்காவின் தெற்கிலும் சில மாகாணங்களிலும் கறுப்பின மக்கள் அடிமைகளாக இருந்தார்கள். அடிமை ஒழிப்பை ஆதரிக்கிறவர்கள் சட்டப்படி குற்றவாளிகளாகக் கருதப்பட்டார்கள். கறுப்பர்களை விற்பதும் வாங்குவதும் சகஜமாக இருந்த காலம். தப்பி ஓடும் அடிமைகளைக் கண்டுபிடித்துக் கொடுப்பவர்களுக்கு அரசாங்கமே நிறைய சன்மானம் கொடுக்கும். இத்தகைய நிற வேற்றுமை / துவேஷம் சார்ந்த

பிற்போக்கு எண்ணங்கள் கொண்ட அமைப்பை மார்க் ட்வெய்ன் கிண்டலடிக்கிறாரா அல்லது அடிமை ஒழிப்பைப் பகிரங்கமாக ஆதரிக்கிறாரா என்று படித்தவர்களுக்குப் புரியவில்லை. ஆதரிப்பவராகக் கொண்டால் அது சட்டத்திற்கு எதிரானது அல்லவா? கிண்டலடிக்கிறார் என்றால் அரசுக்கு எதிரானவர். கொச்சையான மொழி என்று சாக்கிட்டு அதைச் சிறுவர்கள் படிக்க லாயக்கற்ற புத்தகம் என்றார்கள். பின்னாட்களில், அதாவது அடிமைத்தனம் ஒழிக்கப்பட்டபின், அது வேறு காரணத்திற்காகத் தடைசெய்யப்பட்டது. ட்வெய்ன் எழுதிய காலத்தில் கறுப்பர்களைச் சகஜமாக 'நிகர்' என்ற வார்த்தையால் குறிப்பிட்டார்கள். அந்தச் சொல் பலமுறை இந்தப் புத்தகத்தில் வருகிறது. இப்போது அந்தச் சொல் சட்டப்படி குற்றமாயிற்று! அதனாலேயே அதைப் பள்ளிகளில் பாடப் புத்தகமாக ஏற்பதற்குப் பலர் மறுத்தனர். புத்தகத்திற்குத் தடை விதிக்கப்பட்டது. சில வருஷங்களுக்குப் பிறகு அந்தச் சொல்லை நீக்கிவிட்டு அடிமை என்ற வார்த்தையையிட்டுப் பிரசுரித்தார்கள். புத்தகம் என்னவோ தொடர்ந்து வாசிக்கப்படுகிறது. ஆகச் சிறந்த அமெரிக்க நாவல்களில் ஒன்றாகக் கருதப்படுகிறது.

நான் பள்ளிநாட்களில் மிகுந்த சுவாரஸ்யத்துடன் படித்த புத்தகம் Huckleberry Finn. இப்பொழுது மீண்டும் படித்தபோது அதிகமாக ரசித்தேன் என்று சொல்வதில் எந்த மிகைச் சொல்லும் இல்லை. மார்க் ட்வெய்ன் மிகவும் அனுபவித்து இதை எழுதியிருப்பார் என்பதில் சந்தேகமில்லை. கிட்டத்தட்ட 150 ஆண்டுகளுக்கு முன் எழுதிய ஆங்கிலம் எத்தனை சரளமாக இருக்கிறது, தற்கால ஆங்கிலம்போல? அப்படிப்பட்ட நடையை நாம் தமிழில், இந்திய மொழியில் அந்தக் காலகட்ட எழுத்தில் பார்க்க முடியாது. இப்போதும்கூடக் குழந்தை இலக்கியத்திலும் பேச்சுத் தமிழ் இல்லாமல் இலக்கியத் தமிழே எழுதப்படுகிறது. சிறுவர்களுக்கு ஏற்ற மொழியை மார்க் ட்வெய்ன் கையாண்டார். அடிமைக் கொள்கையை அவர் எதிர்த்ததாலேயே ஒரு கறுப்பின அடிமையின் கதாபாத்திரத்தை நுழைத்து அவனது நேர்மையையும் அன்பான இயல்பையும் 'வெள்ளையருக்கும்' அவனுக்கும் வேறுபாடு இல்லை என்பதை சிறுவர் மனத்தில் படும்படியாகச் சொல்லாமல் சொல்லும் பாங்கு வியப்பை அளிக்கிறது. இருந்தும் விமர்சகர்கள் ட்வெய்ன் முழுவதுமாக வெள்ளையர் மனத்தின் மரபுச் சிந்தனையிலிருந்து விடுபட வில்லை என்று சொல்கிறார்கள்.

மனத்தை ஒடுக்கும் அர்த்தமற்ற கட்டுப்பாட்டுத் தளைகளி லிருந்து விடுபட்டுச் சுதந்திரமாகத் திரியத் துடிக்கும் சிறுவனின் வாய்மூலமாக அவனது சாகசங்கள் மூலமாக அன்றைய

சமூகத்தின் பாசாங்குத்தனமும் கட்டுப்பெட்டித்தனமும் வெளிப்படுகின்றன. மிஸ்ஸிஸ்ஸிப்பீ நதிக்கரையோர மக்களையும் இடங்களையும் மிகச் சுவாரஸ்யமான வண்ணச் சித்திரமாக வரைகிறார் மார்க் ட்வெய்ன்.

மார்க் ட்வெய்ன் அதற்கு முன்பாக எழுதிய டாம் சாயரின் சாகசங்கள் என்ற புத்தகத்தின் தொடர் நாவலாக 'Huckleberry Finn', பார்க்கப்படுகிறது. மிஸ்ஸீஸ்ஸீபி நதிக்கரையில் இருக்கும் செயிண்ட் பீட்டர்ஸ்பர்க் என்ற கற்பனை ஊரில் கதை ஆரம்பிக்கிறது. ஹக்கில்பெரி ஃபின்னும் டாம் சாயரும் தோழர்கள். இருவருக்கும் 14 வயது. அவர்களது முந்தைய சாகசங்களால் அவர்கள் பெயருக்குப் பணம் கிடைத்திருக்கிறது.

ஃபின்னின் 6000 டாலருக்குப் பாதுகாப்பாக, பாதிரியொருவர் இருக்கிறார். அவனுக்குத் தாயில்லை. தந்தை குடிகாரர் மட்டுமல்ல, அவனைக் கொடூரமாகத் துன்புறுத்துபவர். ஆகையால் டக்லஸ் என்ற விதவையின் பராமரிப்பில் அவனை இருக்கச் செய்கிறார்கள். விதவையும் அவளுடைய தங்கை மிஸ். வாட்சனும் அவனை 'நல்வழிப்படுத்தவும்' நாகரிக மனிதனாக மாற்றவும் முயற்சிக்கிறார்கள். தினமும் பைபிளைப் படிக்கச் சொல்கிறார்கள். ஒவ்வொரு சைகைக்கும் கட்டுப்பாடு விதிக்கிறார்கள். அவர்களிடமிருந்து தப்பித்தால் போதும் என்று இருக்கிறது ஃபின்னுக்கு. நண்பன் டாம் என்னென்னவோ யுக்திகள் சொல்கிறான். எதுவும் ஃபின்னுக்குச் சரியானதாகப் படவில்லை. இதற்கிடையில் மிஸ் வாட்சனின் அடிமை ஜிம் ஓடிவிடுகிறான். அவனை யாருக்கோ விற்றுவிடலாம் என்று சகோதரிகளின் பேச்சைக் கேட்டு ஜிம் பயந்துபோகிறான். ஃபின் தப்பிக்கும் தீவிர யோசனையில் இருக்கும்போது அவனுடைய குடிகாரத் தந்தை வந்துவிடுகிறார். அவர் தன் பணத்தை எல்லாம் பாதிரியிடமிருந்து பிடுங்கி விடுவார் என்று பயந்து, பாதிரியிடம், அந்தப் "பணம் உங்களுக்குதான். எனக்கு நீங்கள் திருப்பித்தர வேண்டியதில்லை" என்று அவசரமாகச் சொல்லிவிட்டுக் கிளம்புகிறான். ஆனால் அவனுடைய தந்தை அவனைச் சிறைப்பிடித்துப் பாழடைந்த கொட்டகையில் வைத்துப் பூட்டிவிடுகிறார்.

அதிலிருந்து தப்பிக்க ஃபின் விஸ்தாரமான திட்டம் போடுகிறான். சுவரில் பல நாட்கள் துளை போடுகிறான். தந்தை வெளியில் சென்றிருக்கும்போது அவன் செய்வது நம்ப முடியாத சாகசம். தன்னை யாரோ கொன்று நதியில் எறிந்து விட்டது போன்ற ஒரு தோற்றத்தை ஏற்படுத்தும் வகையில் அவன் தப்பிப்பது சரியான கூத்து. நதிக்கரை ஓரமாகவே சென்று

ஜாக்சன் தீவு என்னும் தீவில் அடைக்கலமாகிறான். இருளில் அவன் நதிக்கரையோரம் பயணிக்கையில் ஜிம்மை சந்திக்கிறான். ஊரெல்லாம் ஃபின் கொலை செய்யப்பட்டு விட்டதாகப் பேசுவது ஜிம்முக்குத் தெரியும். ஃபின்னைக் கண்டு பேய் என்று பயப்படுகிறான்.

ஃபின் வேடிக்கையாக மிகுந்த குறும்புடனேயே அவனது பயத்தைத் தெளிவிக்கிறான். ஜிம்மைக் கண்டுபிடித்துக் கொடுப்பவருக்கு 300 டாலர் வெகுமதி கிடைக்கும் என்று காவல் நிலையம் தெரிவித்திருக்கிறது. கெய்ரோ என்ற சுதந்திர மாகாணத்துக்குச் சென்றுவிட்டால் ஜிம்மை யாரும் அடிமை யாக்க முடியாது. அங்கு சென்றுவிட வேண்டும் என்ற ஆர்வத்தில் இருக்கிறான் அவன். அவனுக்குத் தான் உதவினால் அது சட்டவிரோதமாக இருக்குமா என்கிற கேள்வி ஃபின்னை அடிக்கடி துன்புறுத்துகிறது. ஆனால் சேர்ந்து பயணிக்கும்போது இருவரும் நெருக்கமாகிவிடுகிறார்கள்.

குளிரிலும் பயங்கர வெள்ளத்திலும் அவர்கள் பயணிக் கிறார்கள். வெள்ளத்தில் ஒரு வீடு மிதக்கிறது. அதற்குள் கொலைசெய்யப்பட்ட ஒரு ஆளின் உடல் இருக்கிறது. அதை ஃபின் பார்ப்பதற்கு முன் ஜிம் நதியில் போட்டுவிடுகிறான். வீட்டில் அவர்கள் உபயோகப்படுத்தக்கூடிய பொருட்களை அவர்கள் எடுத்துக்கொள்கிறார்கள். அங்கு மிதந்த மரப்பலகையைக் கொண்டு ஒரு மிதவையைச் செய்கிறார்கள். அதிலேயே பாதுகாப்பாகக் கூடாரம் கட்டுகிறார்கள். பெரிய பனிப்படலத்தில் ஒரு முறை இருவரும் பிரிய நேரிடுகிறது. ஜிம் மிகக் கவலை யுடன் ஃபின்னைத் தேடுகிறான். இருளில் அவனைக் கண்டு சேர்ந்துகொண்ட ஃபின் கேலிக்காகத் தான் எங்குமே செல்ல வில்லை, எல்லாம் உனது கனவு என்று ஏய்க்கிறான். அவன் தன்னை ஏய்த்தான் என்பது ஜிம்முக்கு மிகுந்த வருத்தத்தைத் தருகிறது. அதை உணர்ந்ததும் ஃபின் அவனிடம் மன்னிப்புக் கோருகிறான். (வெள்ளையனான தான் அப்படி கறுப்பனிடம் மன்னிப்புக் கேட்பது சரிதானா என்கிற கேள்வியும் அவனைத் துன்புறுத்துகிறது!)

மிதவையில் பயணித்தபடி செல்லும்போது அங்கங்கே தென்படும் ஊருக்குள் சென்று ஊர் விவரம் அறிய ஃபின் கிளம்புவான். அவன் யார் என்று கேட்பவர்களுக்கெல்லாம் புதிய கற்பனையுடன் கதை சொல்வான். ஒரு ஊருக்குள் பெண் வேடமணிந்து செல்கிறான். அங்கு அவன் சந்திக்கும் ஒரு பெண் அவன் பெண்ணில்லை என்பதைக் கண்டுபிடித்து விடுகிறாள். அவளிடமிருந்து ஜிம்மைத் தேடும் வேட்டையில் பலர் இருப்பதும் 300 டாலர் சன்மானத் தொகைக்குத் தேடலில்

போட்டி இருப்பதும் தெரிகிறது. அவன் அவசரமாக மிதவைக்குத் திரும்பி ஜிம்மிடம் நாம் உடனடியாக இந்த இடத்தை விட்டுக் கிளம்ப வேண்டும் என்கிறான். இருவரும் பயணத்தைத் தொடர்கிறார்கள்.

மீண்டும் ஆபத்து வருகிறது. ஒரு கப்பல் மிதவையில் இடித்ததில் இருவரும் வேறு வேறு திசையில் தள்ளப்படுகிறார்கள். கரையை அடைந்த ஃபின்னுக்கு க்ராங்க் ஃபோர்ட்ஸ் என்ற ஒரு பணக்காரக் குடும்பம் அடைக்கலம் கொடுக்கிறது. மிகச் சௌகர்யமான வாழ்க்கைக் கிடைக்கிறது. அவனது வயது கொண்ட பக் என்ற அவர்களது மகன் அவனுக்கு உற்ற தோழனாகிறான். ஆனால் அந்தக் குடும்பத்திற்கும் ஷப்பர்ட்சன்ஸ் என்ற குடும்பத்திற்கும் பயங்கரப் பகை இருப்பது அவனைக் குழப்புகிறது. இரு குடும்பங்களும் துப்பாக்கியுடனேயே தேவாலயத்துக்கும் செல்கிறார்கள். ரோமியோ ஜூலியட் கதைபோல, பக்கின் அக்கா ஷெப்பர்ட் சன்ஸ் வீட்டுப் பையனைக் காதலிக்கிறாள். நிலமையின் விபரீதம் புரியாமல் ஃபின் அவளுக்கும் அந்தக் காதலனுக்கும் இடையே நடந்த கடிதப் பரிமாற்றலில் சிக்கிக்கொள்கிறான். காதலர்கள் தப்பி ஓடுகிறார்கள். செய்தி வந்ததும் இரு குடும்பங்களுக்கு இடையேயும் தீவிர சண்டை ஏற்படுகிறது.

அந்தச் சண்டையில் ஃபின்னின் நண்பன் பக் இறந்து விடுகிறான். அதைக் கண்ணால் பார்த்த ஃபின் பீதியுடன் கிளம்பி நதிக்குச் செல்கிறான். ஜிம் மிதவையுடன் அமர்ந்திருப்பது கண்டு பெரிய நிம்மதியுடன் அவனுடன் சேர்ந்துகொள்கிறான். சற்றுத் தொலைவு பயணித்தவுடன் இரு போக்கிரிகள்; ஒருத்தன் வயதானவன், ஒருத்தன் நடுவயதுக்காரன், இருவரும் தாம் பயணித்த படகு உடைந்துவிட்டதென்று மிதவையில் இடம் கேட்டு அவர்களுடன் சேர்ந்துகொள்கிறார்கள். நடுவயதுக்காரன் தான் உண்மையில் பெரிய பிரபு வம்சத்தில் பிறந்தவன் என்கிறான். வயதானவன் தான் உண்மையில் ஃபிரெஞ்ச் அரசன் லூயி 16ஆம் வாரிசு என்கிறான். தங்களை அவர்கள் மிக மரியாதையுடன் நடத்த வேண்டும் என்கிறார்கள். ஜிம்மை அவர்கள் எங்கே காட்டிக்கொடுத்துவிடுவார்களோ என்று பயந்து ஃபின்னும் ஜிம்மும் அவர்கள் சொன்னபடியெல்லாம் கேட்கிறார்கள். போக்கிரிகள் பணம் சம்பாதிப்பது எப்படி என்று தீவிரமாக யோசிக்கிறார்கள். அவர்களுக்குத் தெரியும் ஜிம் தப்பி ஓடிய அடிமை என்று. ஆனால் அவனைக் காப்பாற்றுவதான பாசாங்குடன் நாடகமாடியவண்ணம் இருக்கிறார்கள்.

ஒவ்வொரு கரையோர ஊருக்குள்ளும் சென்று நாடகம் போடுவதாக ஊரை ஏமாற்றிப் பணம் சம்பாதிக்கிறார்கள்.

ஊர்க்காரர்கள் கண்டுபிடிப்பதற்கு முன் மிதவைக்குத் திரும்பு வார்கள். அவர்களது மோசடிக்குத் தானும் உடந்தையாகிறோம் என்கிற எரிச்சல் ஃபின்னுக்கு ஏற்பட்டாலும் வேறு வழியில்லாமல் பேசாமல் இருக்கிறான். சிறுவன் ஒருவன் மூலம் ஒரு ஊரில் வசதி படைத்த ஒரு ஆள் இறந்துபோனதகவலும் அவனுடைய சொத்து அவனுடைய சகோதரி மகள்களுக்குச் சேர வேண்டும், ஆனால் இறந்தவனின் சகோதரர்கள் இங்கிலாந்திலிருந்து வருவதற்காகக் குடும்பம் காத்திருக்கிறது என்றும் பிரபு வம்சத்தில் பிறந்தவன் எனச் சொல்லிக் கொள்கிறவன் தெரிந்துகொள்கிறான்.

இங்கிலாந்துச் சகோதரர்கள் எப்படி இருப்பார்கள் என்று யாருக்கும் தெரியாது என்றுவேறு தெரிய வருகிறது. உடனடியாக இரண்டு போக்கிரிகளும் திட்டம் போடுகிறார்கள். சாவு நடந்த வீட்டிற்குச் சென்று தாங்கள்தான் இங்கிலாந்துச் சகோதரர்கள் என்கிறார்கள். பிணத்தைக் கட்டிக்கொண்டு அழுகிறார்கள். அந்தப் பெண்கள் உடனடியாக அவர்களை மகிழ்ச்சியுடன் மாமாக்கள் என்று ஏற்றுக்கொள்கிறார்கள். இறந்துபோன மாமா உங்களுக்காக வைத்திருக்கும் 6000 பொற்காசுகள் என்று அவர்களிடம் ஒரு பை கொடுக்கப்படு கிறது. போக்கிரிகள் அதை வாங்கித் தங்கள் அறையில் வைத்துக்கொள்கிறார்கள். ஃபின்னுக்கு அவர்களது செய்கை மிகுந்த ஆத்திரத்தை அளிக்கிறது. அவர்கள் ஊருக்குள் வரும்போதெல்லாம் ஜிம்மை 'ஓடிப்போன அடிமை' மீண்டும் ஓடிப்போகாமல் இருக்கக் கயிற்றால் அவனைப் பிணைத்து விட்டுப் போவார்கள். அந்தப் பணத்தை அவர்களிடமிருந்து திருடி அதை அந்தப் பெண்களிடம் கொடுத்துவிட வேண்டும் என்று ஃபின் திட்டம் போடுகிறான். போக்கிரிகளின் பக்கத்து அறையில் அவன் இருக்கிறான். போக்கிரிகளின் பேச்சு காதில் விழுகிறது. அவர்களில் இளையவன் கிடைத்த பணத்தை எடுத்துக்கொண்டு கிளம்பிவிடலாம் என்கிறான். மூத்தவன் கூடாது நிலபுலன்களையும் விற்றுக் காசாக்கிப் பெரும் லாபமடைந்த பின் கம்பிநீட்ட வேண்டும் என்கிறான். அவர்கள் வெளியே செல்லும்போது ஃபின் அந்தப் பையை எடுத்து விடுகிறான். அதை எங்கேயாவது ஒளித்துவைக்க வேண்டும். அது இருக்கும் இடத்தைச் சொல்ல வேண்டும் என்று அந்தப் பெண்களில் மூத்தவளைத் தேடிக்கொண்டு போகிறான். அந்தப் பெண் சவப்பெட்டியின் முன் அமர்ந்து அழுதுகொண்டிருக்கிறாள். பிறகு அங்கிருந்து நகர்ந்துவிடுகிறாள்.

ஃபின்னுக்குப் பையை எங்கே ஒளிப்பது என்று தெரிய வில்லை. யாரோ வரும் அரவம் கேட்டுச் சட்டென்று சவப்பெட்டி யின் அடியில் வைத்துவிடுகிறான். அதனுடனேயே மறுநாள்

காலையில் சவ அடக்கம் நடந்து விடுகிறது. இறந்தவனின் நிஜ சகோதரர்கள் வந்துசேர்கிறார்கள்! எல்லோருக்கும் குழப்பம் ஏற்படுகிறது. குடும்பத்தின் மருத்துவருக்கு ஆரம்பத்திலிருந்தே போக்கிரிகள்மீது சந்தேகம். போக்கிரிகள் சவடாலாகப் பேசுகிறார்கள். சவக்குழியைத் தோண்டி பார்ப்போம், உடலில் அடையாளங்களை யார் துல்லியமாகச் சொல்கிறார்களோ அவர்கள்தான் உண்மையான சகோதரர்கள் என்று முடிவெடுத்துச் சவக்குழி தோண்டப்படுகிறது. அதில் பணப்பை இருப்பது தெரிந்ததும் போக்கிரிகளின் வேலை என்று ஊர் நினைத்து அவர்களை அடிக்கிறது.

ஃபின் அந்த அமர்க்களத்தில் இதுதான் சமயம் என்று தப்பி ஓடுகிறான். மிதவையை அடைந்தபோது அங்கு ஜிம் இல்லை. அந்தப் போக்கிரிகள் அவனை விற்றுவிட்டார்கள் என்று தெரிகிறது. ஃபின்னுக்கு அது அதிர்ச்சியையும் வருத்தத்தையும் அளிக்கிறது. மீண்டும் அவனுள் எது சரி, எது தவறு என்கிற குழப்பம். ஓடிப்போன அடிமையை விடுவிப்பது குற்றமா? நான் நரகத்திற்குச் செல்வேனா? நரகம்தான் எனக்குத் தண்டனை என்றால் எனக்கு நரகமே இருக்கட்டும் என்ற முடிவுடன் அவன் ஜிம்மைத் தேடிக்கொண்டு ஊர் ஊராக அலைகிறான். கடைசியில் ஸைலாஸ், சாலி ஃபெல்ப்ஸ் என்பவர்களின் தோட்டத்தில் ஜிம் இருப்பது அறிந்து அங்கு செல்கிறான். சாலியின் சகோதரி மகனின் வரவிற்காகக் காத்திருந்தவர்கள் அவனைக் கண்டதும் அவன்தான் அது என்று நினைத்து 'டாம், வந்துவிட்டாயா?' என்கிறார்கள். ஃபின்னும் தான்தான் டாம் என்று நடிக்கிறான். அங்கிருக்கும் மற்ற அடிமைகள் மூலம் ஜிம் ஒரு அறையில் கட்டிப்போடப்பட்டிருப்பதை அறிகிறான்.

இரண்டு நாள் கழித்து நிஜமான டாம் வந்து சேருகிறான். அவன் வேறு யாருமில்லை, ஃபின்னின் நண்பன் டாம் சாயரேதான். இருவரும் மறுபடி மகிழ்ச்சியுடன் சேர்ந்து நாடகமாடுகிறார்கள். டாமின் இளைய சகோதரன் என்று டாம் சொல்கிறான். ஜிம்மை எப்படி விடுவிப்பது என்பதற்கு டாம் சாயர் நம்ப முடியாத திட்டம் போடுகிறான். அதற்கெல்லாம் ஜிம் உடன்படுகிறான். (இந்தப் பகுதியை அநாவசியம் என்று விமர்சகர்கள் கண்டித்தார்கள். எனக்கும் அது தேவையுமில்லை என்றுதான் படுகிறது) உண்மையில் ஜிம ஏற்கெனவே அடிமைத் தளத்திலிருந்து விடுவிக்கப்பட்டவன். ஜிம்மின் எஜமானி மிஸ் வாட்சன் இரண்டு மாதங்களுக்கு முன் இறந்துவிட்டாள். இறப்பதற்கு முன் ஜிம்மைத் தான் விடுவிப்பதாக எழுதிக் கொடுத்திருக்கிறாள். அதை டாம் சாயர் முதலிலேயே சொல்லாமல் விளையாட்டில் ஈடுபடுவது உண்மையிலேயே

தலைமறைவான படைப்பாளி

சிறுபிள்ளைத்தனமாக இருக்கிறது. ஜிம் தப்பி ஓடுகிறான் என்று எல்லோரும் துரத்தும்போது டாம் சாயருக்குக் காலில் துப்பாக்கிச்சூடு ஏற்படுகிறது. தன்னால் அவனுக்கு அபாயம் ஏற்பட்டது கண்டு ஜிம் தப்பி ஓடாமல் அவனுக்கு உதவுகிறான். இதைக் காண்பிப்பதற்காகவே மார்க் ட்வெய்ன் டாம் சாயரின் சாகசத்தைப் புகுத்துகிறார் என்று தெரிகிறது.

கடைசியில் டாம் சாயரின் இன்னொரு சித்தி ஊரிலிருந்து வந்ததும் எல்லா உண்மைகளும் தெரிய வருகின்றன. ஃபின் ஊருக்குத் திரும்ப விரும்பவில்லை. மீண்டும் தந்தையின் பிடியில் சிக்குவோம் என்கிற பயம் அவனுக்கு. அப்போது ஜிம் ஓர் உண்மையைச் சொல்கிறான். வெள்ளத்தில் மிதந்த வீட்டில் இருந்த சடலம் உன்னுடைய தந்தையுடையது, அதனால் இனி நீ தைரியமாக மீண்டும் உனது ஊருக்குச் செல்லலாம் என்கிறான். ஜிம் இப்போது சுதந்திர மனிதன். ஃபின்னுக்கு 'நாகரிக' வாழ்வு அளிக்கவும் கல்வி கற்பிக்கவும் சாலி ஃபெல்ப்ஸ் தயாராய் இருக்கிறாள். 'ஆளை விடுங்க' என்று ஹக்கில்பெரி ஃபின் கிழக்கு மாகாணத்தை நோக்கிப் பயணிக்கிறான்.

இத்துடன் கதை முடிகிறது. இது வெறும் சிறுவர்களுக்கான கதை மட்டும் இல்லை, நிச்சயம். அதனாலேயே அன்றைய அமெரிக்க வாசகர்களைத் துன்புறுத்தியது. இன்றும் நிற வேற்றுமை உணர்வு மறையாத இடங்களிலும் உள்ளங்களிலும் சங்கடத்தை ஏற்படுத்துகிறது.

வாஸந்தி

மிருகங்களின் புரட்சி: ஒரு படைப்பாளியின் தீர்க்கதரிசனம்

The Animal Farm By George Orwell (1945)

"அனிமல் ஃபார்ம்' (விலங்குப் பண்ணை) என்கிற எனது புத்தகம் மற்ற எனது எழுத்திலிருந்து வேறுபட்டது" என்றார் ஜார்ஜ் ஆர்வெல், சர்ச்சைக்கு உள்ளான தனது புத்தகத்துக்கு விளக்கமளிக்கும் ஒரு கட்டுரையில். "அரசியல் கருத்தையும் நோக்கத்தையும் இலக்கியத்துடன் இணைக்க வேண்டும், படைப்பிலக்கியமாக்க வேண்டும் என்கிற எண்ணத்தில் எழுதப்பட்ட கதை இது…" என்றார். 'இலக்கியம் இலக்கியத்துக்காகவே' என்ற கோஷங்களும், அரசியல் கண்ணோட்டத்தோடு எழுதப்படும் புதினம் இலக்கிய இலக்கணத்துக்கு ஒத்துவராதது என்கிற விமர்சனங்களை அர்த்தமற்றவையாக ஆக்கிற்று 'தி அனிமல் ஃபார்ம்'. தனது அரசியல் நிலைப்பாட்டை எடுத்துச் சொல்ல, அவர் கையாண்ட மொழியும் நடையும் வாசகர் மத்தியிலும், இலக்கிய வட்டத்திலும் எதிர்பாராத வரவேற்பைப் பெற்றுப் பிரசித்தமானது.

இந்தக் குறுநாவலில் ருஷ்ய புரட்சிக்கான காரணிகளின் வரலாற்றையும் பிறகு ஜோசஃப் ஸ்டாலினின் கீழ் எப்படி ருஷ்யா பயங்கர சர்வாதிகார ஆட்சியாகவும் ஆகிவிட்டது என்பதையும் ஒரு

மிக அழகிய உருவகக் கதையாய் பின்னுகிறார் ஆர்வெல்... ஹாஸ்யமும், கூர்மையும் சோகமும் இழையோடும் சரளமான ஆங்கிலத்தில் படிக்கும்போது வண்ணம் மிகுந்த வால்ட் டிஸ்னீயின் இலக்கியச் சோலையில் உலவுவதுபோல் இருக்கிறது.

அரசியல், சமூகப் புரட்சிகள் தனிநபர் வழிபாட்டில் சிக்கிக்கொண்டுவிடும் அபாயத்தையும், எதேச்சாதிகாரத்தில் முடியும் யதார்த்தத்தையும் எதை ஒடுக்குவதற்காகப் புரட்சி வெடித்ததோ கடைசியில் அதுவாகவே அது ஆகிவிடுவதையும் இத்தனை அற்புதமாக எவரும் நையாண்டி செய்ததில்லை. இலக்கிய நயத்தோடு சொன்னதில்லை. நாவலின் கதாநாயகர்கள் மீசை முறுக்கும் ஆண்கள் அல்லர். பன்றிகள். கதைக்களம் நகர்ப்புறம் இல்லை. குதிரைகள், கோழி, சேவல், ஆடு, மாடு, நாய், பூனை, குதிரைகள் நிறைந்த கிராமப் பண்ணை. அவர்களே கதைமாந்தர்கள். பொறுங்கள், இது சிறுவர் இலக்கியம் அல்ல. வயது வந்தவர்களை உலுக்கி எடுப்பதற்காக எழுதப்பட்டது. ஆனால் எல்லா வயதுக்காரருக்குமானதாகப் படுகிறது எனக்கு. 1945இல் வெளியான பிறகு இன்றுவரை உலகின் மிகச்சிறந்த அரசியல் அங்கதப் புத்தகமாகக் கருதப்படுகிறது. கல்லூரி நாட்களுக்குப் பிறகு இந்தக் கட்டுரையை எழுதுவதற்காக மீண்டும் படித்தபோது முன்பைவிட இப்போது அதிகமாக ரசித்தேன்.

இரண்டாம் உலக யுத்தம் முடிந்த பிறகு வெளியான புத்தகம் இங்கிலாந்திலும் மேற்கு ஐரோப்பாவிலும் தடை செய்யப்படவில்லை, கிழக்கு ஐரோப்பாவிலும் ருஷ்யக் குடியரசிலும் கம்யூனிசம் 1989இல் வீழ்ச்சி அடையும்வரை தடைச் செய்யப்பட்டிருந்தது. ஆனால் 1943இல் எழுதப்பட்ட புத்தகம் 1945 வரை பல பதிப்பாளர்களால் இங்கிலாந்தில் நிராகரிக்கப்பட்டது. மோசமான எழுத்து என்ற காரணமில்லை. புத்தகம் அன்றைய அரசியல் சூழலுக்கு ஒத்துவராத சர்ச்சைக்குரிய அரசியல் வாதத்தை முன்வைத்ததால். மிக சமீபத்தில் ஆச்சரிய மான விஷயம் ஒன்று தெரிய வந்திருக்கிறது. பிரிட்டீஷ் நூலகம் தனது கலாச்சாரப் பாரம்பர்யத்தைக் கொண்டாடும் பணியை மேற்கொண்டிருக்கும் நிலையில் மிகப் பிரபல அமெரிக்க / பிரிட்டீஷ் கவிஞரும் அன்றைய நாளில் 'ஃபேபர் அண்ட் ஃபேபர்' என்ற பதிப்பகத்தின் ஆசிரியருமாகவும் இருந்த டி.எஸ். எலியட் (ஆர்வெல்லின் புத்தகத்தை நிராகரித்தவர்) புத்தகத்தைத் தாம் நிராகரித்த காரணத்தை விளக்கி ஜார்ஜ் ஆர்வெல்லுக்குக் கைப்பட எழுதிய கடிதம் கண்டுபிடிக்கப்பட்டிருக்கிறது. பரந்த பார்வையும் எழுத்துச் சுதந்திரத்துக்குக் குரல் கொடுப்பவராக வும் இருக்க வேண்டிய கவிஞர் அரசியல் காரணம் சொல்லி அதை நிராகரித்தது எனக்கு வியப்பை அளிக்கிறது.

இத்தனைக்கும் கம்யூனிசத்தையும், அன்று கம்யூனிச ருஷியாவில் சர்வாதிகாரியாகச் செயல்பட்ட ஸ்டாலினையும் நேரிடையாக அப்புத்தகம் விமர்சிக்கவில்லை. உருவகமாக வரும் நையாண்டி எளிதில் புரிந்துகொள்ளக் கூடியதுதான். ஆனால் எல்லாச் சித்தாந்தமும், அது ஜனநாயகமாக இருந்தாலும், தனிநபர் போற்றுதலில் இறங்குமானால் கடைசியில் எந்தப் புரட்சிக்கும் அர்த்தமில்லை என்ற பார்வையில் ஆர்வெல் எழுதியிருப்பதாகவும் அர்த்தம் கொள்ளலாம். அவர் வர்ணிக்கும் ‘தலைமை ஸ்துதி’ காட்சிகள் நமது ஜனநாயகத் தமிழ்நாட்டிலும் கூடக் காணக்கிடைக்கும் விஷயம்தான். ஆர்வெல்லின் பார்வை அது, அதை அவர் வெளிப்படுத்த அவருக்குச் சுதந்திரம் உண்டு என்று எலியட் எடுத்துக்கொள்ளாதது ஏமாற்றமாக இருக்கிறது.

பதிப்பாளர் ஸ்தானத்தில் அமர்ந்திருந்த காரணத்தால் அவர் எந்தச் சிக்கலிலும் சிக்கிக்கொள்ள விரும்பவில்லை என்றுதான் நினைக்கத் தோன்றுகிறது. காரணம் அன்றைய காலகட்டத்தில் இங்கிலாந்து அரசு ஹிட்லரின் ஜெர்மனியை எதிர்கொள்ள ருஷ்யாவுடன் கூட்டணி வைத்திருந்தது. இந்தப் புத்தகத்தை வெளியிடுவது அரசுக்குச் சங்கடம் மட்டுமல்ல, கூட்டணியையும் பாதிக்கும் என்ற எண்ணம் பதிப்பாளர்களுக்கு இருந்தது; அரசு தடை செய்யலாம் என்ற பயமும் இருந்தது; ‘கதையில் நம்பகத்தன்மை இல்லை’ என்றார் எலியட். ‘புரட்சி தோற்றது என்கிற எதிர்மறைக் கருத்தில் எனக்கு உடன்பாடு இல்லை’ என்றார். ‘மிக அழகாக எழுதியிருக்கிறீர்கள், ஆனால் இன்றைய காலகட்டத்தில் இருக்கும் ஒரு அரசியல் அமைப்பைப்பற்றி நீங்கள் உருவகப்படுத்தியிருப்பதைச் சரியான கருத்தாக என்னால் ஏற்க முடியவில்லை. பன்றிகள் பண்ணையைக் கைப்பற்றியது சரிதான். ஏனென்றால் மற்ற மிருகங்களைவிடப் புத்திசாலிகளாக இருந்தன. அவை இல்லாமல் போயிருந்தால் மிருகங்களின் பண்ணை தோன்றியிருக்காதே? ”

ஆர்வெல் சோர்ந்துபோகவில்லை. தன்னுடைய கருத்து மக்களுக்குப் போய்சேர வேண்டும் என்பதில் உறுதியுடன் இருந்தார். நான்கு பதிப்பகங்கள் மறுத்தபோது தானே அதைத் துண்டுப் பிரசுரமாக வெளியிடலாமோ என்று ஆர்வெல் நினைத்தார். கடைசியில் இரண்டாம் உலகப்போர் மே மாதம் 1945இல் முடிவுக்கு வநதபிறகு ஆகஸ்ட் மாதம் ‘அனிமல் ஃபார்ம்’ வெளியானது.

‘மேனர்’ பண்ணையில் ‘ஓல்ட் மேஜர்’ என்று எல்லோராலும் அழைக்கப்பட்ட வயதான பன்றி, ஒரு நாள் அங்கு இருந்த எல்லா மிருகங்களையும் ஒரு கூட்டத்துக்கு வரும்படி சொன்னது. ஓல்ட் மேஜர் அவர்களுக்குத் தலைவர்போல. பண்ணையில்

மிருகங்கள் மிகக் கேவலமாக ஈவு இரக்கமில்லாமல் மனிதர்களால் நடத்துவதை இனியும் பொறுக்க முடியாது என்கிறார் மேஜர். பண்ணையின் சொந்தக்காரரும் குடிகாரருமான ஜோன்ஸ் நமது விரோதி என்கிறார். புரட்சி வெடிக்கட்டும் இத்தனை நாட்கள் நாம் வாயை மூடிக்கொண்டு கொடுமைகளைச் சகித்தது போதும் என்று உசுப்பிவிடுகிறார். அவர்களுக்குப் புரட்சிப் பாடல் ஒன்றைக் கற்பிக்கிறார் . (Beasts of England என்று தொடங்கும் பாடல் – உலகின் உழைப்பாளிகளே என்ற கம்யூனிஸ்ட் பாடலைப் போல) புரட்சியைக் காணாமலே மேஜர் இறந்துவிடுகிறார். ஸ்நோபால், நெப்போலியன் என்ற இரண்டு இளம் பன்றிகள் புரட்சியை முன்னெடுக்கும் பணியை மேற்கொள்கின்றன. ஜோன்ஸை அகற்றிவிட்டுப் பண்ணையைக் கைப்பற்றுவோம் என்கிற வெறி எல்லா மிருகங்களையும் ஆட்கொள்கிறது.

உசுப்பிவிடப்பட்ட மிருகங்கள் ஜோன்ஸ்ஸுக்கு எதிரான பெரிய போராட்டத்தில் ஈடுபடுகின்றன. ஜோன்ஸும் அவரது குடும்பமும் செத்தோம் பிழைத்தோம் என்று பண்ணையை விட்டு ஓடுகிறார்கள். இப்போது முழுப்பண்ணையும் மிருகங்களுக்குச் சொந்தம். ஜோன்ஸ் கொடுத்த அரைவயிற்றுச் சாப்பாட்டுக்குப் பதில் முழு வயிற்றுச் சாப்பாடு கிடைத்தது. எல்லா மிருகங்களும் சமம் என்ற முக்கியமான அம்சத்துடன் மொத்தம் ஏழு கட்டளைகளை முன்வைக்கிறார்கள். ஒற்றுமையாக வாழ்வோம். உணவைச் சமமாகப் பகிர்வோம். ஒரு உயிரையும் கொல்ல மாட்டோம், சமமாக உழைப்போம் என்று சமப் பகிர்வு வாழ்வுக்குத் தேவையான கட்டளைகளை. அதற்குப் பெயர் ‘அனிமலிசம்’ (கம்யூனிசத்தின் நையாண்டி) மேனர் பண்ணை என்கிற பலகை இருந்த இடத்தில் ‘விலங்குப் பண்ணை’ என்ற பலகை ஏறிற்று. ஸ்நோபாலுக்குக் கல்வி ஞானம் உண்டு. மற்ற மிருகங்களுக்கு எழுதப் படிக்கக் கற்றுக்கொடுக்கிறது. நெப்போலியன் ஆரம்பத்திலிருந்தே பொல்லாத்தனத்தைக் கொண்ட பன்றி. புதிதாகப் பிறந்த ஏழு நாய்குட்டிகளைத் தனியாகத் தனது பரணில் வைத்துவிடுகிறது, அனிமலிச போதனையில் வளர்க்க.

பண்ணை மிக நேர்த்தியாக இரு பன்றிகளின் மேற்பார்வை யில் நடக்கிறது. எல்லாப் பணிகளும் இலாகாக்களாகப் பிரிக்கப்பட்டுப் பகிர்ந்தளிக்கப்படுவதால் எல்லா மிருகங்களும் பொறுப்புடன் வேலை செய்கின்றன. உணவு அதிகரிக்கிறது. பண்ணை சிறப்பாகச் செயல்படுகிறது. மெல்ல மெல்லப் பன்றிகள் தங்களைத் தலைவர்கள் ஸ்தானத்துக்கு உயர்த்திக்கொள்கின்றன. தங்களுக்கு என்று விசேஷமாக உணவை வைத்துக்கொள்கின்றன. ஜோன்ஸின் பண்ணை வீட்டை முதலில் அருங்காட்சியகமாக

வைக்கலாம் என்று சொன்ன பன்றிகள் தாங்கள் வகுத்த ஏழு கட்டளைகளை மீறும் விதமாகப் படுக்கை அறைக் கட்டில், சாப்பாட்டு அறை என்று தங்கள் உபயோகத்துக்கு வைத்துக் கொள்கின்றன. 'எல்லா மிருகங்களும் சமம்' என்ற கோஷம், இப்போது 'எல்லா மிருகங்களும் சமம்; ஆனால் சில கூடுதலாகச் சமம்' என்பது எழுதப்படாத விதியாயிற்று.

ஆனால் மற்ற மிருகங்கள் அதை அதிகம் பொருட்படுத்துவ தில்லை. இப்போது ஜோன்ஸிடமிருந்து பெற்ற விடுதலைப் பெரிது. சந்தோஷமாக மாய்ந்து மாய்ந்து உழைத்தன.

புத்திசாலியான ஸ்நோபால் மனிதர்களிடமிருந்து தாக்குதல் வரும் என்று எதிர்பார்த்திருந்தது. அதை எதிர்கொள்ளப் பல புத்தகங்கள் படித்து மிருகங்கள் தற்காத்துக்கொள்ளவும் மோதவும் பயிற்சி அளித்தது. அதற்கேற்றார்போல ஜோன்ஸ் ஒரு பெரிய படையுடன் வந்தான். ஸ்நோபாலின் வழிநடத்தலில் மிருகங்கள் அவனையும் அவனது ஆட்களையும் ஆக்ரோஷ மாக விரட்டி அடித்தன. அதற்குப் பிறகு ஸ்நோபாலின் புகழ் பரவிற்று. இனி ஒவ்வொரு ஆண்டும் இந்தப் போரின் வெற்றி விழா கொண்டாடப்படும் என்று அறிவிக்கப்பட்டது. நெப்போலியனுக்கும் ஸ்நோபாலுக்கும் இடையே தலைமைப்பீடப் போட்டி தொடங்கியது. ஸ்நோபால் முன்வைக்கும் திட்டத்தை யெல்லாம் நெப்போலியன் எதிர்த்தது. ஸ்நோபால் ஒரு காற்றாலைக்கான திட்டம் வரைந்தது. அது பிதற்றல் என்றது நெப்போலியன்.

ஸ்குவீலர் என்ற துதிபாடிப் பன்றியை நெப்போலியன் தனது அடியாளாக்கிக்கொண்டது. ஸ்நோபாலின் திட்ட வரைபடங்களை இப்போது ராட்ஷச உயரத்துக்கு வளர்ந்திருந்த நாய்குட்டிகளைக்கொண்டு சேதப்படுத்திற்று. ஒரு நாள் ஸ்நோபால் காணாமல் போயிற்று. ஸ்நோபால் இனத்துரோகி; எதிரியுடன் கூட்டு வைக்க ஓடிப்போனது என்று நெப்போலியன் சொன்னதை மற்ற மிருகங்கள் நம்பத் தொடங்கின. பண்ணையில் என்ன தவறு நேர்ந்தாலும் அது ஸ்நோபாலின் வேலை என்கிற வதந்தி வேகமாக வலுப்பெற்றது. நெப்போலியன் ஒரு புதிய காற்றாலைக்குத் திட்டம் போட்டது. அதை மற்ற மிருகங்களைக்கொண்டு விரட்டி வேலை வாங்கிற்று ஸ்குவீலர். ஒரு பெரிய புயல் அடிக்கக் காற்றாலை நொறுங்கிற்று. அதுவும் ஸ்நோபாலின் வேலை என்று நெப்போலியன் சொல்ல ஆரம்பித்ததை எந்த முணுமுணுப்பும் இல்லாமல் பல மிருகங்கள் ஏற்றன. முணுமுணுத்தவை என்கிற சந்தேகம் வந்தாலும் நெப்போலியன் அவற்றைக் குரூரமாகச் சாக அடித்தது. 'எந்த

மிருகத்தையும் கொல்லக் கூடாது' என்ற கட்டளை 'துரோகி களைக் கொல்லலாம்' என்று மாறிற்று. Beasts of England பாடலுக்கு பதில் இப்போது நெப்போலியனைப் புகழும் பாடல் ஒன்று பாடப்பட்டது. நடப்பவை எல்லாம் சங்கடம் விளைவித்தாலும் பொருட்படுத்தாமல் மிருகங்கள் புதிய காற்றாலை ஒன்றைக் கட்ட உழைத்தன. அதில் பாக்சர் என்ற வயசான குதிரை உண்மையான உழைப்பாளி. ஓல்ட் மேஜரின் சித்தாந்தத்தில் தீவிர நம்பிக்கை கொண்டது. நெப்போலியனின் புதிய ஏற்பாட்டினால் அரை வயிறே நிரம்பினாலும் காற்றாலை கட்டி முடித்தால் பண்ணைக்கு நல்லது என்கிற வைராக்கியத்துடன் கடுமையாக உழைக்கிறது.

பக்கத்துப் பண்ணை ஒன்றின் முதலாளி ஃப்ரெடரிக் என்பவன் விலங்குப் பண்ணையை வெடிமருந்து வைத்துத் தாக்க வருகிறான். காற்றாலை தரைமட்டமாகிறது, மிருகங்கள் போரில் வெற்றி பெற்றாலும் மிக அதிக சேதம் ஏற்படுகிறது. பல மிருகங்கள் செத்துப்போகின்றன. பாக்சருக்கும் பலமாக அடிபடுகிறது. இருந்தும் கஷ்டப்பட்டு வேலையைத் தொடர்கிறது. கடைசியில் முடியாமல் மூர்ச்சையாகிறது. ஸ்குவீலர் பாக்சரின் நிலை கண்டு தலைவர் மிகவும் வருந்துகிறார் என்றும், மருத்துவமனைக்கு அனுப்பப் போவதாகவும் புளுகுகிறது. வண்டியில் பாக்சர் ஏற்றப்பட்டுக் கிளம்பும்போது பெஞ்சமின் என்ற கழுதை வண்டியில் எழுதப்பட்டிருக்கும் வார்த்தைகளைப் படிக்கிறது. அது கசாப்பு நிலையத்துக்குச் செல்லும் வண்டி. எல்லா மிருகங்களும் அதிர்ந்து வண்டியை நிறுத்தப் பார்க்கின்றன. ஆனால் வண்டி போய்விடுகிறது.

மறுநாள் பாக்சர் மருத்துவமனையில் அமைதியாக இறந்து போனதாக ஸ்குவீலர் அறிவிக்கிறது. பாக்சர் கொண்டாடப்பட வேண்டிய மிருகம் என்றும் பாக்சரைப்போல மற்ற மிருகங்களும் உழைப்பதுதான் அதற்குச் செய்யப்படும் மரியாதை என்றும் பன்றிகள் அறிவிக்கின்றன. பாக்சரை விற்ற பணத்தில் பன்றிகள் விஸ்கி வாங்கிப் பெரிய விருந்தும் கொண்டாட்டமுமாக இருக்கின்றன. விக்கித்துப்போன மற்ற மிருகங்கள் ஏதும் சொல்ல பயந்து வாளாவிருக்கின்றன.

வருடங்கள் நகர்கின்றன. மேலும் இரண்டு காற்றாலைகள் கட்டப்படுகின்றன. பண்ணை நிறையச் சம்பாதிக்கிறது. ஆனால் பன்றி இனம் மட்டுமே சுபிட்சமாக அதிகார பீடத்தில் அமர்ந்திருக்கிறது. பண்ணையில் உழைப்பவர்களின் நிலை மோசமாக இருக்கிறது. பழைய மிருகங்கள் எல்லாம் இறந்து விட்டன. நெப்போலியன் மனிதர்களுடன் புதிய ஒப்பந்தம் செய்துகொண்டு இணக்கமாகிவிட்டது. வர வரப் பன்றிகள்

மனிதர்களைப்போல இரண்டு காலில் நடக்க ஆரம்பித்தன. 'அனிமல் ஃபார்ம்' என்பதுகூடக் கைவிடப்பட்டு மீண்டும் மேனர் ஃபார்ம் என்று பெயரிடப்பட்டது. புதிய மனிதக் கூட்டாளி களுக்கு நெப்போலியன் பெரிய விருந்து கொடுத்தது. மற்ற மிருகங்கங்கள் ஜன்னல் வழியே பார்த்தன. வியப்பாக இருந்தது. பன்றிகளுக்கும் மனிதர்களுக்கும் இருந்த வித்தியாசம் இப்போது காணாமல் போயிருந்தது.

இதுதான் கதை, ஒரு நாடோடிப் பாடலைப்போல.

ஸ்பெயின் உள்நாட்டுப் போரின்போது பி.பி.சி.யில் பணியாற்றிக்கொண்டிருந்த ஆர்வெல் செய்தி சேர்க்கப் போனபோது கம்யூனிசத் தாக்குதலிருந்து தப்பிக்க நேர்ந்தது. அப்போதுதான் "ஜனநாய நாடுகளில் வாழும் படித்த விவேகமுள்ளவர்களின் அபிப்பிராயங்களையும் சர்வாதிகாரப் பிரச்சாரம் மாற்றும் வலிமை கொண்டது" என்று தான் உணர்ந்ததாகப் புத்தக வெளியீட்டின்போது சொன்னார் ஆர்வெல். மிருகப் பண்ணை உருவகம் தோன்றியதற்கும் காரணம் இருந்தது. "ஒரு நாளைக்கு ஒரு சிறு பையன், பத்து வயதுதான் இருக்கும், சின்னச் சந்து ஒன்றில் ஒரு பெரிய வண்டிக் குதிரையை ஓட்டிக்கொண்டிருந்தான். குதிரை சற்று வேறு பக்கம் திரும்பினாலும் சுளீரென்று சாட்டையால் அடித்தவண்ணம் இருந்தான். அந்த மிருகங்கள் மட்டும் தங்கள் சக்தியை உணர்ந்து கொண்டால் நம்மால் ஒன்றுமே செய்ய முடியாது என்று எனக்குத் தோன்றிற்று. பணக்காரர்கள் ஏழைகளைச் சூறையாடுவது போலவே மனிதனும் மிருகங்களைச் சூறையாடுகிறான்.'

இப்படியாகத்தான் அந்தக் கதை பிறந்தது.

ஆனால் ருஷ்யத் தலைவர்களைப் பன்றிகளாகச் சித்திரித் திருப்பது அசிங்கம், அநாகரிகம் என்று ஆங்கிலேயர்கள்கூட நினைத்தார்கள். பல நிராகரிப்புகளுக்குப் பிறகு வெளிவந்த புத்தகத்தின் முகவுரையில், பதிப்பாளர்கள் தாங்களாகவே விதிக்கும் தடைகளை ஆர்வெல் சாடினார். அரசு நேரிடையாகத் தடை விதிக்காவிட்டாலும் இவர்களாகவே இது நமது அரசு கொள்கைகளுக்கு விரோதமானது, படிக்கத் தகாதது என்று தீர்மானிக்கிறார்கள் ' என்றார், பின்னால் வந்த பதிப்புகளில் அது நீக்கப்பட்டது.

அரசியல் சம்பந்தமானது என்றால் எத்தனை உயர்ந்த எழுத்தாக இருந்தாலும் பதிப்பாளர்களுக்குச் சங்கடம் என்கிற நிலை மாறாது.

யுத்த களத்துச் சோகம்:
ஒரு காவியக் கவிதை

All quiet on the Western Front (by Erich Maria Remarque translated by A.W.Wheen)

மிதமிஞ்சிய சோகம் மனத்தில் உன்னத உணர்வுகளை எழுப்பும் வலிமை கொண்டது. அந்தச் சோகமே கவிதையாக, காப்பியமாக உருப் பெறும்போது அதை எழுதிய மனிதன் மகா புருஷனாகப் படுகிறான். அத்தகைய உணர்வை ஏற்படுத்திய புத்தகம் இது. 1929இல் எழுதப்பட்ட இந்தப் படைப்பைப் பற்றிக் கல்லூரி நாட்களில் அறிந்திருந்தேன். முதலாம் உலகமகா யுத்த களத்தை வர்ணிக்கும் புத்தகம் என்று மட்டும் தெரியும். சுவாரஸ்யமாக இருக்காது என்று நான் ஒதுக்கியிருந்த புத்தகம் இது. இப்போதுதான் அதைப் படித்தேன். 300க்கும் குறைவான பக்கங்களே கொண்ட சிறிய புத்தகம். கணினியில் பதிவிறக்கம் செய்து வாசிக்கும்போது ஒரு வரியிலிருந்தும் கண்களை விலக்கி வேறு திசையில் திருப்ப முடியவில்லை. ஒவ்வொரு சொல்லும் மனத்தை ஆட்கொண்டது. அதன் கவித்துவம் பிரமிப்பை ஊட்டியது. இத்தனைக்கும் ஜெர்மன் மொழியிலிருந்து ஆங்கிலத்தில் மொழியாக்கம் செய்யப்பட்டது. மொழியாக்கமே இத்தகைய தாக்கத்தை ஏற்படுத்து மானால் ஜெர்மன் மொழியில் எப்படி இருக்க வேண்டும்? ஆனால் அந்தப் புத்தகம் ஜெர்மனியில்

நாஜிக்களால் தடைசெய்யப்பட்டது – புத்தகப் பிரதிகள் எரிக்கப்பட்டன. ஆசிரியர் தலைமறைவாக வேண்டியிருந்தது. ஆனால் புத்தகம் வெளிவந்த 18 மாதங்களுக்குள் 25 லட்சம் பிரதிகள் விற்பனையாகிவிட்டன. 1930இல் திரைப்படமாக வெளியானதும் அதிகம் பேசப்பட்டது. பல விருதுகளைப்பெற்ற படம்.

அதில் காதல், பிணக்கு, சல்லாபம், பகை, பொறாமை, சாகசம் என்று எதுவும் இல்லை. ஒரு பெண் கதாபாத்திரம்கூட இல்லை. இன்னும் அப்பாவித்தனம் மாறாத, வாழ்க்கை பற்றிய கனவுகள் கொண்ட 18 வயது வீரனின் படைக்கள வாழ்க்கையின் சரிதம். அவன் மூலமாக ஆசிரியர் உலக சமாதான ஆர்வலராக வெளிப்படுகிறார். கோஷமெழுப்பாமல், உணர்ச்சிவசப்பட்ட சம்பாஷணைகள் இல்லாமல். வாழ்வின் அநித்தியம், சாமான்யனுக்குச் சம்பந்தமில்லாத போர்; அதன் நாசம்; அது எழுப்பும் சுவர்கள் – மனிதர்களுக்கிடையே இனங்களுக்கு இடையே, தேசங்களுக்கு இடையே – அவன் அடையும் – காயங்கள், உடலுறுப்பு இழப்புக்கள், முக்கியமாக அவனது இளமையின் மரணம்; பிஞ்சில் மூப்பை எட்டிவிடும் அவனைப் போர்க்களம் சராசரி உலக வாழ்வோடு இயல்பாக ஒன்றவிடாமல் செய்கிறது. ஆனால் போர்க்களம் ஓர் அசாதாரண நெருக்கத்தையும் சகோதரத்துவத்தையும் வீரர்களிடையே ஏற்படுத்துகிறது. அந்த நெருக்கமே விசுவாசமே கடைசி மூச்சுவரை அவர்களுக்கு ஆசுவாசம் தருவது. இந்த உணர்வுகளை மிக மிகத் துல்லியமாக, ஆத்மார்த்தமாக உணர்ந்த வலியுடன் ஆசிரியர் எழுதுகிறார். முதலாம் உலகப்போரில் பங்குபெற்ற அனுபவம் கொண்டவர் என்கிற காரணத்தால் அவரது விவரணைகள் மிகத் தத்ரூபமாக இருக்கின்றன.

கதையின் முன்னுரையில் ஆசிரியர் எரிச் மரியா ரிமார்க் சொல்கிறார்: ‘இது யாரையும் குற்றம் சாட்டவோ, குற்றத்தை ஒப்புக்கொள்ளவோ எழுதப்படவில்லை. இது எந்த சாகசத்தையும் வெளிப்படுத்தவும் எழுதப்படவில்லை. மரணத்தை நேருக்கு நேர் சந்தித்து நிற்பவர்களுக்கு மரணம் என்பது சாகசம் இல்லை. குண்டு வீச்சிலிருந்து தப்பியிருந்தாலும் ஒரு தலைமுறை ஆண்களின் வாழ்வு நாசமாகிப்போனதைச் சொல்ல முயற்சிக்கும் கதை. வீர சாகசங்கள் கொண்ட துணிச்சல் மிக்க சம்பவங்கள் இதில் இல்லை. வீரர்கள் சந்திக்கும் யதார்த்த நிலவரத்தைச் சொல்கிறது, அவ்வளவே. அவர்கள் எதிர்கொள்ளும் குண்டுவீச்சுக்கள்; போதிய உணவு கிடைக்காமல் அவர்கள் அல்லலுறுவது, உணவைத் தேடிச் செல்வது; போதிய பயிற்சி

இல்லாமல், ஆயுதம் ஏந்தத் தெரியாமல் நுழையும் இளம் வீரர்களின் இயலாமை; அவர்களது பயம்; உயிருக்கு எந்த உத்தரவாதமும் இல்லாத சூழல் ஆகிய உண்மைகளைத்தான் இதில் சொல்லியிருக்கிறேன்.'

இதற்காகவே இந்தப் புத்தகம் நாஜிக்களால் ஜெர்மனியில் தடைசெய்யப்பட்டது. ஜெர்மன் ராணுவத்தைக் குறை கூறுகிறது, பலவீனமானதாகக் காட்டுகிறது என்றும் சொல்லப்பட்டது. ஆனால் புத்தகத்தை அதிகமாக வாசித்தவர்கள் ராணுவத்தில் பணிபுரிந்தவர்கள். போரினால் பாதிக்கப்பட்ட தலைமுறை மொத்தமும் வாசித்தது.

18–19 வயது பால் ப்ரௌமர் கதையின் கதாநாயகன். அவனுடைய பள்ளி ஆசிரியர் கொடுத்த ஊக்கத்தினால் ராணுவத்தில் சேருகிறான். அப்போதுதான் முதலாம் உலகமகாயுத்தம் ஆரம்பித்திருந்தது. அவனுடைய வகுப்பில் இருந்த அவனது நண்பர்கள் லியர், முல்லர், க்ராப் போன்றவர்களும் அவனுடன் சேருகிறார்கள். அவர்கள் 'வெஸ்டர்ன் ஃப்ரண்ட்' என்ற அணிக்குச் செல்கிறார்கள். அந்த அணியில் நிறைய விவசாயிகள், மீனவர்கள், கூலிவேலை செய்பவர்களும் இருக்கிறார்கள். இந்தப் போர் யாருக்காக. எதற்காக நடக்கிறது, எதை வெல்ல அல்லது எதை மீட்க என்று யாருக்கும் தெரியாது. எதிரணியில் இருப்பவர்கள் ஃப்ரான்ஸ் நாட்டினர் என்பது மட்டும் தெரிகிறது. ஆனால் வீரர்களுக்கும் அவர்களுக்கும் எந்த விரோதமும் இல்லை. இரு அணிக்கும் இடையே ஒரு நதி இருக்கிறது. இரும்புக் கம்பித் தடுப்பைத் தாண்டி நதியைக் கடந்து அக்கரைக்குச் சென்றால் சில ஃப்ரெஞ்சுப் பெண்கள் இவர்கள் கொண்டுசெல்லும் ரொட்டிக்கும் சிகரெட்டுக்கும் என்ன வேணுமானாலும் செய்வார்கள் சிரித்துக்கொண்டு. திரும்பி வந்து மறுநாள் காலை மேஜர் இடும் ஆணையின்படி எதிரணியை நோக்கிச் சுடுவார்கள் இளைஞர்கள்.

எந்தக் களத்தின் பெயரும் குறிப்பிடப்படுவதில்லை. எந்தக் களமும் முக்கியத்துவம் வாய்ந்ததாகத் தெரியவில்லை. மிகச் சிறிய கையளவுப் பகுதியே ஜெர்மன் அணிக்கு வசப்பட்டதாகத் தோன்றிற்று. ஆனால் பாலும் அவனது சகாக்களும் ஒவ்வொரு நாளும் எதிரிப் பகுதியிலிருந்துப் பாய்ந்த குண்டுவீச்சை எதிர்கொள்ள வேண்டியிருந்தது. மரணமும் வலியும் காயமும் நித்திய காட்சிகளாக இருப்பதால் உணர்வே அற்றுப்போனது போல ஆகிவிடுகிறது. உயிருடன் இருக்கும் வீரர்கள் செத்துப் போனவர்கள் போல நடைபிணங்களாக இருக்கிறார்கள். பல தருணங்களில் பசி என்கிற உணர்வே பிரதானமாகத் தோன்றுகிறது.

“நாங்கள் இனியும் இளைஞர்கள் இல்லை” என்பான் பால். “இளமை செத்துப்போய்விட்டது. உலகைப் புயலாய் வெல்ல வேண்டும் என்கிற வேட்கை இப்போது இல்லை. எங்களிடமிருந்தே, வாழ்விலிருந்தே நாங்கள் தப்பி ஓடிக்கொண்டிருக்கிறோம். நாங்கள் பதினெட்டு வயதினராக இருந்தோம். வாழ்வை, உலகைக் காதலித்தோம். ஆனால் அதைச் சுக்குநூறாக உடைக்க வேண்டியிருந்தது.”

பால் தன்னுடைய அணி வெகு வேகமாகச் சுறுங்குவதை ஆற்றாமையுடன் பார்க்கிறான். ஃப்ரான்ஸ் என்ற நண்பன் அடிபட்டுத் தோளில் சுமக்கப்படும்போது அவனுடைய மார்பு பிளந்து விம்மி விம்மி விழுவதை, கண்கள் செறுகுவதைப் பீதியுடன் பார்க்கிறான். அவன் மிகுந்த வலியில் கத்திக்கொண்டே இருக்கிறான், உயிர் பிரியும்வரை. அவனுடன் பள்ளியில் படித்தவன். ஒரே ஊர்க்காரன். ஊருக்குச் சென்றால் அவனுடைய தாயைப் பார்க்க வேண்டும். என்னவென்றுச் சொல்வான்? எப்படி செத்தான், கஷ்டப்பட்டானா என்று கேட்பாளே? எந்த உறவும், நட்பும் நிரந்தரமில்லை என்பது அச்சத்தை ஏற்படுத்து கிறது. குண்டுவீச்சின்போது தற்காப்புக்காக உடல் மண்ணில் மல்லாந்து விழுகையில் பூமி மட்டுமே நமக்கு நெருக்கம் என்று தோன்றுகிறது. பூமியுடன் போர் வீரனுக்கு ஏற்படும் பந்தம் உலகில் வேறு எந்த மனிதனுக்கும் ஏற்படாது என்பான் பால். மரண பயத்தில் பூமித்தாயே அவனுக்குப் பாதுகாப்பு. அவளுடைய மார்பில் முகத்தைப் புதைத்து அழுவான். காப்பாற்று என்று இறைஞ்சுவான். அவன் தப்பிக்கப் பத்து விநாடிகள் தருவாள். அதற்குள் அங்கிருந்து தப்பிக்கலாம். அதற்குப் பிறகு அவளிடமே சரண். அவளே அவனது சிநேகிதி; தந்தை, தாய், சகோதரன்; பத்து விநாடிகள் வாழவைப்பாள். பிறகு நிரந்தரமாக ஏற்றுக் கொள்வாள் தனது மடியில்.

போர்க்களத்தின் அவலங்களை மீறி, பருவம் தப்பாமல் மரங்கள் பூத்துச் சொறிவதும், பட்டாம்பூச்சிகள் பறப்பதும் எப்படி சாத்தியம் என்று தோன்றுகிறது. செர்ரி மரங்கள் பூத்து நிற்பதைக் கண்ட அவனது நண்பன் மரத்தின் கிளைகளோடு பிய்த்துவந்து இரவில் அதன்மேல் படுப்பதைப் பார்க்கிறான். அந்த நண்பன் ஒரு விவசாயியின் மகன். ‘என் வீட்டுக்கொல்லையிலும் செர்ரி மரம் பூத்திருக்கும் என்கிறான் நண்பன், கண்களை மூடிக்கொண்டு.

மற்றவர்கள் சங்கடத்துடன் சிரிப்பார்கள். எல்லோருக்கும் ஊர் நினைவுதான்.

பால் விடுப்பில் இரண்டு வாரம் வீட்டிற்குச் செல்லலாம் என்று உத்தரவு கிடைத்ததும் அவனால் நம்ப முடியவில்லை. வீட்டை விட்டுக் கிளம்பி வந்து ஓராண்டுகூட முடியவில்லை என்றாலும் வேற்று கிரகத்திற்குப் பயணித்து விட்டிருந்ததுபோல அவனுள் தயக்கமேற்படுகிறது. ரயிலில் இரண்டு நாட்கள் பயணித்து ஊருக்குள் காலடி வைத்ததும் ஊரில் எதுவுமே மாறவில்லை என்பதைக் கவனிக்கிறான். அவனது வீடும் மாறவில்லை. உள்ளேயிருந்து வந்து அவனைக் கண்ட அவனது அக்கா மிக சந்தோஷத்துடன் அவனை அணைத்து வரவேற்கிறாள். பெரிய குரலில் 'பால் வந்திருக்கிறான்' என்கிறாள். அவனுடைய அம்மாவின் புற்று நோய் அவளைப் படுக்கையில் வீழ்த்திவிட்டது கண்டு அவனுக்குத் துக்கம் ஏற்படுகிறது. ஊரில் உணவுப் பண்டங்களுக்குப் பஞ்சம் என்கிறாள் அக்கா. தான் ராணுவ சப்ளையிலிருந்து ரொட்டி, பதப்பட்ட உணவு டப்பாக்கள் எல்லாம் எடுத்து வந்தது அவர்களுக்கு உபயோகப்படும் என்று அவனுக்கு மெல்லிய திருப்தி ஏற்படுகிறது. அவனுடைய தாய் திரும்பத் திரும்பக் கேட்கிறாள் "ரொம்ப கஷ்டப்படுகிறாயா? அடிபட்டதா? கொடுமைப்படுத்துகிறார்களா?"

அவன் அவளுடைய உலர்ந்த கைகளைப் பற்றிப் புன்னகை யுடன், தான் மிக நன்றாக இருப்பதாகச் சொல்கிறான். "பார் நான் ஆரோக்கியமாக இருக்கிறேன். கையும் காலும் நன்றாக இருக்கின்றன. ஒரு கஷ்டமும் இல்லை" என்கிறான்.

"இருந்தாலும், நீ எச்சரிக்கையுடன் இருக்க வேண்டும். கவனமாக இரு" என்பாள் அவள். தாயுடன் மட்டுமே அவனுக்கு நெருக்கம் தோன்றுகிறது.

தந்தையும் மற்றவர்களும் அவனைத் திரும்பத் திரும்பப் போர் முனையில் நடந்த சம்பவங்களைச் சொல்லு, உன் அனுபவங்களைச் சொல்லு என்பார்கள். அவர்களது கேள்விகள் முட்டாள்த்தனமானதாக, சங்கடப்படுத்துவதாக அவனுக்கு அலுப்பை ஏற்படுத்துகிறது. இதையெல்லாம் ஒரு மனிதனால் சொல்ல முடியாது என்று அவர்களுக்கு ஏன் புரியவில்லை என்று கோபம் வரும். எதைச் சொல்வது, எதை சொல்லாமல் விடுவது? அங்கு இருக்கும் உணர்வு நிலை இவர்களுக்கு எப்படிப் புரியும்? எதுவுமே சொல்ல வேண்டாம் என்று தோன்றும்.

அவனுடைய ஆசிரியரைச் சந்தித்தபோது அவர் நீண்ட உபதேசம் செய்கிறார். உனக்குப் போரின் ஒரு சிறிய பகுதியைப் பற்றி மட்டும்தான் தெரியும். உனக்குப் போரின் மொத்தப் பரிமாணமும் புரியாது என்கிறார்.

இறந்துபோன நண்பனின், ஃப்ரான்ஸின் தாயைப் பார்க்க அவன் செல்கிறான். அவள் அவனைக் கண்டதும் அணைத்துக் கொண்டு ஓவென்று அழுகிறாள். அவனது தோளைப் பிடித்து உலுக்கி அவன் பயந்தது போலவே கேட்கிறாள். “சொல்லு, உண்மையைச் சொல்லு, என் மகன் கடைசியில் ரொம்ப கஷ்டப் பட்டானா?”

அவனுக்கு நண்பனின் விம்மி விம்மித் தணிந்த மார்பும் பீதி நிறைந்த கண்களும் வேதனையின் அலறலும் நினைவுக்கு வந்தன. ஆஸ்பத்திரியில் அவனது கட்டிலுக்கு அருகில் தான் உட்கார்ந்து அவன் படும் வேதனையைக் காண நேர்ந்தது; ஃப்ரான்ஸின் ஒரு கால் வெட்டப்பட்டது; அது புறையோடிப் போனது; ‘நான் ஒரு நாள் காட்டிலாகா ஆபீஸராப் போகணும்னு நினைச்சேன், என்று ஃப்ரான்ஸ் அழுதது, ‘இப்பவும் நீ ஆகலாம் ஃப்ரான்ஸ், நீ வீட்டுக்குச் செல்வாய்’ என்று அவன் சமாதானப் படுத்தியது அதை நம்பாமல் ஃப்ரான்ஸ் அழுதவண்ணமே இருந்தது; கடைசித் தருணத்தில் டாக்டரை அழைத்து வந்து சேருவதற்குள் ஃப்ரான்ஸ் இறந்திருந்தது எல்லாம் நினைவுக்கு வருகின்றன. அவன் தன்னைச் சமாளித்துக்கொண்டு, “இல்லை. அவன் கஷ்டப்படவில்லை. குண்டு பட்டவுடன் இறந்து போனான். நான் அதைப் பார்த்தேன்” என்கிறான். அது அந்தப் பெண்மணிக்கு மிகுந்த சமாதானத்தை ஏற்படுத்தியதைக் கண்டு மரணத்தைவிட வலியைக் கண்டுதான் எல்லாருக்கும் பயம் என்று நினைத்துக்கொள்கிறான்.

அம்மாவின் அன்பு சொட்டும் வார்த்தைகளும் அடுத்த முறை அவன் ஊர் திரும்பும்போது அவள் உயிருடன் இருக்க மாட்டாள் என்கிற நினைப்பும் அவனைக் கட்டிப்போடுகின்றன. விடுப்பு முடிந்து கிளம்பும் நாள் வந்துவிட்டது. கடைசி நாளன்று இரவு முழுவதும் அவள் அருகில் அமர்ந்து கையைப் பிடித்தபடி இதமாகப் பேசியபடி இருக்கிறான். அவன் தனக்குள் புலம்புகிறான்... “ஆ, அம்மா, அம்மா, உன்னை விட்டு எப்படிப் பிரிவேன்? நான் அமர்ந்திருக்க நீ படுத்திருக்கிறாய். பேச நிறைய இருக்கிறது ஆனால் நாம் பேச மாட்டோம்.” பொங்கி வரும் அழுகையை அடக்கிக்கொள்கிறான். ‘நான் இங்கு வந்தே இருக்கக் கூடாது’ என்று நினைக்கிறான்.

மீண்டும் ராணுவ முகாமுக்குத் திரும்பி நண்பர்களைக் கண்டது மிகுந்த மகிழ்ச்சி ஏற்படுகிறது. சில நாட்களுக்குப் பிறகு தானாகவே போர்முனையில் காவல் வேலைக்குச் செல்ல விருப்பம் தெரிவிக்கிறான். துப்பாக்கிச் சூடு இருபுறமும் தொடங்குகிறது. அப்போது எதிரிமுகாமைச் சேர்ந்த ஒருத்தனை

முதல்முறையாக பால் கொல்கிறான். இருவரும் ஒரு குழியில் இருக்கிறார்கள். இறந்தவனின் முகத்தைப் பார்க்கப் பார்க்க பாலுக்கு மிகுந்த குற்றஉணர்வு ஏற்படுகிறது. அவனது பிரலாபங்களும் துக்கமும் இறந்தவனிடம் மன்னிப்புக்கோரலும் மிக அற்புதமாகப் புத்தகத்தில் வெளிப்படுகின்றன. அப்போதுதான் அவனுள் பல தத்துவார்த்தக் கேள்விகள் எழுகின்றன. நான் ஏன் இவனைக் கொன்றேன்? இவனுக்கும் எனக்கும் என்ன பகை? அவன் வேறு மொழி பேசுபவன் என்பதைத் தவிர அவனுக்கும் எனக்கும் என்ன வித்தியாசம்? இவன் எந்த வகையில் எனக்கு ஆபத்தானவனாக இருந்திருக்க முடியும்? ஆளைப் பார்த்தால் விவசாயி போல் இருக்கிறது. ஊரில் இவனுக்கு அம்மா, அப்பா, மனைவி, மக்கள் இருக்கலாம். பால் மிகுந்த ப்ரயத்தனத்துடன் சடலத்தின் சட்டைப் பாக்கெட்டிலிருந்து ஒரு பர்சை எடுக்கிறான். அதில் ஒரு பெண்ணின் புகைப்படம்; அவள் கையில் ஒரு குழந்தை. பால் குலுங்கிக் குலுங்கி அழுகிறான். "தோழரே என்னை மன்னியுங்கள். உங்கள் உயிரை அநியாயமாகப் பறித்தேன். உங்கள் மேல் எனக்கு எந்த விரோதமும் இல்லை. தற்காத்துக் கொள்வதாக நினைத்து உங்களைச் சுட்டேன். போரிலிருந்து திரும்பியவுடன் உங்கள் குடும்பத்தைப் போய்ப் பார்ப்பேன். உங்கள் குழந்தையின் வளர்ப்புக்கு நான் உதவுவேன்." இறந்தவனின் கடிதங்கள் அவனது மனைவிக்கு இன்னும் போவதாக இருக்கும். இவன் இறந்தது தெரியாமல் அவள் கடிதத்தைப் பார்த்து நம்பிக்கையுடன் காத்திருப்பாள்.

பால் மிகுந்த துயரத்துடன் தனது நண்பர்களான காட், ஆல்பர்ட் ஆகியோரிடம் நடந்ததைச் சொல்கிறான். யுத்தத்தில் இதெல்லாம் சகஜம் என்று அவர்கள் அவனைச் சமாதானப்படுத்துகிறார்கள். காட் அவர்களில் மூத்தவன். பாலுக்கு அவன் குருபோல. காட் பக்கத்தில் இருப்பது தனக்கு ஒரு தார்மீகப் பலம் என்று பால் நினைத்துக்கொள்வான். அவன் மீது பாலுக்கு விவரிக்கத் தெரியாத பாசம் ஏற்படுகிறது.

கொஞ்ச நாட்களுக்கு பாலுக்கும் அவனது நண்பர் குழாமுக்கும் ஒரு 'நல்ல வேலை' கிடைக்கிறது. ஒரு கைவிடப்பட்ட கிராமத்தின் சப்ளை டிப்போவைக் காவல் காக்கும் பணி. அந்தக் கிராமத்தில் இருந்த மக்கள் குண்டுவீச்சினால் பயந்து ஓடிவிட்டனர். எல்லோர் வீட்டுப் பரணிலும் உணவுப் பொருட்கள் இருந்தன. சில நாட்களுக்கு பாலுக்கும் நண்பர்களுக்கும் நல்ல சாப்பாடு கிடைத்தது. ஜாலியாக இருக்க முடிந்தது; சீட்டு விளையாட்டு, பாடுவது என்று பொழுதைக் கழிக்க முடிந்தது.

முகாமில் திடீரென்று பரபரப்பு தெரிகிறது. ஜெர்மன் கீசர் – அரசர் – வீரர்களின் அணியைப் பார்க்க வருகிறாராம்.

எல்லோருக்கும் புதிய சீருடை கொடுக்கப்படுகிறது. முகாம் துப்புரவாக்கப்படுகிறது. கடைசியில் கீசர் வருகிறார். வீரர்களை அதட்டி உருட்டி வேலை வாங்கும் மூத்த அதிகாரிகள்கூட கீசரின் முன்னால் விறைத்து சல்யூட் அளிப்பதைப் பார்க்கும்போது இளம் வீரர்களுக்கு வேடிக்கையாக இருக்கிறது. பாலின் சிநேகிதக் குழாமில் இருக்கும் ட்ஜாடன் அவர்கள் எல்லோரும் தனியாக இருக்கும் சமயத்தில், முகத்தைத் தீவிரமாக வைத்துக்கொண்டு கேட்கிறான்.

'அடேயப்பா, கீசர் எல்லாரையும்விடப் பெரியவர் என்றால் அவர் யாருக்கு சல்யூட் அடிக்க வேண்டியிருக்கும்? அவரை விடப் பெரியவர் யார்?

'யாருமில்லையா? அவரும் சாமான்ய மனிதன்போலக் கழிவறைக்குச் செல்வாரா? என்னால் நம்ப முடியவில்லை, கீசரும் நம்மைப்போலத்தான் கழிவறைக்குச் செல்வார் என்பதை.'
'முட்டாள்தனமாகப் பேசாதே' என்று மூத்தவனான காட் சொல்கிறான். 'நீ முதலில் கழிவறைக்குச் செல்.'

ட்ஜாடன் வெளியேறினதும் ஆல்பர்ட் சொல்கிறான், 'கீசர் இந்த யுத்தம் வேண்டாம் என்று மறுத்திருந்தால் யுத்தம் நிகழாமல் இருந்திருக்குமோ?'

'இருக்கலாம் என்றேன் நான். முதலில் வேண்டாம் என்று கீசர் சொன்னாராம்.'

'இன்னும் முப்பது நாற்பது பேரும் சொல்லியிருந்தால் யுத்தம் வந்திராது.'

'எனக்குப் புரியவில்லை, என்கிறான் க்ராப். 'நாம் நமது தந்தை நாட்டைக் காப்பதற்காகப் போரிடுகிறோம். ஃப்ரெஞ்சுக்காரர்கள் தங்கள் தந்தை நாட்டைக் காப்பாற்றப் போரிடுகிறார்கள். யார் பக்கம் சரியென்று எடுத்துக்கொள்வது?'

'இரண்டு பேருமே சரியாக இருக்கலாம்.'

'ஜெர்மன் ஆசிரியர்கள் நமது பக்கம் சரி என்பார்கள். ஃப்ரெஞ்சு ஆசிரியர்கள் தங்கள் பக்கம் சரி என்பார்கள். சரித்திரம் வேறு வேறு சொல்லுமே?'

ட்ஜாடன் திரும்பி வந்து விவாதத்தைத் தொடர்கிறான். 'யுத்தம் ஏன் ஆரம்பிக்கிறது?'

'ஒரு நாடு இன்னொரு நாட்டை கோபப்படுத்துவதால்.'

'சரியான வேடிக்கை. ஜெர்மன் மலைகளும் வனங்களும் மிருகங்களும் ஃப்ரெஞ்சு மலையை, வனத்தைக் கோபப்படுத்துமா?'

தலைமறைவான படைப்பாளி

'நீ நிஜமாகவே முட்டாளா?' என்று காட் கோபிக்கிறான். 'மனிதர்களிடையேதான் சர்ச்சை.'

'அப்போது எனக்கும் இந்த யுத்தத்துக்கும் எந்த சம்பந்தமும் இல்லை. எனக்கு யார்மீதும் கோபமில்லை.'

முல்லர் சிரிக்கிறான், 'நீ இதில் சேர்த்தியில்லை, முட்டாளே. கோபம், சச்சரவு என்பது அரசுகளுக்கு இடையே. அரசு, ராணுவம் போலீஸ்...'

'ரொம்ப சரி; பொது மக்களுக்கும் இதற்கும் என்ன சம்பந்தம்? ஒருவன் ஜெர்மன் விவசாயி ராணுவத்தில் சேருகிறான். அவனுக்கும் ஃப்ரெஞ்சு விவசாயிக்கும் என்ன விரோதம்? அவர்களைக் கேட்டா சண்டைத் தொடங்கிற்று?'

'பின் யாருக்காக இந்தச் சண்டை?'

'சண்டையினால் சிலருக்கு லாபமாக இருக்க வேண்டும்' என்கிறான் காட்.

'எனக்கு நிச்சயம் இல்லை' என்கிறான் ட்ஜாடன். 'கீசருக்கு வாழ்க்கைக்கு வேண்டியது எல்லாம் இருக்கிறது. இன்னும் என்னதான் வேண்டும் அவருக்கு?'

'யார் கண்டது?'

சண்டை ஏற்படுவது, ஆளுபவர்களால். அவர்களின் கௌரவத்தைக் காப்பாற்ற அதில் சம்பந்தமே இல்லாத விவசாயிகள் சண்டை போடுகிறார்கள். எத்தனை அபத்தம்!'

மீண்டும் போர்க்களம். ஒவ்வொரு நண்பனும் மடிவதை பால் அயற்சியுடன் கவனிக்கிறான். ஆல்பர்டுக்கு அடிபட்டுக் கால் இழந்து ஊருக்கு அனுப்பப்படுகிறான்.

யுத்தம் முடியப்போகிறது என்று சொல்கிறார்கள். 1918 கோடை மிக மோசமான காலமாக இருக்கிறது. மரணத்தின் அமைதி காற்றில் அச்சுறுத்துகிறது. அமைதிக்கு முன் மீண்டும் குண்டுவீச்சு. காட்டுக்குக் காலில் குண்டு படுகிறது, பாலுக்கும் அடி. ஆனால் காட்டைத் தோளில் சுமந்து ராணுவ மருத்துவமனைக்குச் செல்கிறான், வழி முழுவதும் காட்டுடன் பேச்சுக் கொடுத்தபடி. 'யுத்தம் முடிந்ததும் நாம் தொடர்பில் இருக்க வேண்டும் காட். உன்னைவிட எனக்கு நெருக்கமானவன் உலகில் இல்லை...'

மருத்துவமனைக்குள் நுழைந்ததும் மருத்துவர் சொல்கிறார், 'உனக்குப் பைத்தியமா? செத்துப்போனவனை நீ சுமந்து வந்திருக்கிறாய்.'

பாலுக்கு அந்த அதிர்ச்சியிலிருந்து மீள முடியவில்லை. உயிர்மீது ஆசையே போய்விடுகிறது. இனிமேல் எதிர்காலம் எப்படிப் போனால் என்ன என்று விரக்தி ஏற்படுகிறது.

கதை முடிவில் இரண்டு வரிகள் இருக்கின்றன.

"1918, அக்டோபர் மாதம் அவன் விழுந்தான். தரையில் மல்லாந்து இருந்தான், தூங்குபவனைப் போல. அன்று வெஸ்டர்ன் ஃப்ரண்டில் மகா அமைதியாக இருந்தது. ராணுவம் தனது குறிப்பில் 'All Quiet on the Western Front' என்று எழுதிற்று.

அவனைப் புரட்டிப் பார்த்தபோது முகம் மிகவும் சாந்தமாகத் தெரிந்தது முடிவு வந்ததற்காகச் சந்தோஷப்பட்டதுபோல.

என்னை மிகவும் பாதித்த புத்தகம் இது.

நவ யுகத்தின் சாபக்கேடு: இலக்கிய எள்ளலும் கொடூரமும்

The American Psycho By Bret Easton Ellis (1991)

பின்நவீனத்துவத்தை வெற்றிகரமாகக் கையாளும் இலக்கியப் படைப்பு என்று விமர்சகர்களால் பாராட்டப்படும் இந்த நாவலைப் படித்து முடிக்க மிகுந்த பொறுமை வேண்டும். இதில் வரும் பாலியல் வக்கிர கொடூரச் சித்திரிப்புகளும், விவஸ்தையற்ற வன்முறை மிக்கக் கொலைகளின் வர்ணனைகளும் அருவெருப்பைத் தருபவை. படிப்பவர்களுக்கு மிகுந்த மனக்கிலேசத்தைக் கொடுப்பதாகவும், 18 வயதுக்கு மேற்பட்டவர்களே படிக்கக் கூடிய புத்தகம் என்றும், பல நாடுகளில் இந்த நாவலுக்குத் தடை விதிக்கப்பட்டிருக்கிறது.

கதையின் முடிவில் அவை எல்லாம் உண்மையில் நடக்கின்றனவா அல்லது நுகர் கலாச்சார ஹிப்பி உலகில் தார்மீக மதிப்பீடுகள் இல்லாமல் சருகைப்போல மிதக்கும் வாழ்வு வாழும் கதாநாயகனின் வக்கிரக் கற்பனைகளா என்கிற சந்தேகம் எழும்படும்படியாகவும் இருக்கிறது. (ஆனால் இந்த நாவலைத் தழுவி எடுக்கப்பட்ட சினிமாவில் அவை உண்மையாக நடக்கும் கொலைகள் பாலியல் வன்முறைகள் என்றுதான் காண்பிக்கப்படுகிறது.)

கதாநாயகனின் குரலில் சொல்லப்படும் கதையில் பிரதான பாத்திரத்துக்குக் கதாநாயக லட்சணம் ஏதும் இல்லை – அவன் அழகன், பணத்தில் திளைப்பவன் என்பதைத் தவிர. ஆனால் கதை மாந்தர்கள் எல்லோரும் அவனை ஒரு கதாநாயகனாக, லட்சியப் புருஷனாகப் பார்க்கிறார்கள் அவன் குற்றங்களை ஒப்புக்கொள்ளும்போதும் நம்ப மறுக்கிறார்கள் என்பதுதான் நகை முரண். ஒரு மனிதனின் கௌரவமும் நல்லாளுமையும் அவனது புறத்தோற்றத்தில் இருப்பதாக ஆசிரியர் சொல்ல வருகிறார். அவனது விலை உயர்ந்த ஆடையும் செல்வமுமே அவனது கவசம் மட்டுமல்ல, அவை அவனுக்குப் பாதுகாப்பு. சென்ற நூற்றாண்டின் எண்பதுகளில் அமெரிக்கா முதலாளித்துவத்தின் உச்சத்தில் இருந்த நேரம். பாப் இசை உச்சத்தில் இருந்த நேரம். பணம் கொழித்தது. சந்தையில் வித விதமான பொருட்கள் கிடைத்தன.

வால் ஸ்ட் ரீட் பங்குச் சந்தையில் அமோக விளைச்சல் கண்டவர்கள் மிக விலை உயர்ந்த உடையும் ரோலெக்ஸ் கைக்கடிகாரம், ஃபோக்ஸ் வாகன், பி எம் டபிள்யூ வாகனங் களிலும் வளைய வந்தார்கள். சமூகத்தின் பெருங்குடி மக்கள் பணம் பண்ணும் நேரம் போக அவர்களது ஈடுபாடு, மது, மங்கை, ஐந்து நட்சத்திர ஹோட்டல் சாப்பாடு, பாப் இசை, த்ரில்லர் சினிமா ஆகியவை மட்டுமே. இந்த நாவலில் அவற்றைப் பற்றின விரிவான வர்ணனைகள் உண்டு, பக்கம் பக்கமாக. அன்றைய சமூகப் பின்னணியை உணர்ந்துகொண்டால் அவையெல்லாம் எள்ளல்கள் என்று புரியும்.

பாசாங்குத்தனம், ஆடம்பரம், மிதமிஞ்சிய களியாட்டம், அவை உள்ளுக்குள் ஏற்படுத்தும் வெறுமை, தனிமை – நேயமற்ற வணிக உலகம் – அதன் தாக்கம் எத்தகைய மனச்சிதைவை ஏற்படுத்தும் என்பதைத் தான் சுயமாக அனுபவித்ததாக ஆசிரியர் ஒரு நேர்காணலில் சொல்கிறார். அதன் விளைவே இந்த நாவல் என்கிறார். “கதாநாயகன் பேட்மன் என்னைப் போலவே ஒரு கிறுக்கன். யப்பீ கலாச்சாரத்தைச் சாடுவதற்கு அவன் உந்துசக்தியாக இருந்தான் என்று சொல்ல முடியாது. அவன் வெளியே இருக்கவில்லை. என்னுள்ளேயே இருந்தான். ஒரு காலகட்டத்தில் நான் தனிமைப்பட்டுப் போனதாக உணர்ந்த நிலையில் வெளிப்பட்ட கதை அது. நுகர் கலாச்சார வெறுமையில் நான் நழுவிப்போன நிலையில் அந்த வெளிப்பாடு எனக்குத் தன்னம்பிக்கையையும் சுயமதிப்பையும் அளிக்கும் என்று நினைத்தேன். ஆனால் என்னை அது இன்னும் மோசமான நிலைக்குத் தள்ளிற்று. அங்கிருந்துதான் ‘அமெரிக்கன் சைக்கோ’வின் பதற்றம் பிறந்தது. வால் ஸ்ட்ரீட்டின் ஒரு ஸீரியல்

கொலைகாரனைப் பற்றி எழுத நான் நினைத்திருக்கவில்லை. அந்த எண்ணம் என்னுள் இருந்த வெற்றிடத்திலிருந்து வந்திருக்க வேண்டும்.” ஆசிரியர் இதை வெகுநாட்கள் கழித்துத்தான், 2010இல், சொல்லத் துணிந்தார். ஏனென்றால் புத்தகம் வந்த புதிதில் அது பெரும் எதிர்ப்பைச் சந்தித்தது. வெறுப்பு மடல்கள் வந்தன. அவர் சென்ற இடமெல்லாம் பெற்றோர்கள் அவரைத் தூற்றினார்கள். புத்தகம் எழுதுவதற்காக எல்லிஸ் நியூயார்க் பொது நூலகத்தில் அமர்ந்து கொலைகள் பற்றி நிறைய ஆய்வுசெய்தார். அவர் வர்ணிக்கும் கொலைகள் உண்மையாகவே அத்தகைய கொடூரத்துடன் நடந்திருக்கக் கூடியவை என்பதும் மனித மனத்தில் ஏற்படக்கூடிய வக்கிரத்திற்கு எல்லையுமில்லை வாதப்பிரதிவாதத்திற்கு இடமுமில்லை என்பதும் ஓர் இருத்தியல் குழப்பத்தைச் சொல்வதாக இலக்கிய விமர்சகர்கள் நினைத்தார்கள்.

அந்த இருத்தலியல் குழப்பம் எண்பதுகளின் அமெரிக்க முதலாளித்துவச் சுபிட்சத்தில் ஆரம்பித்ததாக எல்லிஸ் நினைத்தார். அதைக்கண்டு அவர் அரண்டு போயிருக்க வேண்டும். அதீதமான மனஉளைச்சலுக்கு ஆளாகி இருக்க வேண்டும். சத்தம் எனும் குறியீடு அடிக்கடி வருகிறது. விருந்துகளில் மனிதர்களின் பேச்சுச் சத்தம், இசையின் சத்தம், வாகனங்களின் சத்தம், செவியில் பொருத்தியிருக்கும் வாக்மனின் ஒலி என்று வரும் சத்தங்களின் வர்ணனைகளே நமக்குத் தலையைப் பிய்த்துக் கொள்ள வேண்டும் போன்ற உணர்வை ஏற்படுத்துகிறது. அன்றைய பணக்கார இளம் (முப்பது வயதுக்குள்) தலைமுறையினரின் வீடியோ டேப் பித்து, (யாரிடமிருந்தாவது தப்பிக்க வேண்டும் என்றால் கதாநாயகன் ‘நான் இன்று வீடியோ டேப்பைத் திருப்பிக் கொடுக்க வேண்டும்’ என்பான். அல்லது ‘எங்கிருந்தாய்’ என்ற கேள்விக்கு, ‘வீடியோ டேப் நூலகத்துக்குச் சென்றிருந்தேன்’ என்பான்) தினமும் இரவு படுக்குமுன் பார்க்கும் த்ரில்லர் சினிமா, அதைப் பற்றின பேச்சு ஆகியவை அன்றாட வாழ்வின் அங்கமாகிப்போனதையும் சுட்டிக்காட்டும் எள்ளல் நாவல் முழுவதும் வருகிறது. இத்தனைப் புற வசதிகளும் மனித மனத்துக்குப் போதவில்லை அலுப்பைத் தருபவை என்பதுதான் சேதி. பேட்மன்னுக்கு எல்லாம் இருக்கிறது. பார்க்க ஆண்களே மயங்கும் அழகுடையவன். தினமும் ஜிம்முக்குச் சென்றுசெய்யும் உடற்பயிற்சி, அழகு நிலையத்துக்குச் சென்று செய்துகொள்ளும் மஸ்ஸாஜுகள், தலைமுடித் திருத்தங்கள், நகங்களுக்கு மானிக்யூர், பெடிக்யூர், அவனை மிக ஆரோக்கியமாக அழகனாக வைத்திருக்கிறது. அத்துடன் ஆடை விஷயத்தில் அதீதமான கவனம், (படிப்பவர்களுக்கு அலுப்பூட்டும் வகையில்

அர்மனி (Armani) சூட்டுகளின் விவரணைகள்) அவனை மிக அந்தஸ்துள்ளவனாக மரியாதை அளிக்கப்பட வேண்டியவனாகத் தோற்றம் கொடுக்கிறது. அவன் அலுவலகத்துக்குத் தினமும் செல்கிறான். ஆனால் ஏதாவது உருப்படியான வேலை செய்கிறானா, எப்படிப் பணம் செய்கிறான் என்று வாசகர்கள் அறிவதேயில்லை. அவனுக்கும் அவன் தம்பிக்கும் இடையே நல்ல உறவில்லை. தாய் முதியோர் இல்லத்தில் மூப்பினால் பேதலித்த மனநிலையில் இருக்கிறாள். பல பெண்களுடன் தொடர்பு இருந்தும் யாரிடமும் அவனுக்கு நெருக்கம் இல்லை. எல்லா உறவுகளும், எல்லா வசதியும் அவனுக்கு அலுப்பைத் தருபவை. அவனுடைய உலகில் மனிதர்கள் உள்பட எல்லாமே வெறும் 'பண்டங்கள்'. முக்கியமாகப் பெண்கள் வெறும் பண்டங்கள் – அனுபவிக்கவும் 'துப்பவும்'. (இதனாலேயே பெண்ணியவாதியான க்ளோரியா ஸ்டீனம் இந்த நாவலுக்குப் பெரும் கண்டனத்தைத் தெரிவித்தார். புத்தகம் திரைப்பட மாக்கப்பட்டபோது அதில் கதாநாயகனாக நடித்தது அவருடைய கணவரின் மூத்த மனைவியின் மகன் என்பது வேறு விஷயம்!) அவனுக்கு உத்வேகத்தையும் மது அளிக்காத 'கிக்கை'யும் கொடுப்பது கொலை. அந்தக் கொலை வெறியிலிருந்து அவனால் தப்பிக்க முடிவதில்லை. மனித உயிர்கள் பண்டங்கள் என்ற நினைப்பில் தனது செயல்களுக்கு நியாயம் தேடுகிறான். பல கொலைகள் செய்தும் எப்படிப் பிடிபடாமல் இருக்கிறான் என்பதுதான் கதை.

கதாநாயகன் பாட் ரிக் பேட்மன் 28 வயது இளைஞன். நியூயார்க்கின் புகழ்பெற்ற வணிக மையமான மான்ஹாட்டன் நாவலின் களம். பேட்மன் வால் ஸ்ட்ரீட் பங்குச் சந்தையில் முதலீட்டு வங்கிக்காரன். அப்போது (1980கள்) அமெரிக்க சந்தை மிக உன்னத நிலையில் இருந்ததால் அவனும் அவனது சகாக்களும் நிறையச் சம்பாதிக்கிறார்கள். புத்தகத்தின் ஆரம்பப் பக்கங்கள் அவனது தினசரி நிரலைப் படம்பிடித்துச் சொல்கின்றன. வெள்ளிக்கிழமை இரவுக் களியாட்டங்கள், அவனது உடுப்புகளின் விவரம், அன்றைய பாப் இசையைப் பற்றின விமர்சனம் ஆகியவை. அவன் தனது சிநேகிதன் பால் ஓவனைக் கொலை செய்வதற்குள் (ஏன் கொலை செய்கிறான்? ஓவனின் க்ரெடிட் கார்ட் தன்னுடையதைவிட விலை உயர்ந்த தாக இருப்பதால்!) நமக்கே யாரையாவது முடித்துவிடலாம் என்று தோன்ற ஆரம்பிக்கிறது. சாதாரணக் துப்பாக்கிக் குண்டு கொலை இல்லை. சித்திரவதைக் கொலை.

ஓவனைத் தனது வீட்டுக்கு அழைத்து வந்து, குடிக்கக் கொடுத்து, சிரித்துப் பேசி, பிறகு குரூரமாகக் கொலை செய்கிறான்.

ஓவனுடைய கால்சராய் பாக்கெட்டிலிருந்து அவனது வீட்டுச் சாவியை எடுத்துச் சடலத்தை ஒரு பெட்டியில் போட்டு வெளியேறுகிறான். சடலத்தை எங்கே ஒளிக்கிறான் என்பது தெளிவாக இல்லை. ஓவனின் வீட்டிற்குச் சென்று அவனுடைய தொலைபேசி மெஸ்ஸேஜ் பெட்டியில் இருக்கும் செய்திகளை அழித்துவிட்டு, ஓவனின் குரலில் லண்டனுக்குப் புறப்பட்டுச் செல்வதாகப் பதிவுசெய்கிறான். ஓவனை அவனது எண்ணில் அழைப்பவர்கள் ஓவன் லண்டனுக்குச் சென்றிருப்பதாகவே நினைக்கிறார்கள். ஓவனின் வீட்டை பேட்மன் இரண்டு விபச்சாரிகள், அவனுக்குப் பரிச்சயமான பெண்களை அழைத்து வந்து பாலியல் பலாத்காரத்துக்கு உட்படுத்திக் கொலைசெய்வதற்குப் பயன்படுத்துகிறான். ஒரு அழகிய மாடல் தனக்குத் தெரிந்த ஒருத்தனை விரும்புகிறாள் என்பதும் அவள் மிகத் தன்னம்பிக்கையுடன் தன்னிடம் அலட்சியமாக நடந்துகொள்கிறாள், வசதியானவள் என்கிற காரணத்துக் காகவே அவளை அழைத்துவந்து மிகக் கொடூரமாகக் கொலை செய்கிறான். அவையெல்லாம் நான் மறுபடி எழுதாமல் இருப்பது நல்லது. அந்தக் கொலைகளைப் பற்றி அவன் பேச்சுவாக்கில் நண்பர்களிடம் சொல்வான். அவர்கள் கண்டுகொள்வதும் இல்லை, புரிந்துகொள்வதும் இல்லை. அங்கிருக்கும் சடலங்கள் என்னவாகின்றன, யாரும் கண்டு பிடித்தார்களா என்பதும் தெரிவதேயில்லை.

ஒரு நாள் ஓவனின் சிநேகிதி ஏற்பாடு செய்திருப்பதாக துப்பறிவாளன் ஒருவன் அவனைக் கேள்வி கேட்க வருகிறான். பேட்மனுக்கு நடுக்கமேற்படுகிறது. இருந்தும் தனது வழக்கமான சாகசப் பேச்சினாலும் அழகிய உபசரிப்பினாலும் (ஓவனைத் தான் வெகு நாட்களாகப் பார்க்கவில்லை, அவன் லண்டன் போனதாகக் கேள்வி என்று சொல்லி) அவனை நம்பவைத்து அனுப்பிவிடுகிறான். அந்தத் துப்பறிவாளன் அவனிடம் தனக்கு எந்த சந்தேகமும் இல்லையென்றும் வழக்கமான கேள்விக்காக வந்ததாகவும் மன்னிப்புக்கோரி ஒரு கடிதம் எழுதுகிறான். பிறகு அவன் வருவதேயில்லை.

ஆனால் பேட்மனுக்கு அடிக்கடி பிரமைகள், மனச் சிதறல் தோற்றங்கள் ஏற்படுகின்றன. மனத்தை அச்சம் பீடிக்கிறது. அடிக்கடி போதை மருந்தான வேலியம்மை உட்கொள்ளுகி றான். அதன் உந்துதலில் கண்ணில் படும் தெருவோரப் பிச்சைக்காரர்களையெல்லாம் சுடுவது வழக்கமாகிறது. ஒரு முறை போலீஸ் ரோந்துவண்டி பார்த்துவிடுகிறது. அவனைத் துரத்துகிறது. பீதியின் விளிம்பில் நின்றபடி அவன் ஓடுகிறான். பல சந்துகள், பல தெருக்கள் ஓடிக்களைத்து இடையில்

இரண்டு காவலாளிகளைச் சுட்டுத் தன் அலுவலகத்துள் (நடு இரவு) நுழைந்து ஆசுவாசப்படுத்திக்கொள்கிறான். மண்டை வெடித்துவிடும்போல் இருக்கிறது. தனது வக்கீலை (ஹாரல்ட் கார்ன்ஸ்) தொலைபேசியில் அழைக்கிறான். அவனைத் தொடர்புகொள்ள முடியாததால் தொலைபேசியின் குரல் பதிவில் விவரமாகத் தான் செய்த கொலைகளைப்பற்றி – பால் ஓவனில் ஆரம்பித்து – சொல்லிப் பதிவுசெய்கிறான். ஹாரல்டிடமிருந்து அதற்குப் பதிலாக எந்தவிதத் தகவலும் வருவதில்லை.

வெகுநாள் கழித்து பேட்மன் ஓவனின் (அடுக்கு மாடிக் குடியிருப்பு) வீட்டிற்குச் சென்றபோது அவனுக்கு வியப்பாக இருக்கிறது. அது முழுவதும் புதிதாக வண்ணம் பூசப்பட்டு ரோஜா மலர்களின் மணம் கமழ விற்பனைக்குத் தயாராக இருக்கிறது. அங்கு பிண வாடை அடிக்கும் என்கிற எதிர்பார்ப்பில் அவன் முகத்தில் கட்டிக்கொள்ள சர்ஜிகல் முகமூடி எடுத்துச் சென்றிருக்கிறான். ரியல் எஸ்டேட் தரகரிடம் ஓவன் என்ன ஆனான் என்று துருவித் துருவிக் கேட்கிறான் பால். அவள் அவனை இங்கு வந்து வம்பு பண்ணாதே என்று விரட்டிவிடுகிறாள். அவனுக்கு வியப்பு அடங்குவதில்லை.

அவனது அலுவலக செகரட்டரி ஜீன் அவனைக் காதலிக்கிறாள். அவனை அவள் தேவதையைப் போன்றவன் என்று நினைக்கிறாள். அவள் நல்ல பெண் உண்மையானவள் என்று அவனுக்குத் தெரியும். அவள் தன்னைக் காதலிக்கிறாள் என்றும் தெரியும். அவளை அவன் அடிக்கடி வெளியில் சாப்பிட அழைத்துச் செல்வான். அவளுடன் வாழ்ந்தால் தான் மாறக்கூடும் என்று கூட ஒரு சமயம் தோன்றும். ஆனால் அவளைத் தன் வாழ்வுடன் இணைக்கக் கூடாது என்று புரிந்துகொள்கிறான். அவனை மணக்கத் தனக்கு விருப்பம் என்று ஜீன் மறைமுகமாகச் சொல்லும்போது அவன் சோகத்துடன் சொல்வான். ‘அது சாத்தியமில்லை, ஜீன். என்னை உனக்குத் தெரியாது. வெளி உருவத்துக்கும் உள்ளே இருக்கும் ஆளுக்கும் சம்பந்தமே கிடையாது என்று நீ புரிந்துகொள்ள வேண்டும்’ என்பான். இந்த ஒரு இடத்தில் மட்டுமே கதாநாயகன் இயல்பான மனிதனாகத் தென்படுவதாக நான் நினைத்தேன்.

பல பெண்கள் அவனிடம் ஆசைகொள்கிறார்கள். எல்லோரிடமிருந்தும் அவன் நழுவுகிறான். கதை முடிவில் அவன் ஒரு விருந்தில் தனது வக்கீல் ஹாரல்ட் கார்ன்ஸைச் சந்திக்கிறான். ‘போனில் செய்தி சொன்னேனே கேட்கவில்லையா’ என்பான். ஹாரல்டுக்கு நினைவே இல்லை. நினைவு வந்ததும் இந்த மாதிரி ஜோக்கெல்லாம் சொல்லி ஏன் உன் நேரத்தை

வீணடிக்கிறாய் என்று சிரிப்பான். பேட்மன் கிட்டத்தட்ட உரத்த குரலில் இல்லை அது உண்மை; நாந்தான் பால் ஒவனைக் கொன்றேன் என்பான். ஹாரல்ட் அசட்டையாகத் தலையசைத்து நகர்கிறான். “உன் உளறலுக்கு வேற ஆளைப் பாரு. நான் ஒவனை இரண்டு முறை லண்டனில் சந்தித்தேன்” என்பான்.

பேட்மனால் நம்ப முடியவில்லை. எது நிஜம்? எது பொய்?

அவனது கொலை வெறி நிஜம். அது தொடர்ந்தது. யாருமே கண்டுபிடிப்பதில்லை; சந்தேகப்படுவதில்லை. அவனுடைய வீட்டில் இருக்கும் சடலங்கள் என்ன ஆயின?

யாருக்கும் தெரியாது.

அவனுடைய உலகம் பழைய கதியிலேயே சுழல்கிறது: சந்தை, பணம், மது, மாது, பாப் இசை, த்ரில்லர் சினிமா, கொலை.

உலகப் புகழ்பெற்ற சிறுமியின் நாட்குறிப்பு

The Diary of a Young Girl / The Secret Annex
by Anne Marie Frank

பள்ளி நாட்களில் படித்த இந்தப் புத்தகத்தை மீண்டும் படித்தபோது எனக்கு ஏற்பட்ட மகிழ்ச்சியையும் பரவசத்தையும் வார்த்தைகளால் விவரிக்க முடியாது. அற்புதமான ஹாஸ்யமும் ஆழமான பார்வையும் உற்சாகம் கொப்புளிக்கும் இலக்கிய நயம்மிக்க நடையில் பின்னிக்கொண்டு செல்லும் இந்த நாட்குறிப்புகள் டச்சு மொழியில் ஆன் மேரி ஃப்ரான்க் என்ற ஒரு பதின் வயது யூதச் சிறுமியால் எழுதப்பட்டது.

இரண்டாம் உலகப்போரின்போது ஹிட்லரின் நாஜிப்படை ஹாலண்டு தேசத்தை ஆக்கிரமித் திருந்தபோது ஆன் ஃப்ரான்கின் யூதக்குடும்பம் எவருக்கும் தெரியாமல் 1942 லிருந்து 1944 வரை ஒரு மறைவிடத்தில் பதுங்கியிருக்கையில் எழுதப் பட்டது. நூலின் ஒவ்வொரு பக்கத்திலும் அவள் உயிர்த்துடிப்புள்ள சிறுமியாக உலக விவகாரங் களைப் பற்றியும் இயற்கை அழகைப் பற்றியும் மிக ஆழமான கருத்துகள் கொண்டவளாகவும் வெளிப்படுகிறாள். ஆச்சரியமான புத்தி கூர்மை உள்ளவளாகவும் உயர்ந்த மதிப்பீடுகள் கொண்டவ ளாகவும் அத்துடன் உல்லாசம் மிக்கவளாகவும் வெளிப்படுகிறாள். அதனாலேயே பின்னால் அந்தச் சிறுமிக்கு நேர்ந்த கொடூரத்தை நினைத்துப் புத்தகத்தைப் படித்து முடித்ததும் படிப்பவரை மிகுந்த

துயரத்தில் ஆழ்த்திவிடும். யுத்தம் முடியும் தருவாயில், அவர்கள் மறைந்திருந்த இடத்தைக் காட்டிக்கொடுத்ததில், அவளையும் அவளது குடும்பத்தையும் அவர்களுடன் பதுங்கியிருந்த மற்றவர்களையும் போலீஸ் சிறைப்பிடித்துச் சென்றது.

மிக மோசமான முகாமில் சகோதரிகளும் தாயும் இருந்தார்கள். தந்தை வேறு இடத்திற்கு அழைத்துச் செல்லப் பட்டார். பசியும் நோயும் அவர்களை வாட்ட, அவமானமும் அனுபவிக்க நேர்ந்த கேவலமான கடைசி நாட்களில் தாய் பசியால் இறந்தார். அக்கா டைஃபாய்ட் காய்ச்சலில் மருத்துவம் இல்லாமல் இறந்தாள். நோய்வாய்ப்பட்டிருந்த ஆனும் சில நாட்களில் இறந்தாள். அந்த உற்சாகம் நிறைந்த சிறுமியின் வாழ்வு அங்கு ஃபெப்ரரி அல்லது மார்ச் மாதம் 1945ஆம் ஆண்டு முடிந்ததாக நம்பப்படுகிறது. அவள் இறந்து சில தினங்களில் ஜெர்மன் படைகள் தோற்று, ஹிட்லர் தற்கொலைசெய்து கொண்டான்; ஜப்பான் சரண் அடைந்து போர் முடிந்தது.

துன்பமிக்க ஆண்டுகள் அவை. இரக்கமற்ற நாஜிப்படை யூதர்களை இனம்பிரித்து ஒன்றை மஞ்சள் அட்டை அவர்களது அடையாளமாக அணியச் செய்திருந்தது. அவர்களுக்கு எந்தவிதச் சுதந்திரமும் இல்லாமல் அடிமைப்படுத்தியது. அம்மக்களைக் கும்பல் கும்பலாக இழுத்துக்கொண்டுபோய் தனது ஆக்கிரமிப்பில் இருந்த போலண்ட் நாட்டில் ஆஷ்விட்ஷ் என்கிற இடத்தில் ஏற்படுத்தப்பட்டிருந்த விஷ வாயுக் குப்பியில் தள்ளிக்கொண்டிருந்தது.

ஹாலண்ட் நாடு ஹிட்லரின் ஆக்கிரமிக்கு உள்ளாகும் வரை ஆன் ஃப்ரான்கின் குடும்பம் ஆம்ஸ்டர்டாமில் வசதியாக வாழ்ந்து வந்தது என்று ஆன் தனது நாட்குறிப்பில் அறிமுகப்படுத்துகிறாள். ஆன் ஜெர்மனியில் யூதக் குடும்பத்தில் பிறந்தாள். யூதர்களுக்கு விரோதமான நாஜி ஆட்சி ஜெர்மனியில் தொடங்கியதும் ஆனின் தந்தை ஆட்டோ ஃப்ரான்க், தாய் ஈடித், ஆனின் சகோதரி மார்கட் எல்லோருமாக சிறு குழந்தையான ஆனுடன், ஹாலண்டுக்குக் குடிபெயர்ந்தார்கள். ஆன் டச்சு மொழிதான் கற்றாள். அதைத் தனது தாய் மொழியைப் போல நேசித்தாள். ஹாலண்ட் மக்கள் வெகு நல்லவர்கள், தாராள மனம் கொண்டவர்கள் என்று பல இடங்களில் குறிப்பிடுகிறாள்.

அவள் எழுத்தின் மூலமாக அவளது ஆளுமை துல்லிய மாக விரிகிறது. ஆன் வெகு சூட்டிகையான உற்சாகமான பெண். அக்கா மார்கெட்டைப் போலக் கணிதத்தில் ஆர்வம் இல்லாவிட்டாலும் ஆனுக்கு இலக்கியத்தில், கவிதையில், வரலாற்றில், கிரேக்கத் தொன்மங்களில் மிகுந்த ஆர்வமும் ரசனையும் உண்டு. நிறையத் தோழிகள் இருந்தார்கள்.

அவளை விரும்பிய ஆண் சகாக்களும் இருந்தார்கள். எப்போதும் கலகலவென்று பேசிச் சிரித்த நாட்கள் அவை. வகுப்பில் மிகவும் அதிகமாகப் பேசுவதாக ஆசிரியைகள் கண்டிப்பார்கள். அவளுக்கு எழுதுவதில் ரொம்பவும் ஆர்வம் இருந்தது. மிகப்பெரிய எழுத்தாளராக வேண்டும்; தனக்குப் பின் தனது எழுத்து பேசப்பட வேண்டும் என்று ஆசைப் பட்டாள். ஆச்சரியமாக 15 வயது முடிவதற்குள் அவள் எழுதிய நாட்குறிப்புகள் பதிக்கப்பட்டுப் (1952) பல மொழிகளில் மொழியாக்கப்பட்டு உலகமெங்கும் இன்றும் பேசப்படுகிறது. உலக இலக்கியத்தில் நிரந்தர இடத்தைப் பிடித்திருக்கிறது. திரைப்படமாகவும் நாடகமாகவும் வெளிவந்தவண்ணம் இருக்கிறது. பள்ளிகளில் பாடப் புத்தகமாக வைக்கப்படுகிறது.

இத்தகைய புத்தகத்துக்கும் எதிர்ப்பு வந்தது என்பதுதான் ஆச்சரியம். மலர்ந்து மலராத பதின் பருவத்தில் தன் உடலில் ஏற்பட்டுவரும் மாற்றங்களை ஆன் சில பக்கங்களில் பிரமிப்புடன் எழுதியிருக்கிறாள். யோனியின் வடிவம் அவளுக்கு வியப்பை அளித்தது. இத்தனை சிறிய துவாரத்திலிருந்து குழந்தை எப்படி வெளியில் வருகிறது என்று வியக்கிறாள். உடற்சேர்க்கை பற்றிய பெரியவர்களின் பூடகமான பேச்சை ஹாஸ்யமாகச் சொல்கிறாள். அதில் ஒரு கதை சொல்வாள். ஒரு ஐந்து வயது ருஷ்யச் சிறுவன் தன் தந்தையிடம் போய் கேட்பான்:

"அப்பா நான் எப்படிப் பிறந்தேன்? என்னுடைய பெற்றோர்களாக எப்படி ஆனீர்கள்?" அம்மாவைக் கேள் என்பார் அப்பா. அம்மா வழக்கமான கதையைச் சொல்வாள். "ஒரு கொக்கு வந்து அம்மாவுடைய படுக்கையில் போட்டது." சிறுவன் தாத்தா பாட்டியிடம் செல்வான். "பாட்டி, என் அம்மா உங்களுக்கும் தாத்தாவுக்கும் எப்படிப் பிறந்தாள்?" பாட்டி சொல்வாள். "ஒரு கொக்கு வந்து கொடுத்தது." சிறுவன் பாட்டியின் அம்மாவிடம் கேட்பான். என் பாட்டி உங்களுக்கும் கொள்ளுத் தாத்தவுக்கும் எப்படிப் பிறந்தாள்?"

அவளும் கொக்கு வந்து கொடுத்ததாகச் சொல்வாள்.

அந்தச் சிறுவன் தனது பள்ளிப் புத்தகத்தில் எழுதுவான். "இந்தக் குடும்பத்தை ஆய்வு செய்ததில் ஒரு விஷயம் தெரிகிறது. மூன்று தலைமுறைகளாக இங்கு இவர்கள் உடல் உறவே கொள்ளவில்லை!" இப்படி வாய்விட்டுச் சிரிக்கும்படியாகப் பல பகுதிகள் உண்டு. பாசாங்குத்தனமில்லாமல் கூச்சமில்லாமல் தனது 'மர்ம' உறுப்புகளை வர்ணித்து இயற்கையின் படைப்பைக் கண்டு அதிசயிப்பாள். இந்த வெளிப்படைத்தனம் நீக்கப்பட வேண்டும் என்று சில பெற்றோர்கள் ஆட்ஷேபித்தார்கள்.

எத்தனை ரசனை அற்றவர்கள் என்று எனக்கு எரிச்சல் ஏற்படுகிறது. ஆனே குறிப்பிடுவதுபோலப் பெற்றோர்கள் மூடிமறைத்தாலும் பாலியல் விஷயங்களைச் சிறு வயதிலேயே குழந்தைகள் தெரிந்துகொள்கிறார்கள் என்பது அன்றைய அம்மாக்களுக்குப் புரியவில்லை. ஆனின் பக்கங்களைப் படித்து அதீதமான பாலியல் ஆர்வம் கொள்வார்கள் என்று பயந்தார்கள். அவர்களது கோரிக்கைக்கு இணங்கி அந்தப் பக்கங்கள் சில பதிப்புகளில் நீக்கப்பட்டன.

இந்தப் புத்தகத்தின் முதல் பதிப்பில்கூடச் சில பகுதிகள் வெட்டப்பட்டன.

ஆனின் குடும்பமும், கூட இருந்த இரண்டு குடும்பங்களும் போலீஸாரால் கைதுசெய்யப்பட்ட பின் பிரிந்துபோனது. மற்ற எல்லோரும் இறந்துபோனார்கள். ஆனின் தந்தை ஆட்டோ ஃப்ரான்க் மட்டும் அதிர்ஷ்டவசமாகப் பிழைத்திருந்தார். உலகப்போர் ஆகஸ்ட் 1945இல் முடிவடைந்ததும் ஆம்ஸ்டர்டாம் திரும்பி அவர்கள் ஒளிந்து வாழ்ந்த 'secret annexe'க்குச் சென்றார். அவர்களுக்கு ஒளிந்துகொள்ளப் பாதுகாப்பு அளித்தவர்களுள் ஒருவரான மீப் கைஸ், ஆன் எழுதிவைத்திருந்த நாட்குறிப்புத் தொகுதிகளை மிகக் கவனமாகப் பாதுகாப்பாக வைத்திருந்தார்.

வீட்டைச் சூறையாடினவர்களுக்கு டயரியும் அது போதாமல் ஆன் உதிரித்தாள்களில் எழுதியிருந்தவையும் குப்பையாகத் தோன்றியிருக்க வேண்டும். போர்க் காலச் சூழலின், யூதர்களின் நிலைபற்றின ஒரு சிறுமியின் பார்வை வருங்காலத்தில் மிகப்பெரிய ஆவணமாக இருக்கும் என்று ஆட்டோ ஃப்ரான்க் உணர்ந்தார். தவிர அது பதிக்கப்பட வேண்டும் என்பதுதான் ஆனின் எண்ணமுமாக இருந்தது. ஹாலண்ட் அரசு போர்க் காலத்தின் போதே அறிவித்திருந்தது; அந்தக் காலகட்டத்தில் எழுதப்பட்ட நாட்குறிப்புகள் ஆவணங்களாகக் கருதப்பட்டுப் பதிக்கப்படும் என்று. ஆன் அதைக் கேட்ட பிறகு மிக அக்கறையுடன் பலமுறை தனது எழுத்தைத் திருத்தி எழுதினாள். சில விஷயங்களைச் சேர்த்து எழுதினாள். அரசியலைப் பற்றி, மத/இன வேற்றுமைகளைப் பற்றின எண்ணங்களை, தனது வருத்தங்களைப் பதிவுசெய்திருந்தாள்.

அவளுடைய பதிமூன்றாவது பிறந்த நாள் அன்று (12 ஜூன் 1942) அவளுடைய தந்தையிடமிருந்து ஒரு நாட்குறிப்புப் புத்தகம் பரிசாகக் கிடைத்தது. அதற்கு ஒரு பூட்டுக்கூட இருந்தது. அதில் அவள் உடனடியாக எழுத ஆரம்பித்தாள். அவள் 20ஆம் தேதி எழுதிய குறிப்பில் யூதர்களுக்கு அரசாங்கம் விதித்திருந்த கட்டுப்பாடுகளைப் பற்றிச் சொல்கிறாள்.

ஆன் தனது தந்தையிடம் மிக நெருக்கமாக இருந்தவள். அவரை ஓர் உதாரணப் புருஷனாக நினைத்தவள். ஆனால் தாயுடன் அவளுக்கு எப்போதும் பிரச்சினை. ஈடித் அவளை ஏதும் அறியாத விஷமக்காரக் குழந்தையாக நடத்தினாள். எப்போதும் எதற்காவது திட்டியபடி இருந்தாள். அவளுக்குத் தன்மேல் அன்பே இல்லை என்று ஆன் நினைத்தாள். தாயை வெறுப்பவள்போல் அவள் எழுதியிருந்த பக்கங்களையெல்லாம் நீக்கிவிட்டு மிகுதியை 1947இல் பிரசுரித்தார் ஆட்டோ ஃப்ரான்க். டச் மொழியிலிருந்து மொழியாக்கம் செய்யப்பட்டு ஆங்கிலத்தில் அது 1952இல் வெளியானது. படித்தவர்களை உடனடியாக நெகிழ்வித்தது. 'A Diary of a Young Girl' 60 மொழிகளில் மொழிபெயர்க்கப்பட்டிருக்கிறது. சில ஆண்டுகள் கழித்து எல்லாப் பக்கங்களும் தொகுப்பில் சேர்க்கப்பட்டன. ஆட்டோ ஃப்ரான்க் ஸ்விட்சர்லாந்துக்குச் சென்று அவருடைய சகோதரியுடன் வசிக்க ஆரம்பித்தார். சில ஆண்டுகள் கழித்து மறுமணம் செய்துகொண்டார். ஆன் ஃப்ரான்கின் நாட்குறிப்புகளை உலகமெங்கும் பரப்புவதில் தீவிரமானார்.

ஆன் ஃப்ரான்கின் குறிப்பிலிருந்தே பல விஷயங்கள் தெரிய வருகின்றன. ஆம்ஸ்டர்டாமில் யூதர்களுக்கு நெருக்கடி அதிகரித்தது. அவர்களுக்குப் பல கட்டுப்பாடுகள் இருந்தன. பேருந்துகளில் செல்லக்கூடத் தடை இருந்தது. தவிர திடீரென்று ஆக்கிரமிப்பாளர்களிடமிருந்து உத்தரவு வந்து இழுத்துக் கொண்டுபோகக்கூடிய பயம் இருந்தது. அதனால் ஆட்டோ ஃப்ரான்கும் ஈடித்தும் பெண்களுடன் ஒரு மறைவிடத்திற்கு 16 ஜூலை 1942 அன்று செல்லத் திட்டமிட்டிருந்தார்கள். ஆனால் அதற்குள் ஆனின் அக்கா மார்கட்டுக்கு ஒரு அழைப்புக் கடிதம் 5ஆம் தேதி வந்தது. அதனால் அவர்கள் அவசரமாக 6ஆம் தேதி மறைவிடத்துக்குச் செல்ல நேர்ந்தது. தாங்கள் அவசரமாகக் கிளம்ப நேர்ந்த மாதிரியான எண்ணத்தைக் காண்பிக்கச் சாமான்களைத் தாறுமாறாக வைத்தார்கள். ஸ்விட்சர்லாந்துக்குச் செல்வதாக ஒரு குறிப்பை ஆட்டோ எழுதி வைத்தார்.

பேருந்தில் செல்லத் தடை என்பதால் பல கிலோமீட்டர்கள் நடக்க வேண்டியிருந்தது. அவர்கள் ஒளிந்திருந்த இடம் ஆட்டோ ஃப்ரான்கின் அலுவலகத்துடன் ஒட்டியிருந்த மூன்று அடுக்கு வீடு. அதற்கான வாசலை ஒரு புத்தக அலமாரியைக் கொண்டு அடைத்தார்கள். அலுவலகத்தில் பணிபுரிந்த சாமான்ய ஊழியர்களுக்குக்கூட அப்படி ஒரு வீடு அதனுடன் பிணைந்திருந்தது தெரியாது. ஆட்டோவின் மிக நம்பகமான கிறிஸ்த்துவ அலுவலர்கள் நான்கு பேர்களான குக்லர்,

கீமன், மீப் கைஸ், வோஸ்குஜி ஆகிய நால்வருக்கு மட்டுமே ஒளிந்திருப்பவர் பற்றித் தெரியும். அவர்கள்தான் ஃப்ரான்க் குடும்பத்திற்குத் தேவையான உணவுப் பொருட்கள் எல்லாம் வாங்கி வருவார்கள். அவர்களுடைய உதவி மகத்தானது என்று ஆன் தனது குறிப்புகளில் திரும்பத் திரும்பச் சொல்லுவாள். ஏனென்றால் யூதர்களுக்கு அடைக்கலம் கொடுப்பவர்கள், உதவுபவர்கள், மறைந்திருக்கும் விஷயத்தைத் தெரிவிக்காதவர்கள் பிடிபட்டால் அவர்களுக்கு நிச்சயம் மரண தண்டனை கிடைக்கும். சில நாட்களில் வான் பீட் என்ற யூதக் குடும்பமும் (தாய், தந்தை, மகன் பீட்டர்) பிறகு ஃபீஃபர் என்ற ஒரு பல் மருத்துவரும் அவர்களுடன் அடைக்கலம் தேடி வந்தார்கள். அவர்களைப் பற்றியெல்லாம் ஆன் ஃப்ரான்க் படு தமாஷாக விவரிப்பாள்.

ஆரம்பத்தில் இருந்த இணக்கம் வெகு விரைவில் குறைந்து போனதையும் ரசனையுடன் சொல்வது வியப்பாக இருக்கிறது. வசதியாக வாழ்ந்தவர்கள் வெளி உலகத்துக்குத் தெரியாமல் மிகக் குறைந்த வசதிகளுடன், சமயங்களில் சாப்பாடு போதாமல், கணப்படுப்பு இல்லாமல் அவதிப்படுவதும் எளிதல்ல; அதனாலேயே ஒருவருக்கொருவர் எரிச்சல்படுவதும் விவாதத்தில் ஈடுபடுவதும் தவிர்க்க முடியாத விஷயங்களாகிப் போனதை பதின் வயதின் ஆரம்ப கட்டத்திலேயே அந்தச் சிறுமி உணர்ந்து ஹாஸ்ய உணர்வு குன்றாமல் எழுதியிருப்பது படிப்பவரின் நெஞ்சை அள்ளும் விஷயம், நிச்சயமாக.

அவளைவிட நான்கு வயது மூத்தவளான அவளுடைய அக்கா மார்கட் அமைதியானவள். அதிக மனமுதிர்ச்சி உடையவள். தாய் ஈடித் மார்கட்டிற்குப் பரிந்து பேசுவாள். ஆன் குறும்புக்கார வாயாடி என்பதால் அவளைக் கண்டித்துக் கொண்டிருந்தாள். இது ஆனுக்கு அவளிடம் மிகுந்த வெறுப்பை ஏற்படுத்திவந்தது. ஈடித்தின் மன அழுத்தங்களே அவளுடைய எரிச்சலுக்குக் காரணம் என்பதையும் புரிந்துகொண்டு சில சமயங்களில் தாயுடன் சண்டையிட்டதை நினைத்து ஆன் வருந்தவும் செய்வாள். சகோதரிகள் அந்த நாட்களில் தங்கள் படிப்பிலும் தீவிரக் கவனம் செலுத்தினார்கள். ஒரு நிமிஷம்கூட அவர்களுக்கு ஓய்வில்லாமல் இருந்தது. புதிய மொழிகள் கற்றார்கள். சுருக்கெழுத்துப் பயின்றார்கள்.

ஆனுக்குத் தான் ஒரு பத்திரிகையாளராக வேண்டும் என்று ஆர்வமிருந்தது. "நான் பள்ளிப் பாடங்களைத் தொடர்ந்து படிக்க வேண்டும் என்று புரிந்துகொண்டேன். எனக்குப் பத்திரிகையாளராக வேண்டும் என்று ஆசை. என்னால் எழுத முடியும் என்று எனக்குத் தெரியும். பத்திரிகையில் எழுதக்கூடிய ஆற்றல் எனக்கு இல்லையென்றால் எனக்காகவே

எழுதிக்கொள்ளலாம். ஆனால் அதற்கும் மேலாகச் சாதிக்க வேண்டும் என்று விரும்புகிறேன். என் அம்மாவைப்போல, பீட்டரின் அம்மாவைப்போல அல்லது மற்றப் பெண்களைப்போல வீட்டுவேலை மட்டும் செய்து வாழ்ந்து மறக்கப்படக்கூடியவ ளாக நான் இருக்கமாட்டேன். ஒரு கணவன் குழந்தைகள் தவிர எனக்கென்று என்னை ஆட்கொள்ள ஏதேனும் இருக்க வேண்டும். சமூகத்திற்கு உபயோகமாக இருக்க வேண்டும். மற்றவர்களை, நான் சந்தித்திராதவர்களையும் மகிழ்விக்க வேண்டும் என்று நினைக்கிறேன். அதனால்தான் எனக்கு எழுதும் ஆற்றலைத் தந்த கடவுளுக்கு நன்றி உள்ளவளாக இருக்கிறேன். அந்த ஆற்றலை உபயோகித்து என் மனத்தில் இருப்பதையெல்லாம் எழுத விரும்புகிறேன். எழுதும்போது என்னுடைய கவலைகள் மறந்துபோகின்றன. என்னுடைய துக்கம் காணாமல் போகிறது. மனத்தில் புத்துணர்ச்சி ஏற்படுகிறது.

ஆனால் ஒரு பெரிய கேள்வி என்முன் நிற்கிறது: என்றாவது என்னால் ஒரு மகத்தான எழுத்தை எழுத முடியுமா? நான் என்றாவது ஒரு எழுத்தாளராக, பத்திரிகையாளராக இருப்பேனா?”

அவள் எழுதிக்கொண்டே இருந்தாள் ஆகஸ்ட் 1, 1944 வரை.

ஆனால் அல்லும் பகலும் எல்லோரும் பயத்துடனேயே வாழ வேண்டியிருந்தது. வெளி உலகத் தொடர்பே இல்லாமல் போனதுடன், அவர்களிடம் இருந்த சிறிய வானொலிப் பெட்டியின் செய்தியை மிக மெதுவாக, முன்னால் இருக்கும் அலுவலகம் செயல்படாத நேரத்தில், கேட்கும்போது உலக யுத்தச் செய்திகள் கலவரப்படுத்தும். தங்களுக்கு விடிவே இல்லை என்கிற நிராசையை எழுப்பும். தங்களது மறைவிடம் பற்றி எவரேனும் அரசுக்குச் சொல்லிவிட்டால் எந்த நிமிஷமும் காவல்துறை தங்களை இழுத்துப்போகலாம் என்கிற பயம் எல்லோரையும் ஆட்டிப்படைத்தது. வாசல் கதவு தட்டப்பட்டால் காவல்துறை வந்திருக்கும் என்று ஆன் நடுங்குவாள்.

இடையிடையே ஆகாசத்தைப் பார்க்க மாட்டோமா, பறவைகளின் கீதத்தைக் கேட்க மாட்டோமா, மரங்களின் பசுமையைக் காண மாட்டோமா என்று ஏங்குவதை மிக அழகாக விவரிப்பாள். அவளுடன் தோழமையுடன் பேச யாருமே இல்லை. மெல்ல மெல்ல பீட்டருக்கும் அவளுக்கும் நெருககம் ஏற்படுகிறது. அவனுடன் எல்லா ரகசியங்களையும் கூச்சமில் லாமல் பேச முடிந்தது. அவன் நல்ல பையன். நான் அத்துமீற மாட்டேன் பயப்படாதே என்பான். அவளும் அவனும் மொட்டை மாடிக்குச் சில சமயம் சென்று அமர்ந்து நட்சத்திரங்களைப் பார்ப்பார்கள். ஆன் ஃப்ரான்கைக் கண்டு அவனுக்குப் பிரமிப்பு. நீ என்னைவிடக் கெட்டிக்காரி, துணிச்சல்காரி,

உன்னைப்போல எனக்குப் பேச வராது என்று புகழ்வான். அது வெறும் புகழ்ச்சியில்லை என்று அவள் உணர்வாள். அவர்களிருவரிடையே இருந்த நெருக்கத்தைப் பார்த்துப் பெரியவர்கள் கவலைப்பட்டார்கள்.

நெருக்கடியான காலகட்டத்தில் நாம் இருக்கிறோம், நீ இக்கட்டில் மாட்டிக்கொள்ளக் கூடாது என்று அப்பா எச்சரிக்கிறார். அதற்குப் பிறகு இருவரும் சற்று விலகியிருக் கிறார்கள். பீட்டரிடம் காதல் ஏதும் இல்லை என்று அவள் எழுதுகிறாள். அவன் ஒரு நல்ல நண்பன் மட்டுமே என்றும் தான் புரிந்துகொண்டதாக, பெரியவர்கள் அநாவசியமாக விதிக்கும் கட்டுப்பாடுகள் தன்னை எரிச்சல்படுத்துவதாக எழுதுகிறாள்.

ஆகஸ்ட் 4ஆம் தேதி ஒரு உளவாளி சொன்ன தகவல்பேரில் காவல்துறை எல்லோரையும் கைதுசெய்து அழைத்துச் சென்றது. எல்லோரும் போலண்ட் நாட்டில் இருந்த ஆஷ்விட்ஷ் முகாமுக்கு அழைத்துச் செல்லப்பட்டார்கள். அதற்குப் பின் ஆண்களும் பெண்களும் பிரிக்கப்பட்டார்கள். உழைக்கக்கூடிய ஆரோக்கியமானவர்களைக் கடும் வேலைக்கு இட்டுச் சென்றார்கள். பலவீனமானவர்கள் உடனடியாகக் கொல்லப்பட்டார்கள். ஈடித்தும் அவளுடைய மகள்களும் வேறு முகாமுக்கு அழைத்துச் செல்லப்பட்டார்கள். அங்கு அடிமைகள்போல நடத்தப்பட்டார்கள். ஆனை நிர்வாணமாக நிற்கவைத்து மருந்து அடித்தார்கள். அவளை முடி மழிக்கப் பட்டுத் தலையை மொட்டையடித்தார்கள். அவளுடைய எண் கையில் பச்சை குத்தப்பட்டது.

அவளுடன் முகாமில் இருந்து பிழைத்து யுத்தம் முடிந்த பின் வெளியில் வந்த ஒரு பெண் ஆன் முகத்தில் எப்போதும் ஒரு சோகம் இருந்ததாகவும், சிறு குழந்தைகள் விஷ வாயுக்குப்பிக்கு அழைத்துச் செல்வப்படுவதைப் பார்க்கும்போது கண்ணீர் விடுவாள் என்றும் பிறகு ஒரு பேட்டியில் சொன்னாள். சிலர், அந்த நிலையிலும் அவள் தைரியமும் மனோபலமும் கொண்டவளாகத் தென்பட்டாள் என்றார்கள். அவளுடைய கலகலப்பான சுபாவத்தால் தனக்கும் தன் அம்மாவுக்கும் அக்காவுக்கும் சிறிது அதிகமான அளவு ரொட்டி பெற முடிந்தது என்றார்கள். ஆனால் நோய் அவர்களை அணு அணுவாகத் தின்றது. ஆனுக்கு உடம்பு முழுவதும் அரிப்பும் புண்ணுமாக ஆனது. மகா கேவல மான நிலையில் மூவரும் ஒருவர் பின் ஒருவராக இறந்தார்கள். ஆனுக்கு ஆட்டோ ஃப்ரான்க் அதிசயமாக உயிர் தப்புவார் என்றோ தனது நாட்குறிப்புகள் அவர் மூலமாகச் சாகாவரம் பெறும் என்றோ தெரிய வாய்ப்பிருக்கவில்லை.

இலக்கிய பாவனைகள்: பொய்யும் புனைசுருட்டும்

The Da Vinci Code by Dan Brown

ஒரு விருந்தில் இந்தப் புத்தகத்தைப் பற்றின பேச்சு வந்தபோது அங்கு இருந்த சல்மான் ருஷ்டி சீறி வெடித்தார். “என்னிடம் அதைப் பற்றிப் பேசாதீர்கள். மகா மட்டமான புத்தகம். மோசமான புத்தகங்களின் வரிசையையும் கேவலப்படுத்தும் புத்தகம்!” என்றார். பல எழுத்தாளர்களும் இலக்கிய விமர்சகர்களும் அதை மோசமான புத்தகம், மூன்றாந்தர எழுத்து என்று நிராகரித்தார்கள். கிறித்துவ மடாலயங்கள், கத்தோலிக்கத் தேவாலயங்கள், பொய்யும் புனைசுருட்டும் கொண்ட புத்தகம் அது, எல்லாக் கிறிஸ்த்துவர்களாலும் புறக்கணிக்கப்பட வேண்டியது என்றார்கள் – இரு கண்டனங்களும் வேறுவேறு காரணங்களுக்காக. முன்னது அதன் மொழியும் நடையும் மோசமானது, சாமான்யமானது என்பதற்காக; மிக நுணுக்கமான ஆய்வுகளுக்குப் பிறகு எழுதப்பட்டதாகவும், மிக சென்ஸிடிவ்வான கருப்பொருளைத் துணிச்சலுடன் கையாண்ட இலக்கியப் படைப்பு என்றும் ஆசிரியரும் பதிப்பாளரும் தம்பட்டம் அடித்துக்கொண்டதற்காக.

முக்கியமாக, புத்தகம் வெளிவந்த (2003) இரண்டு மாதத்திற்குள் 20 லட்சம் பிரதிகள் விற்றுச் சாதனை புரிந்ததற்காக. இதுவரை 90 மில்லியன் பிரதிகள் விற்கப்பட்டிருப்பதாகச் சொல்லப்படுகிறது. 44 மொழிகளில் மொழியாக்கம் செய்யப்பட்டிருக் கிறது. திரைப்பட வடிவில் மிக அதிகமான வசூலைத் தந்த படமாயிற்று.

இந்த நூற்றாண்டில் அதிகபட்சம் விவாதிக்கப்பட்ட புத்தகம்; கண்டனத்துக்குள்ளான புத்தகம் என்ற போதிலும் அதிகபட்ச வாசகர்கள் (ஹாரி பாட்டர் வெளிவருவதற்கு முன்) ஆர்வத்துடன் வாசித்த புத்தகம் என்பதும் உண்மை. திரில்லர் வடிவிலான கதையோட்டத்தில் பல தீவிரமான கோட்பாடுகளை மிக ஆழத்துடன் விளக்குவதுபோன்ற பிரமிப்பை வாசகர்களுக்கு ஏற்படுத்தும் சாமர்த்தியம் டான் ப்ரௌனுக்கு உண்டு. கடுமையான ஆய்வுக்குப் பின் இப்புத்தகத்தை எழுதியதாகவும் தான் எழுதியிருப்பது 99% உண்மை என்றும் அவர் பல பேட்டிகளில் சொன்னார். இரண்டாயிரம் ஆண்டுகளுக்கு மேலாகக் கத்தோலிக்கத் தலைமையகமான வாடிக்கன் பொத்திவைத்திருந்த பரம ரகசியம் ஒன்றை அவர் மிகத் துணிச்சலுடன் போட்டு உடைத்திருப்பதாகப் பதிப்பாளர்கள் விளம்பரப்படுத்தினார்கள்.

ஆனால் கத்தோலிக்க அமைப்புகளும் தேவாலயங்களும் ரோம் நகரத்து வாட்டிகனும் புத்தகத்தை மிகக் கடுமையாகக் கண்டித்தன. இரண்டாயிரம் ஆண்டுகளுக்கு மேலாகக் கத்தோலிக்கத் தேவாலயம் சொல்லிவரும் யேசுவின் சரித்திரத்தைத் தலைகீழாக மாற்ற முயற்சிக்கும் விதண்டாவாதம், போக்கிரித்தனம் என்ற குற்றச்சாட்டை, அநேகமாக, விசுவாசம் கொண்ட எல்லாக் கிறிஸ்த்துவர்களும் முன்வைத்தார்கள். டான் ப்ரௌன் முன்வைக்கும் வாதம் ஏதும் புதிதல்ல. அரசல் புரசலாகச் சில அமைப்புகள் (நம்பகத்தன்மையற்ற) சொல்லிவந்ததைத்தான் புதிதாகச் செய்ததைப்போலப் பல மேற்கோள்களையும் விளக்கங்களும் கொடுத்துக் கதை பின்னுகிறார்.

அப்படி என்னதான் இருக்கிறது கதையில்?

கிறிஸ்த்துவ வரலாற்றில் மேரி மக்டலீன் என்கிற பெண்ணின் பங்கைப் பற்றின கேள்வியை எழுப்புகிறார் டான் ப்ரௌன். பைபிளில் அவள் ஒரு விலை மாது என்று குறிப்பிடப்பட்டிருப்பது உண்மை இல்லை என்றும் அவள் யேசுவின் மனைவி என்றும் யேசு சிலுவையில் ஏற்றப்பட்டபோது அவள் கர்ப்பமாக இருந்தாள் என்றும் அவள் பெற்ற யேசுவின் மகளின் சந்ததியினர் இன்னமும் இருகிறார்கள் என்றும் சொல்கிறார். 1997இல் க்ளைவ் ப்ரின்ஸ் என்பவர் 'The Templar Revelation' என்ற புத்தகத்தில் இந்தக் கருத்தைச் சொல்லியிருந்தார். மார்கரேட் ஸ்டார்பர்ட் என்பவர் இந்தக் கருத்தை அதற்குச் சில ஆண்டுகள் முன் சொல்லியிருந்தார். அவற்றைக் கத்தோலிக்க தேவாலயம் நிராகரித்தது. அப்போது அந்தக் கருத்து அதிகம் கவனம் பெறவில்லை. ஆனால் துப்பறியும் நாவலாக விறுவிறுப்பான நடையில் தனது ஒவ்வொரு சொல்லும் சத்தியவாக்கு என்பது போல வாசகரின் கவனத்தை உடனடியாகப் பெற்றது ஆசிரியரின்

சாமர்த்தியம் என்றுதான் சொல்ல வேண்டும். அது ஒரு புனைகதை என்று சொல்லியிருந்தால் ஒரு வேளை வாசகருக்கு ஏமாற்றமாக இருந்திருக்குமோ என்னவோ. 99% உண்மை என்று அவர் சாதித்தது வியாபாரத் தந்திரம் என்றுதான் நினைக்கத் தோன்றுகிறது.

தீவர இலக்கியவாதிகளுக்கு அவர் சொல்வது நிஜமா பொய்யா என்பது பிரச்சினை இல்லை. தான் சொல்வது நிஜம் என்றும், அது பொழுதுபோக்கு இலக்கியமில்லை என்றும் டான் ப்ரௌன் செய்த விளம்பரமும் பாவனைகளுமே எல்லோரையும் எரிச்சல் படுத்திற்று. ஆனால் ஆசிரியர் அதையெல்லாம் லட்சியம் செய்யவில்லை. உலகம் முழுவதும் புத்தகம் பிரபலமாகிவிட்டது. வேண்டியதைச் சம்பாதித்துக் கொடுத்துவிட்டது. கதை முதல் பக்கத்திலிருந்து நாலுகால் பாய்ச்சலில் நகருகிறது.

பாரீஸில் இருக்கும் லூவ்ர அருங்காட்சியகத்தின் பொறுப்பாளரும் 'Priory of Sion' என்ற அமைப்பின் க்ராண்ட் மாஸ்டருமான ஐக்கூஸ் ஸொனேர், கொலைசெய்யப்பட்டிருக்கிறார். அவரது உடல் கைகளையும் கால்களையும் விரித்த (Vitruvian Man) மனிதனின் வரைபடப் பாணியில் கிடக்கிறது. அவரது மார்பில் அவரது ரத்தத்தினாலேயே எழுதப்பட்ட பூடகச் சொற்கள் இருக்கின்றன. இது ஏதோ மாந்ரீகப் பேய் வழிபாட்டின் விளைவு என்று காவல்துறை அதிகாரி ஃபாக் நினைக்கிறார்.

ஹார்வார்ட் பல்கலைக்கழகப் பேராசிரியர் லாங்டன் அச்சமயம் பாரீஸில் இருப்பதை அறிந்து ஃபாக் அவரை உதவிக்கு அழைக்கிறார். லாங்டன் மதங்கள் / வழிபாடுகள் சார்ந்த வரலாற்றுப் பேராசிரியர். அவருக்கு உதவ ஸோஃபி நெவூ என்ற பெண்ணைக் காவல்துறை அனுப்புகிறது. ஸோஃபி மறைமுகப்பொருள் கொண்ட மொழியையும் அடையாளங்களையும் அறிவதில் தேர்ச்சி பெற்றவள். அவள் இறந்துபோன ழாக்கூஸின் பேத்தி. தாத்தாவுடன் விரோதித்துக்கொண்டு விலகி இருந்தவள். லாங்டனிடம் ரகசியமாக இந்தத் தகவலைச் சொல்கிறாள். அதைத் தவிர இன்னொரு விஷயத்தையும் சொல்கிறாள். லாங்டன்தான் கொலையாளி என்று போலீஸ் நினைக்கிறது. ஏனென்றால் ழாக்கூஸ் (அவளுக்கு) தனது மார்பில் ரத்தத்தால் எழுதிவைத்திருந்த பின்குறிப்பில் 'லாங்டனைக் கண்டுபிடி' என்று இருக்கிறது. அதை லாங்டன் பார்ப்பதற்குமுன் காவல்துறை அழித்துவிடுகிறது. தான் தனது தாத்தாவிடமிருந்து விலகியதன் காரணத்தை லாங்டனிடம் ஸோஃபி சொல்கிறாள். தாத்தாவின் ரகசிய புறச்சமய அமைப்பின் நடவடிக்கைகள் அவளைச் சிறுவயதிலேயே சங்கடப்படுத்தின. அவளது பதின்வயதில் அவர் ஒரு நிர்வாணப் பெண்ணுக்குச் செய்த

சடங்கை அவள் மறைவாகப் பார்க்க நேரிடுகிறது. அவளுக்கு அது பெரும் அதிர்ச்சியையும் அருவருப்பையும் தருகிறது. அதற்குப் பிறகு தாத்தாவிடம் சொல்லாமலே அவள் வெளியேறுகிறாள்.

ஒரு ரகசியத்தைப் பாதுகாத்த பேழையைக் கண்டுபிடித்து அதில் இருக்கும் சூட்சுமச் செய்தியை லாங்டனால்தான் புரிந்துகொள்ள முடியும் என்று தாத்தா நினைத்திருக்க வேண்டும் என்று ஸோஃபி புரிந்துகொள்கிறாள். அந்தப் பேழை பாரிஸில் இருக்கும் ஜூரிச் வங்கிக் கிளையில் இருக்கும் விவரத்தைக் கண்டுபிடிக்கிறார்கள். காவல்துறைக்குத் தெரியாமல் இருவரும் வங்கிக்குச் சென்று பாதுகாப்புப் பெட்டகத்தைத் திறக்கிறார்கள். அதில் ஐந்துகோணம் கொண்ட ஒரு உருள் பேழை இருக்கிறது. அது ஒரு திருகு. அதைத் திறப்பதற்கு இரகசியச் சொல் உண்டு. அதன் கோணங்களில் அட்சரங்கள் இருக்கின்றன. சரியான சொல்லைக் கண்டுணர்ந்து திருகினால் அது திறக்கும். அதை எடுத்துக்கொண்டு லாங்டன் தனது நண்பரும் புனித க்ரேய்ல் (யேசுவின் இரத்தத்தின் கடைசித் துளி வைக்கப்பட்ட புனித பாத்திரம்) பற்றின நிபுணருமான லீ டீபிங் வீட்டுக்கு ஸோஃபியுடன் செல்கிறார். க்ரேய்ல் என்பது எல்லோரும் நினைப்பதுபோலப் புனிதப் பாத்திரம் இல்லை, அது மேரி மக்டலீனின் எலும்புகள் வைக்கப்பட்டிருக்கும் கல்லறை என்கிறார் டீபிங்.

பேழையைத் திறப்பதற்கான இரகசியச் சொல் பல முயற்சிக்குப் பின் ஸோஃபியின் இயற்பெயரான ஸோஃபியா என்று ஊகித்துத் திறக்கிறார்கள். அதற்குள் இன்னுமொரு பேழை இருக்கிறது. அதற்குள் தான் ரகசியச் செய்தி எழுதப்பட்ட காகிதம் இருக்கிறது. அதைத் திறப்பதற்கும் ஒரு சங்கேதச் சொல் இருக்கிறது. பேழையை வலுக்கட்டாயமாகத் திறந்தால் அதற்குள் இருக்கும் குப்பி உடைந்து அதில் இருக்கும் சாராயம் காகிதத்தில் இருக்கும் வரிகளை அழிந்துவிடும். எத்தனை முயன்றும் அதைக் கண்டுபிடிக்க முடிவதில்லை. அதற்கான குறிப்பு லண்டனில் வெஸ்ட் மினிஸ்டர் அபீயில் இருந்த ஐஸாக் நியூட்டனின் கல்லறையில் (நியூட்டனும் ப்ரியரி சியோன் அமைப்பின் உறுப்பினர் என்று புத்தகம் சொல்கிறது. ஓவியர் லியோனார்டோ டா வின்ஸியும் உறுப்பினர்) கிடைக்கும் என்கிறார் டீப்பிங். மூவரும் டீப்பிங்கின் சொந்த விமானத்தில் இங்கிலாந்துக்குப் பயணமாகிறார்கள். புத்தகம் மிகுந்த பரபரப்புடன் நகர்கிறது, நாடகப் பாணியில். வெஸ்ட் மினிஸ்டர் அபீயிக்குப் போவதற்குள் லாங்டனுக்கும் ஸோஃபிக்கும் டீப்பிங்கின் சுயரூபம் தெரிந்து விடுகிறது. ஸோஃபியின் தாத்தாவைக் கொன்றது ஸிலாஸ் என்ற ஆள் எனக் காவல்துறை கண்டுபிடித்திருக்கிறது. அவன் டீப்பிங்கின் ஆள் என்பதும் பேழையில் இருக்கும் ரகசிய

ஆவணம் தனது கையில் இருக்க வேண்டும் என்று நினைத்த டீப்பிங் அவன் மூலமாகப் பலரைக் கொன்றிருக்கிறார் என்பதும் தெரிகிறது. வெஸ்ட் மினிஸ்டர் அபீயில் தன்னைப் பற்றி அவர்கள் தெரிந்துகொண்டார்கள் என்ற பதற்றத்தில் உள்பேழையின் ரகசியச் சொல்லைக் கண்டுபிடி என்று துப்பாக்கி முனையில் லாங்டனை டீப்பிங் மிரட்டுகிறார். 'ஆப்பிள்' என்பதுதான் அந்தச் சொல் என்று லாங்டனுக்குத் தெரிகிறது.

டீப்பிங்குக்குத் தெரியாமல் அவர் பேழையைத் திறந்து அதற்குள் இருக்கும் காகிதத்தை எடுத்து மறைத்துக்கொள்கிறார். டீப்பிங் இருக்கும் திசையில் பேழையை உயரே தூக்கிப்போடுகிறார். டீப்பிங் தலை போனதுபோலச் சத்தம் போடுகிறார். அதற்குள் சொல்லிவைத்ததுபோல ஃபாக் வந்துசேருகிறான், ஆட்களுடன். டீப்பிங்தான் சதிகாரர் லாங்டன் குற்றமற்றவன் என்றும் அவனுக்குத் தெரிந்திருக்கிறது. டீப்பிங் கைது செய்யப்படுகிறார். ஸிலாஸ் காவல்துறையின் துரத்தலில் சுட்டுக் கொல்லப்படு கிறான். உள்பேழையில் இருக்கும் காகிதம் சொல்லும் தகவலின் பேரில் லாங்டனும் ஸோஃபியும் ரோசலின் தேவாலயத்துக்குச் செல்கிறார்கள். அங்கு விபத்தில் பெற்றோர்களுடன் இறந்து விட்டதாக நினைத்திருந்த அவளுடைய சகோதரன் இருப்பதை அறிகிறாள். அவளுடைய பாட்டியும் அங்கிருக்கிறார். அவளும் அவளுடைய சகோதரனும் மேரி மாகடலீன் – யேசு கிறிஸ்த்துவின் வழித்தோன்றல்கள் என்று சொல்கிறார்கள். ஸோஃபியின் பிறப்பைப் பற்றித் தெரியவந்தால் அவளது உயிருக்கு ஆபத்து ஏற்படலாம் என்ற காரணத்தால்தான் அவளுக்குத் தெரியப்படுத்தவில்லை என்கிறார்கள்.

நம்பும்படியாகவா இருக்கிறது? தான் எழுதியிருப்பது 99% உண்மை என்று ஆசிரியர் சாதிக்கிறார்.

மேரி மக்டலீனின் கல்லறையைத் தேடிப்போகிறார் லாங்டன். அது பாரீஸ் லூவ்ர அருங்காட்சியகத்தின் பிரமிட் கட்டடத்தின் நேர் கீழ்க் கோட்டில் இருப்பதாகக் கணக்கிடுகிறார். பாதாள அறையில் ஒரு பெண்ணின் உருவம் ஒரு கல்லறையின் மேல் படுத்திருக்கும் நிலையில் சமைக்கப்பட்டிருகிறது. பெண் உபாசகன் – டெம்ப்ளார் வீரனைப்போல அதற்கு முன் மண்டியிடுகிறார் லாங்டன்.

டெம்ப்ளார் அமைப்பு யேசு கடவுள் இல்லை, சாதாரண மனிதன் என்கிறது. சிலுவையில் ஏற்றிய பின் யேசு இறந்து போனார், தனது இடத்தைத் தனது மனைவி மேரி மாக்டலீன் எடுத்துக்கொண்டு தனது சேதியைப் பரப்ப வேண்டும் என்று விரும்பினார் என்கிறது. மேரி விலைமகள் இல்லை; அவள் அரச

தலைமறைவான படைப்பாளி

வம்சத்தைச் சேர்ந்தவள். ஆனால் ஆணுலகம் பெண்சக்தியை விரும்பவில்லை என்பதால் மேரி துரத்தி அடிக்கப்பட்டாள். யேசு இறந்தபோது கர்ப்பமாக இருந்தவள் ஃப்ரான்ஸ் நாட்டுக்குத் தப்பியோடிச் சில யூதர்களின் பாதுகாப்பில் இருந்து அங்கு ஒரு பெண் குழந்தையைப் பெற்றாள் என்றது. இதையெல்லாம் கிறிஸ்த்துவத் தேவாலயம் 2000 ஆண்டுகளுக்கு மேல் படு ரகசியமாக வைத்திருக்கிறது; இந்த விஷயம் ஓவியர் லியோனார்டோ டா வின்சிக்குத் தெரியும். அவரும் ப்ரயரி சியோனின் முக்கிய உறுப்பினர். அவரது 'லாஸ்ட் ஸப்பர்' ஓவியத்தில் ஜீஸஸுக்குப் பக்கத்தில் 'V' (புனித கிண்ணம்) போன்ற ஒரு இடைவெளி இருக்கும்; அதை அடுத்து இருக்கும் உருவம் ஆண் இல்லை; அது மேரி மக்தலீன்; அவருடைய மற்றொரு பிரபல ஓவியமான 'மோனாலீஸா'வும் பெண் இல்லை. ஆண் பெண் ஒன்றிணைந்த – அதாவது ஜீஸஸ், மேரி ஆகிய இருவரின் உறவின் குறியீடு என்பதாகப் புத்தகம் கதை பின்னுகிறது. பெண் சக்தியைப் புறம் தள்ளும் மாபெரும் சதியைத் தனது தூரிகையின் மூலம் டா வின்சி விளக்குகிறார் என்கிறது. பெண்கள் ஒடுக்கப்படுவதன் வித்து தேவாலயத்திலிருந்து ஆரம்பிக்கிறது; ஒரு சாமான்ய மனிதனைக் கடவுள் ஆக்கி அவனது மனித உணர்வுகளை, வாழ்வை மறைத்து, பீடத்தில் அமர்த்துவது தேவாலயத்துக்கு ஆதாயம் என்பதால் நடக்கும் பித்தலாட்டம் இது என்கிறது புத்தகம்.

இதையெல்லாம் கேட்டுக்கொண்டு கிறிஸ்த்துவ மதத் தலைவர்கள் சும்மா இருப்பார்களா என்ன? ஆனால் பொதுவாக தேவாலயத்தின் அதிகாரம் பலவீனப்பட்டுப் போனதால் புத்தக விற்பனையிலோ டான் ப்ரௌனின் செல்வாக்கிலோ எந்தத் தாக்கத்தையும் ஏற்படுத்தவில்லை. வாசகர்களுக்கும் இந்தச் சண்டைக்கும் சம்பந்தமில்லைதான். ஆர்வத்துடன் படித்தவர்கள் டான் ப்ரௌன் சொல்வதை வேதவாக்காக நிச்சயம் எடுத்துக்கொள்ளவில்லை. மதத்தை நம்புபவர்கள் இது சுத்தப் பொய் என்றார்கள். மதத்தில் ஈடுபாடு இல்லாதவர்கள் அது ஒரு பொழுதுபோக்கு நாவல் என்று சொன்னார்கள். புத்தகம், பதிப்பாளர்கள் நினைத்ததுபோலச் சமூகத்தைத் தடம் புரளச் செய்யவில்லை. ஆனால் அவர்களுக்குக் கவலையில்லை. போட்ட பணம் பல கோடி மடங்கு வசூலாகிவிட்டது.

டான் ப்ரௌன் எழுதித் தள்ளுகிறார் – இலக்கியப் படைப்புகள் என்கிற போர்வையில்.

கனவும் நனவும்: வால்டேரின் எள்ளல் –
Candide By Voltaire

பிரபல ஃப்ரெஞ்சு எழுத்தாளரும் வேதாந்தியுமான வால்டேர் பதினெட்டாம் நூற்றாண்டில் எழுதிய (1759) எள்ளல் மிகுந்த அந்தச் சிறிய நாவல் அத்தனை எளிமையான நடையில் ஹாஸ்யம் இழையோட – பல இடங்களில் வாய்விட்டுச் சிரிக்கும் படியாக – இருக்கும் என்று நான் நினைத்திருக்கவில்லை. மிகப் பிரபலமான புத்தகமும் உலக செவ்வியல் புத்தக வரிசையில் இருப்பதுமான இந்தப் புத்தகத்தை மிக ரகசியமாக வால்டேர் ஐந்து நாடுகளில் ஒரே சமயத்தில் வெளியிட்டார் என்பதும் வெளிவந்ததும் பரவலாகத் தடைசெய்யப்பட்டது என்பதும் நம்ப முடியாத நகைமுரணாகப்படுகிறது.

வால்டேர் 'அறிவொளி'க் காலத்தைச் சேர்ந்தவர். கருத்துச் சுதந்திரத்தை வலியுறுத்தியவர். பல அறிவுஜீவிகள், ஒப்பற்ற கலைஞர்கள் இருந்த காலம். அப்படியும் சகட்டுமேனிக்கு அவர் எல்லா ஸ்தாபனங்களையும் அரசாங்கத்தை, பிற தத்துவார்த்திகளை, போப்பாண்டவரை மறைமுகமாக எள்ளி நகையாடியதை ஸ்தாபனங்கள் விரும்பவில்லை. பிறகு புத்தகத்தின் முக்கியத்துவம் உணர்ந்து பல ஆண்டுகள் கழித்துத் தடை விலகிற்று. உலக சிந்தனையில் அதிகபட்சத் தாக்கத்தை ஏற்படுத்திய நூறு புத்தகங்களுள் ஒன்றாக இது சொல்லப்பட்டது.

'Candide' என்ற ஃப்ரெஞ்சுச் சொல்லுக்கு நம்பிக்கை என்று பொருள். அன்று பிரபலமாக இருந்த லீப்னிஜ் என்ற ஒரு தத்துவஞானியின் 'நடப்பதெல்லாம் நன்மைக்கே' என்ற கருத்தை வால்டேர் இந்தப் புத்தகத்தின் மூலம் தாக்கினார். வால்டேர்

தனது காலகட்டத்தில் நடந்த ஸ்பானிய ஏழாண்டுப் போரையும் அது விளைவித்த சோகத்தையும் உயிரிழப்பையும் பார்த்தவர். பிறகு மாபெரும் சுனாமியும் பூகம்பமும் லிஸ்பனில் பெரும் உயிர், பொருள்சேதத்தையும் விளைவித்தது. ஏழைகளின் துன்பத்திற்கு விடிவே இல்லை என்றிருந்தது. இவையெல்லாம் நடப்பது நன்மைக்கா என்கிற கேள்வியை எழுப்பினார்.

அவர் ஒரு கற்பனை மாய உலகத்தைப் படைத்து, நிலவிவந்த அசட்டுக் கோட்பாடுகளையும் நம்பிக்கைகளையும் பாத்திரங்களின் மூலமாக எள்ளலுடன் விவாதத்திற்குக் கொண்டுவந்தார். அதில் வரும் கதாநாயகன், காண்டிட் வெளி உலகமே அறியாத ருஷ்ய ஸ்ரிங்கர் போன்றவன். ஒரு குருநில மன்னனின் 'Baron' என்று ஆங்கிலத்தில் சொல்லப்படும் பிரபுவின் சகோதரியின் (திருமணமாகாமல் பிறந்த) மகன். அரண்மனை சுகத்தில் வாழ்பவன். சூதுவாதற்றவன். அவனுக்கு பான்க்ளாஸ் என்ற ஓர் ஆசிரியன் – நடப்பதெல்லாம் நன்மைக்கே என்றும் தக்க காரணத்துக்காகவே எல்லாம் நடக்கும் என்றும் பாடம் புகட்டுபவன். இதைவிடச் சௌக்கியமான உறைவிடம் இல்லை என்று சொல்லி காண்டிடின் மூளையை மழுங்கடித்தவன்.

காண்டிடின் வாழ்வில் நடக்கும் பல்வேறு அனுபவங்கள் அவனுள் இந்தச் சித்தாந்தத்தைக் கேள்வி எழுப்பவைக்கின்றன; இயற்கையின் சீற்றங்கள், சேதங்கள், மனிதர் செய்யும் அக்கிரமங்கள் இவற்றுக்கு நடுவில் மனநிம்மதியுடன் வாழ்வது எப்படி என்கிற மந்திரத்தை ஒரு கிழவன் எளிமையாகச் சொல்வதுடன் கதை முடிகிறது. மொத்தத்தில் வறட்டு வேதாந்தமோ மதமோ அரசோ அவற்றின் கற்பனை எதிர்பார்ப்புகள் மனிதரைக் கரையேற்ற முடியாது, அவரது உழைப்பும் மனநிறைவுமே அவருக்கு நிம்மதியை அளிக்கும் என்று கதை முடிகிறது. இந்தச் செய்தியை மிக லாவகமாக, ஹாஸ்யமாக, விறுவிறுப்பான நடையில் வால்டேர் சொல்வதுதான் புத்தகத்தின் சிறப்பு. 'கலிவர்ரின் பயணங்கள்' (Gulliver's Travels by Jonathan Swift -1726) என்ற புத்தகத்தின் பாணியில் வால்டேர் எழுதியதாகச் சிலர் சொல்வார்கள். கதைக்குள் கதை, பலரின் வாய்மொழியாகக் கதை என்று பல உபகதைகள் அலுப்பு ஏற்படாமல் வருவது சுவாரஸ்யம்.

காண்டிடின் முதல் சோதனை அவனது காதலில் ஆரம்பிக்கிறது. அவன் தனது மாமன் (மன்னன்) மகள் கோனுங்கோவைக் காதலிக்கிறான். அவளும் அவனை விரும்புவதாகத்தான் அவன் நினைக்கிறான். ஏனென்றால் அவள் பான்க்ளாஸ் வேலைக்காரி பிக்கேயுடன் உறவுகொள்வதைப் பார்த்துவிட்டுத் தன் கைக்குட்டையைச் சூசகமாக காண்டிட் அருகில் போடுகிறாள். காண்டிட் அவளை அணைத்து முத்தமிடுகிறான். அவர்கள்

சேர்ந்து இருப்பதைக் கண்டுவிட்ட மாமன் கடும் கோபம் கொண்டு காண்டிடுக்குக் கசையடி கொடுத்து வீட்டை விட்டு விரட்டுகிறான்.

வெளியில் அலைந்து திரியும்போது ப்ரஷ்யா ராணுவம் அவனைப் பிடித்து ராணுவத்தில் சேர்த்துக்கொள்கிறது. அங்கு தினமும் அடியும் உதையும் கிடைக்கிறது. ப்ரஷியா அவனது மக்களுக்கு எதிராகத் தொடுக்கும் போரில் அவன் பங்குபெற வேண்டியிருக்கிறது. ராணுவத்திலிருந்து தப்பித்து ஹாலந்து நாட்டுக்குச் செல்கிறான். அங்கு ஜாக்யூஸ் என்ற மனிதன் நண்பனாகிறான். ஜாக்யூஸுக்கும் நம்பிக்கை அதிகம் உண்டு. சில அலைச்சலுக்குப் பிறகு காண்டிட் அதிர்ச்சியளிக்கும் விதமாக நோய்வாய்பட்டுப் பிச்சைக்காரனாகத் திரியும் தனது குரு பான்க்ளாஸைச் சந்திக்கிறான். உடலுறவின் மூலம் பிக்கேயிடமிருந்து தனக்கு ஸிஃபிலிஸ் நோய் வந்திருப்பதாகச் சொல்கிறான் பான்க்ளாஸ். அவன் மேலும் சொல்லும் கதை அதிர்ச்சி அளிப்பதாக இருக்கிறது. விரோதிகள் அவனுடைய மாமனின் அரண்மனையை அழித்துவிட்டார்கள் என்றும் குனுங்கோவும் அவளது மொத்தக் குடும்பமும் கொலை செய்யப்பட்டார்கள் என்றும் சொல்கிறான். காண்டிட் இடிந்துபோகிறான். நன்மையே நடக்கும் என்று சொல்லும் பான்க்ளாஸுக்கு ஜாக்யூஸ் மருத்துவம் செய்கிறான். நோய் குணமாகிறது. ஆனால் ஒரு கண்ணும் காதும் போய்விடுகிறது!

மூவருமாக லிஸ்பனுக்குக் கடல் வழியாகப் பயணமா கிறார்கள். கப்பல் பெரும் புயலில் சிக்கிக் கவிழ்கிறது. அப்போது கப்பலோட்டியைக் காப்பாற்ற முயற்சிக்கும் ஜாக்யூஸும் கடலில் விழுந்துவிடுகிறான். கப்பலோட்டி ஜாக்யூஸைக் காப்பாற்ற ஏதும் செய்யாமல் நிற்கிறான். அவனும் பான்க்ளாஸும் காண்டிடுமே பிழைத்துக் கரைக்கு வருகிறார்கள். காண்டிட் அதிர்ச்சியும் துயரமும் அடைகிறான். எல்லாம் நல்லதிற்கு என்பாயே, இதுதான் நன்மைக்கு நடப்பதா என்று பான்க்ளா ஸிடம் கேட்கிறான். ஆசிரியன் மூர்க்கத்துடன் தனது வாதத்தையே சொல்கிறான். ஜாக்யூஸ் மூழ்கி இறப்பதற்காகவே லிஸ்பனின் துறைமுகம் உருவானது என்கிறான்.

கப்பலோட்டி, பூகம்பத்தால் நாசமாகியிருந்த நகரத்தில் சூறையாடக் கிளம்பிய பின் அத்தகைய சூழலிலும் நம்பிக்கை என்பதுபற்றி பான்க்ளாஸ் காண்டிடுக்கு உபதேசம் செய்கிறான். மதம் சார்ந்த அரசு நிறுவனத்தினரின் (inquisitors) எதிரிலும் அவன் அப்படிப் பேச, அவன் நாத்திகன் என்ற குற்றச்சாட்டுடன் இருவரும் கைது செய்யப்படுகிறார்கள். காண்டிடுக்குக் கசையடி கிடைக்கிறது. பான்க்ளாஸ் தூக்கிலிடப்படுகிறான். காண்டிடுக்குத்

துக்கம் தாங்கவில்லை. அவனும் தூக்கிலடப்படுவான் என்று நினைத்த வேளையில் மற்றுமொரு பூகம்பம் வர, அவன் அங்கிருந்து தப்பி ஓடுகிறான். மூதாட்டியொருவர் அவனைச் சந்தித்து ஒரு இல்லத்துக்கு அழைத்துச் செல்கிறாள். அங்கு கோனுங்கோ இருப்பதைக் கண்டு ஆச்சரியமும் மகிழ்ச்சியும் ஏற்படுகிறது. அவள் இறந்துபோனதாக பான்க்ளாஸ் சொன்னானே? அத்தகைய இக்கட்டிலிருந்தும் நாம் தப்ப முடியும் என்கிறாள் கோனுங்கோ. ஆனால் அவள் பலருக்கு விற்கப்பட்டு அப்போது ஒரு வணிகனிடம் சிக்கியிருந்தாள்.

அவனுக்கும் போர்த்துக்கீச விசாரணைப் பாதிரி ஒருவருக்கும் அவளைப் பகிர்ந்துகொள்ள போட்டி இருந்தது. அவர்கள் வந்ததும் காண்டிட் மிகுந்த கோபத்துடன் இருவரையும் கொன்றுவிடுகிறான். பிறகு அவனும் மற்ற இரு பெண்களும் அமெரிக்காவை நோக்கிப் பயணமாகிறார்கள். அவர்கள் தென் அமெரிக்க பிரேசில் நாட்டை அடைகிறார்கள். காண்டிட் போர்துக்கல்லில் பாதிரியைக் கொன்ற செய்தி அங்கு வந்திருந்ததால் போர்த்துக்கீசக் காவலர்கள் அவனைக் கைது செய்யக் காத்திருக்கிறார்கள். காண்டிட் மறுபடி தப்பி ஓடுகிறான். அவனுடன் இப்போது யதார்த்த சிந்தனை கொண்ட ககாம்போ என்ற ஆள் சேர்ந்துகொள்கிறான். இருவரும் பராகுவே நாட்டுக்குச் செல்கிறார்கள். அங்கு எல்லைக் காவலனுடன் (அவனும் ஒரு பாதிரி) பேசப்போகையில் அது கோனுங்கோவின் அண்ணன் என்று கண்டு காண்டிடுக்கு ஆச்சரியமாகிறது. அவன் இறந்துபோனதாக பான்க்ளாஸ் சொல்லியிருந்தான். அவனைப் புதைக்கத் தயாரிக்கையில் அவன் பிழைத்துக்கொண்டதாகவும் தான் பிறகு பாதிரியானதாகவும் அவன் சொல்கிறான்.

காண்டிடுக்கு எப்பவும் கோனுங்கோவின் நினைவே இருந்ததால் தான் அவளைத் திருமணம் செய்துகொள்ளப் போவதாக அவனிடம் சொல்கிறான். அண்ணனுக்கு மகாக் கோபம் வருகிறது. “அவள் ஒரு பிரபுவின் மகள், நீ அப்பன் பெயர் தெரியாதவன், உனக்கு என்ன தகுதியிருக்கிறது?” என்கிறான். “நம்மிடையே இப்போது எந்த ஏற்றதாழ்வும் இல்லை” என்று காண்டிட் வாதிட, பெரிய வாக்குவாதம் ஏற்பட்டு காண்டிட் அவனைக் கொன்றுவிடுகிறான். இதுவரை எத்தனை பாதிரிகளைக் கொன்றுவிட்டேன் என்று புலம்பியபடியே கக்காம்போவுடன் காண்டிட் பயணித்து மேலும் இரண்டு இக்கட்டுகளில் சிக்கி எல்டராடோ என்ற சொர்க்க பூமியை இருவருமாக அடைகிறார்கள். அங்கு தெருக்களில் குழந்தைகள் வைர, வைடூரியக் கற்களை வைத்து விளையாடுகிறார்கள். தெருக்கள் தங்கத் தகடுகளால் இழைக்கப்பட்டிருக்கின்றன. கட்டடங்கள்

ஜொலிக்கின்றன. பொன்னும் மணியும் கனியும் கிழங்குமாக மகா சுபிட்ச நாடாக இருக்கிறது. அங்கு குருமார்கள், பாதிரிகள் இல்லை. ராஜா அவர்களை உபசரித்து வேடிக்கையாகப் பேசுகிறார். இங்கு எத்தனை நாட்கள் வேண்டுமானாலும் தங்கலாம் என்கிறார். ஆனால் ஒரு மாத சுக வாழ்வே காண்டிடுக்கு அலுத்துவிடுகிறது. அவனால் கோனுங்கோவை மறக்க முடிய வில்லை. கிளம்ப முடிவெடுத்ததும் மன்னன் அவர்களுக்கு ஆளுக்கு நூறு செம்மறி ஆடுகளையும் அத்துடன் ஏராளமான பொன்னும் மணியும் உணவுப்பொருள்களும் கொடுக்கிறான். கோனுங்கோவைத் தேடி அழைத்துவரும்படி ககாம்போவை அனுப்புகிறான் காண்டிட். வெனிஸ்ஸில் சந்திக்கலாம் என்கிறான். வழியில் காண்டிடின் ஆடுகளையும் பொருள்களையும் மாலுமி ஒருவன் ஏமாற்றி அபகரிக்கிறான். சில பொற்காசுகளும் வைரங்களும் மட்டுமே காண்டிடிடம் மிஞ்சியிருக்கின்றன. காண்டிட் பல இடங்களில் அலைந்து திரிகிறான். இடையில் மார்டின் என்கிற தத்துவ ஞானி அவனுக்கு நண்பனாகிறான். அவன் பான்க்ளாஸுக்கு நேர் விரோதம். முற்றிலும் நம்பிக்கை அற்றவன். உலகத்தில் நடப்பது எதுவும் நல்லதற்கில்லை என்பவன். பான்க்ளாசின் சிஷ்யனான காண்டிட் இன்னும் நம்பிக்கை இழக்காதவன்.

வால்டேர் இந்த இரு விபரீதச் சித்தாந்தங்களையும் நையாண்டி செய்கிறார்.

வேடிக்கை என்னவென்றால் இறந்துபோனார்கள் என்று நினைத்தவர்கள் எல்லாம் திரும்ப உயிருடன் வருகிறார்கள். தீமை என்பதற்கு அழிவே இல்லை என்று வால்டேர் சொல்ல விரும்பியிருப்பார். தான் கொன்றதாக நினைத்த கோனுங்கோவின் அண்ணன் உயிருடன் இருக்கிறான். தூக்கிலிடப்பட்ட பான்க்ளாஸ் உயிர் தப்பியிருக்கிறான். இத்தனை நடந்த பிறகும் என்னுடைய நம்பிக்கைத் தத்துவத்தை நான் நம்புகிறேன் என்கிறான். “இசைவுதான் படைப்பின் மகத்துவம். அது பொய்க்காது. லீப்னிஜ் மகா பெரிய தத்துவ ஞானி. அவர் சொன்னது தவறாக இருக்குமா” என்கிறான்.

எல்லோருமாக, துருக்கிக்கு வந்துசேருகிறார்கள். ககாம்போ முன்பே காண்டிடுக்குச் சொல்லியிருக்கிறான், கோனுங்கோ அங்கு ஒரு வணிகனுக்கு அடிமையாக இருப்பதாகவும் இப்போது மிகக் கோரமாக இருப்பதாகவும். அவள் எப்படியிருந்தாலும் அவள் அவளைக் காதலிப்பேன் என்று காண்டிட் அவளை வணிகனிடமிருந்து மீட்கிறான். அவளுடைய அண்ணனைப் பழிவாங்குவதற்காகவே அவளைத் திருமணம் செய்து கொள்கிறான். பான்க்ளாஸுக்கு நோயை அளித்த பிக்கே

இப்போது ஒரு மதத்துறவியுடன் வாழ்கிறாள். துறவி தன் இஷ்டத்துக்கு விரோதமாக மடத்தில் இருப்பதாகச் சொல்வான். தன்னிடம் மிஞ்சியிருந்த செல்வத்தை வைத்து காண்டிட் பெரிய பண்ணையை வாங்குகிறான். அதில் எல்லோருமாக வாழ்கிறார்கள்.

ஆனால் யாரும் மகிழ்ச்சியாக இல்லை. கோனுங்கோ எப்போதும் சண்டையிடுகிறாள். அலுப்பும் கோபமும் எல்லார் பேச்சிலும் இருக்கிறது.

ஒரு பிரபல தத்துவ ஞானி அந்தப் பக்கம் வருகிறார். நம்பிக்கை இழந்துவிட்ட பான்க்ளாஸ் அவரிடம் கேட்கிறான். "மனிதன் ஏன் இப்படி வதைபடுகிறான்? அதற்கு நிவர்த்தி என்ன?" ஞானி கேட்கிறார். "நன்மை தீமை பற்றி உனக்கு ஏன் இந்த விசாரம். மக்கள் எல்லோரும் ஒரு மன்னனால் கப்பலில் தொலை தேசத்துக்கு அனுப்பப்பட்ட எலிகள். எலிகளின் நலனைப் பற்றி மன்னனுக்குக் கவலையில்லை." எல்லோரும் ஏமாற்றத்துடன் பண்ணைக்குத் திரும்புகிறார்கள். அப்போது ஒரு எளிய துருக்கியனைச் சந்திக்கிறார்கள். அவன் மகிழ்ச்சி யாகத் தென்படுகிறான். என்னுடைய சித்தாந்தம் மிகவும் எளிமையானது என்கிறான். "நான் வெளியில் என்ன நடந்தாலும் கவலைப்படுவதில்லை. என் கைகளால் உழைப்பதை மட்டுமே நம்புகிறேன். நானும் என் நான்கு குழந்தைகளும் பண்ணையில் வேலை செய்கிறோம். அது மூன்று தீமைகளிலிருந்து – அலுப்பு, தீய பழக்கம், ஏழ்மையிலிருந்து – எங்களைக் காக்கிறது."

அட, இது மிக நல்ல தீர்வாக இருக்கிறதே என்று எல்லோரும் பண்ணையில் ஆளுக்கு வேலை எடுத்துச் செய்ய ஆரம்பிக்கிறார்கள். பான்க்ளாஸ் இன்னமும் சொல்லிக் கொண்டிருக்கிறான். "சமயத்துக்கு ஏற்றபடி நல்லதே நடக்கும்." காண்டிட் அதைச் சட்டை செய்யாமல் "நாம் தோட்டத்தில் பயிர் செய்வோம்" என்கிறான்.

வால்டேர் இந்த நாவலை மிகவும் ரசித்து எழுதியிருக்க வேண்டும். சிரித்துக்கொண்டே எழுதியிருக்கலாம். அன்று நிலவிய தத்துவ விசாரங்கள் எல்லாம் அர்த்தமற்றவை என்று தன் எழுத்துமூலம் அவற்றை நிர்மூலமாக்குவதே அவருடைய எண்ணம். அதை நேரிடையாகச் செய்திருந்தால் அவரைச் சிறையில் அடைத்திருப்பார்கள். கழுவில்கூட ஏற்றியிருக்கலாம். அப்படிச் செய்யாமல் அதைவிட வலுவாகத் தனது எள்ளலும் ஹாஸ்யமும் இழையோடும் கதைப்பின்னலில் அதைச் சாதித்தார். கிட்டத்தட்ட முன்னூறு ஆண்டுகளுக்கு முன் அவருக்கு இருந்த முற்போக்குச் சிந்தனை படிப்பவரை அசரவைக்கிறது.

பறவைகளைப் பற்றிய குழந்தை இலக்கியம்

And Tango makes three by Justin Richardson and Peter Parnell

குழந்தைகளுக்காக எழுதப்பட்ட புத்தகம் அது. 2005இல் வெளிவந்த நாளிலிருந்து பலத்த சர்ச்சைக்குள்ளான புத்தகம். அது பள்ளிகளிலிருந்தும் நூலகங்களிலிருந்தும் நீக்கப்பட வேண்டும் என்று இன்னமும் அமெரிக்காவின் பல மாகாணங்களில் பெற்றோர்கள் எதிர்ப்புத் தெரிவித்தவண்ணம் இருக்கிறார்கள். இங்கிலாந்திலும் எதிர்ப்பு இருக்கிறது. ஆனால் புத்தகம் பல விருதுகளைப் பெற்றிருக்கிறது. அதை யூ டியூபில் ஏற்றியிருக்கிறார்கள்.

அற்புதச் சித்திரங்கள் கொண்ட புத்தகம். மெல்ல இதழ் விரிக்கையில், நகரும் எழுத்துகளை ஒரு கதைசொல்லி இதமான, நெருக்கமான குரலில் படித்துக்கொண்டு போவதைக் கேட்டுப் பாருங்கள். சொக்கிப்போவீர்கள். மனத்தை வருடும் நெகிழ வைக்கும் அன்பின் சித்திரம் அது. ஆனால் சர்ச்சை இன்னமும் அடங்கியபாடில்லை. காரணம் அது இரண்டு ஆண் பெங்குவின்கள் சேர்ந்து வாழ்ந்து ஒரு குஞ்சுப் பறவையை வளர்க்கும் கதை. மேற்கு நாடுகளில் பலத்த விவாதத்திற்கு உள்ளாகும் ஓரினச்சேர்க்கையைப் பற்றிச் சொல்லாமல் சொல்லும் கதையாக ஆசிரியர்கள் எழுதியிருப்பது மத / சமூக நெறிமுறைகளுக்கு விரோதமானது

என்றும் படிக்கும் குழந்தைகளின் மனத்தில் குழப்பத்தை எழுப்பும் என்றும் பெற்றோர்கள் ஆட்சேபித்தார்கள். ஆண் / பெண் – ஓரினச்சேர்க்கைப்பற்றி, அது ஒரு சாதாரண, சமூகத்தில் மறைக்கப்படாத விவரம்போல வர்ணிக்கும் வாத்சாயனரின் காமசூத்ரா பிறந்த இந்தியாவிலும் எதிர்ப்பார்கள் என்பதில் சந்தேகமில்லை. இத்தனைக்கும் புத்தகத்தின் முடிவில் அன்பின் மொழி மட்டுமே தொனிக்கிறது. அத்தகைய ஓரின உறவு சரியா, தவறா என்ற கேள்வி எழாத வகையில் அதுவும் ஓர் இயல்பான வாழ்க்கைமுறை என்பதுபோல.

நியூயார்க் ஸெண்ட்ரல் பார்க் உயிரியல் பூங்காவில் வசித்த இரண்டு பெங்குவின்களின் உண்மைக் கதை அது என்பதுதான் சுவாரஸ்யம். ராய் – ஸிலோ என்ற இரண்டு ஆண் பெங்குவின்கள் அங்கு மிக அன்னியோன்யமாக சேர்ந்து வாழ்ந்து வந்தன. எப்போதும் ஒன்று பின்னால் மற்றொன்று செல்லும். சேர்ந்து உணவருந்தும். சேர்ந்து விளையாடும். காதலர்களைப்போல மூக்கை உரசி அன்பைப் பரிமாறிக்கொள்ளும். இரண்டும் எந்தப் பெண் பெங்குவின் பின்னாலும் செல்லாததை உயிரியல் பூங்காவில் மெய்க்காப்பாளர் கிராம்ஸே வியப்புடன் கவனிப்பார். அது மட்டும் அவருக்கு வியப்பளிக்கவில்லை. ராயும் ஸிலோவும் வேறு வகையிலும் ஆச்சரியப்படுத்தின.

ஆணும் பெண்ணுமாக வாழ்ந்த பெங்குவின்கள் தம்பதிகள் செய்வது போலவே சிறிய கற்கள் கொண்டு கூடு கட்டின. பெங்குவின் தம்பதிகள் முட்டையிட்டு அடை காப்பதைப் பார்த்து, ராயும் ஸிலோவும் இரண்டு முட்டை வடிவச் கூழாங்கற்களை எடுத்து வந்து அவற்றின் மேல் மாறிமாறி அமர்ந்து அடைகாத்தன! எதுவும் நடக்கவில்லை. அதைக் கவனித்த கிராம்ஸே வேறு ஒரு பெங்குவின் தம்பதி ஒன்றுக்கு மேல் முட்டையிட்டிருந்ததையும் இரண்டையும் அடைகாக்க முடியாமல் தவித்ததையும் கண்டு அந்த உபரி முட்டையை ராய் – ஸிலோவின் கூட்டில் வைக்கிறார். அவர் எதிர்பார்த்தது போலவே இரண்டும் மாறிமாறி அதன்மேல் அமர்ந்து அடைகாக்கின்றன. சில நாட்கள் கழித்துச் சடசடவென்று முட்டை ஓடு விரிய 'கிக்கீ' என்ற சத்தத்துடன் குஞ்சு பெங்குவின் வெளியே வருகிறது. ராய்க்கும் சிலோவுக்கும் ஏக மகிழ்ச்சி. இரண்டும் அதை – டாங்கோ என்று கிராம்ஸே அதற்குப் பெயர் வைக்கிறார் – வளர்க்கின்றன.

இந்த உண்மைக் கதையை *நியூயார்க் டைம்ஸ்* பத்திரிகையில் படித்த ஜஸ்டின் ரிச்சர்ட்சனும் பீட்டர் பார்னெல்லும் பரவசப்பட்டுப் போனார்கள். இருவரும் திருமணம் செய்து

கொண்ட ஓரினச்சேர்க்கையாளர்கள். அமெரிக்காவின் சில மாகாணங்களில் சட்டப்படி ஓரினத் திருமணம் செய்துகொள்ள முடியும். ரிச்சர்ட்சன் கொலம்பியா பல்கலைக்கழகத்தில் உளவியல் பேராசிரியர். பார்னெல் நாடக ஆசிரியர். ஸிலோ – ராய் பெங்குவின் தம்பதிகளின் கதையைப் படித்ததும் குழந்தை இலக்கிய புத்தகம் ஒன்று எழுதினால் என்ன என்கிற எண்ணம் இருவருக்கும் ஏற்பட்டது. அதற்குப் பிறகு இருவரும் பலமுறை நியூயார்க் ஸென் டிரல் பார்க்கிற்குச் சென்று ராயையும் ஸிலோவையும் நேரில் கண்டு அவை டாங்கோவை வளர்க்கும் விதத்தைக் கண்டு அதிசயித்தார்கள்.

அவர்களது பிரமிப்பு மிகுந்த பார்வை கதையோட்டத்தி லும் சித்திரங்களிலும் மிக அழகாக வெளிப்படுகிறது. பெங்குவின் எண்ண ஓட்டங்கள் என்று ஒரு வரிகூடக் கிடையாது. அவர்களது உணர்வுகளுக்கும் சொல்லில் வடிவம் வராது. பெங்குவினின் செயல்கள் மிக இயல்பான அன்பின் வெளிப்பாடாக மட்டுமே விவரிக்கப்படுகிறது. புத்தகத்தை எழுதும்போது அதற்கு எதிர்மறை விமர்சனம் வரும் என்று அவர்கள் எதிர்பார்த்தார்கள். ஓரினச்சேர்க்கையைப் பற்றி புத்தகத்தில் எந்தக் குறிப்போ குறியீடோ இல்லை என்றாலும் "ஓரினச்சேர்க்கை, குழந்தை களிடம் பாலியல் பற்றிப் பேசுவது என்பது அரசியலாக்கப்படு கிறது" என்றார் ரிச்சர்ட்சன். அத்தகைய எதிர்ப்பு கிளம்பும் என்று புத்தகத்தை வெளியிட்டவரும் பதிப்பகத்தில் வேலை செய்தவர் களும் நினைக்கவே இல்லை என்றும் கூறினார். மிகக் கவனமாகச் சொற்களைப் பிரயோகித்திருப்பது பாராட்டப்பட வேண்டிய விஷயம். குழந்தைகளுக்காக நுட்பமான கருப்பொருளை, அதுவும் சமூகம் ஏற்காத வாழ்வியலைக் கதை வாயிலாகச் சொல்வது எளிதானது இல்லை. கதாசிரியர்கள் தங்களது பொறுப்பை உணர்ந்து மிக நளினமாகக் கையாண்டிருக்கிறார்கள்.

ஆனால் புத்தகம் வெளிவந்ததும் புயல் கிளம்பிற்று. 2006 லிருந்து 2010வரை அதிகபட்ச விமர்சனத்துக்கு உள்ளான புத்தகமாக அது இருந்தது. ஷிலோ எலிமென்டரி ஸ்கூல் என்ற ஆரம்பப் பள்ளிக் குழந்தைகளின் பெற்றோர்கள் புத்தகம் வாசக சாலையில் இருக்கக் கூடாது என்று மிகக் கடுமையாக ஆட்சேபித்தார்கள். குழந்தைகளுக்கு விநியோகிக்கப்படும் முன் தங்களது அனுமதிபெற வேண்டும் என்றார்கள் சிலர். "இத்தனைச் சிறு பிராயத்துக்குழந்தைகளுக்குப் பாலின உறவு அது எத்தகையதாக இருந்தாலும் தெரிய வேண்டிய அவசியம் என்ன என்று எனக்குப் புரியவில்லை" என்று ஒரு தாய் வெடித்தார். "அவர்கள் இப்போதுதான் வண்ணங்களைப் பற்றியும் ஒன்று இரண்டு என்று எண்ணவும் கற்கத் தொடங்குகிறார்கள்.

பாலியலைப் புத்தகத்தில் நுழைப்பது எந்த வகையில் சரியாக இருக்கும்?" "தயவுசெய்து குழந்தைகள் இதற்குத் தயாராகும் வயதைத் தீர்மானிக்கும் முடிவை எங்களிடம் விட்டுவிடுங்கள். பெற்றோரின் பொறுப்பு அது" என்றார் இன்னொரு தாய்.

எதிர்ப்புகள் இருந்தும், புத்தகம் நூலகத்தில் நிபந்தனை யற்ற விநியோகத்துக்கு அனுமதிக்கப்பட்டது. விவாதங்களை ஆராய்ந்த காவல் அதிகாரிகள், புத்தகத்தைத் தடை செய்வது சட்டச் சிக்கலுக்கு வழிவகுக்கும் என்றார்கள். "நூலகம் என்பது பல தரப்பட்ட பிரஜைகளின் உபயோகத்துக்காக. பல வகையான குடும்பங்கள், வேறுபட்ட மதங்கள், நம்பிக்கைகள் கொண்ட பரந்த சமூகத்தின் உபயோகத்துக்காகத்தான் நூலகம் செயல்படுகிறது" என்றார்கள். ஆனால் வேறு சில பள்ளிகளில் புத்தகம் தடைசெய்யப்பட்டது. "புத்தகம் நிச்சயமாக ஓரினச்சேர்க்கை வாழ்க்கை முறையைச் சொல்கிறது. அது எந்த வகையிலும் குழந்தைகளின் தார்மீக வளர்ச்சிக்கு உதவும் வகையில் இல்லை" என்றும் சொல்லப்பட்டது. வேறு சில மாகாணங்களில் பெற்றோர்களின் வலுவான ஆட்சேபத்தால் தடை செய்யப்பட்டது. குடும்ப வாழ்வின் தார்மீகக் கோட்பாடுகளையே புத்தகம் கேள்வி எழுப்புவதாகப் பொதுவான விமர்சனம் முன்வைக்கப்பட்டது.

சர்ச்சை அமெரிக்காவின் எல்லா மாகாணங்களிலும் பரவியதில் புத்தகம் அனைத்து மக்களின் கவனத்தையும் பெற்றது. சில ஆய்வுக் குழுக்கள் விமர்சனங்களை ஏற்கவில்லை. "புத்தகத்தை ஏற்காதவர்கள் தங்கள் குழந்தைகளுக்கு அதைப் படித்துக் காண்பிக்க வேண்டியதில்லை. ஆனால் தடைசெய்வது உங்கள் கருத்தைத் திணிப்பதுபோல ஆகும். கருத்துச் சுதந்திரத்திற்கு அது எதிரானது." என்றார்கள். கலிஃபோர்னியா மாகாணத்தில் (ஓரினச்சேர்க்கைத் திருமணம் சட்டப்படி அங்கு செல்லும்) அனுமதிக்கப்பட்டது.

"இந்தப் புத்தகம் என் குழந்தைகளுக்கு எத்தகைய குணங்கள் இருக்க வேண்டும் என்று நான் விரும்புகிறேனோ அத்தகைய குணங்கள் வளர உதவும் வகையில் இருக்கிறது" என்றார் ஆய்வுக்குழுவின் தலைவர். "அன்பு, சகிப்புத்தன்மை, ஏற்றுக்கொள்ளல் – இவற்றைத்தான் புத்தகம் சொல்லாமல் சொல்கிறது." அமெரிக்காவில் மட்டுமில்லாமல் இங்கிலாந்திலும் மிகுந்த சர்ச்சை கிளம்பிற்று. மரபு சார்ந்த வாழ்க்கையை முன்னிறுத்தும் சிங்கப்பூரில் அதன் தேசிய நூலகம் முதலில் தடைசெய்தது. பிறகு வயது வந்தவர்கள் படிக்கும் புத்தகப் பகுதியில் அதைச் சேர்த்தது.

உண்மைக் கதை அதைவிடச் சுவாரஸ்யமானது. டாங்கோவை பெங்குவின்கள் வளர்த்ததைப்போல தாங்களும் ஒரு வாடகைத்தாய் மூலம் குழந்தை பெற்றுகொண்டு வளர்க்க வேண்டும் என்ற ஆசை கதாசிரியர்களுக்கு ஏற்பட்டது. And Tango makes three எழுதிய சில வருடங்களில் அவர்களது முயற்சிக்குப் பலன் கிடைத்தது. அவர்களது விந்திலிருந்து பிறந்த ஒரு பெண்குழந்தையை இருவரும் வளர்க்கிறார்கள்.

ஆனால் வேடிக்கை, ராயுடன் ஆறு ஆண்டுகள் வாழ்ந்த ஸிலோ அதனிடமிருந்து பிரிந்து ஒரு பெண் பெங்குவினுடன் (ஸ்க்ராப்பி என்று பெயர்) உறவு வைத்துக்கொள்ள ஆரம்பித்தது. ஆனால் ராய் தொடர்ந்து டாங்கோவைக் கவனித்துக்கொண்டு வருகிறது. எழுத்தாளர்கள் புத்தகம் எழுதியபோது ராயும் ஸிலோவும் சேர்ந்து மகிழ்ச்சியுடன் டாங்கோவை வளர்த்து வந்தன. கதை அதைத்தான் சொல்லவருகிறது – ஆண்களும் தாயைப்போல அன்பைக் காட்ட முடியும் என்று.

இன்று அமெரிக்கச் சமூகத்தில் பல குழந்தைகள் ஓரினப் பெற்றோர்களுடன் வளர்கின்றன. மற்றக் குழந்தைகளின் இரு இன பெற்றோர்களைப் பார்க்கும்போது என் தாய் யார் அல்லது என் தந்தை யார் என்ற கேள்வி எழும் சமயத்தில் இப்படிப்பட்ட கதைகள் மிக இலகுவாக, எளிமையாக அன்பை விளக்கும் – அன்பு செலுத்துவதில் ஆண்–பெண் பேதமில்லை என்பதோடு, பெற்றோர்கள் இரு பாலினத்தைச் சேர்ந்தவர்களாக இருக்க வேண்டிய அவசியமுமில்லை என்று ஓரினப் பெற்றோர்களிடம் வளரும் குழந்தைகளுக்குத் தெளியவைக்கும் என்று எழுத்தாளர்கள் நினைத்தார்கள்.

இதேபோல இரு பெண்கள் சேர்ந்து வாழும் லெஸ்பியன் உறவில் வளரும் சிறுமியின் கதையை ‘ஹெதருக்கு இரண்டு அம்மாக்கள்’– (Heather has Two Mummies) என்ற புத்தகமும் பலத்த விமர்சனத்துக்கும் கண்டனத்துக்கும் உள்ளானது. அது வெளிவந்து (1989) இருபத்தி எட்டு ஆண்டுகளுக்கு மேல் ஆகிவிட்டன. புத்தகம் பல பதிப்புகள் வந்து எப்போதும் பிரதிகள் விற்றுபோகின்றன. ஆனாலும், இன்று பரவலாகவும் லெஸ்பியன் உறவு அமெரிக்காவில் சகஜமாகிப்போன நிலையிலும் மரபு சார்ந்த பெற்றோர்கள் அதைத் தங்கள் குழந்தைகளுக்கு வாசிக்கக் கொடுக்கவோ வாசிக்கவோ விரும்புவதில்லை. புத்தகத்தை எழுதிய லெஸ்லீ நியூமன் (Leslie Newman) அதைப் பதிப்பிக்க எவரும் முன்வராமல் போகவே தோழியின் உதவியுடன் தானே வெளியிட்டார்.

வெளியானதுமே அது சர்ச்சைக்குள்ளானது. அத்தகைய கதையை எழுத வேண்டும் என்ற எண்ணம் ஒரு நாள் நியூமன் பூங்காவில் ஒரு லெஸ்பியன் தம்பதிகளைப் பார்த்தபோது வந்ததாகச் சொன்னார். ஒரு குழந்தையைத் தள்ளுவண்டியில் வைத்திருந்த பெண்கள் நடந்தபடி அவரிடம் அங்கலாய்த்தார்கள். தங்களைப் போன்ற வாழ்க்கையை வாழ்பவர்கள் தங்கள் குழந்தைகளுக்கு அதைப் பிரதிபலிக்கக்கூடியதாய்ச் சொல்ல புத்தகமே இல்லை என்றார்கள். அத்தகைய கதை ஒன்று எழுதினால் என்ன என்று நியூமன் நினைத்தார். அப்படிப்பட்ட குடும்பத்தில் வளரும் குழந்தைகள் தனிமைபட்டுப் போனதாக உணரக் கூடாது என்று தோன்றிற்று.

நியூமன் யூத குலத்தவர். யூதக் குடும்பப் பின்னணியில் கதைகளே குழந்தைகளுக்கு இருக்கவில்லை. தான் ஒரு தனிப் பிறவி என்கிற எண்ணம் அவரை வருத்தி வந்தது. யூதக் குடும்பத்தைப் பற்றின ஒரு புத்தகம் கிடைத்துப் படித்தபோது கண்களிலிருந்து தாரை தாரையாகக் கண்ணீர் வந்தது என்கிறார். அத்தகைய தனிமை உணர்வு எந்தக் குழந்தைக்கும் வந்துவிடக் கூடாது என்ற எண்ணமே தன்னுடைய புத்தகத்துக்கான உந்துதல் என்கிறார் லெஸ்லீ நியூமன். சில ஆண்டுகளுக்கு முன் ஒரு பிரபலப் பதிப்பகம் அதை வெளியிட முன்வந்தது. மிகப் பிரபல ஓவியரை ஏற்பாடு செய்தது. கதை மிக அழகானது. தப்பு சொல்ல ஏதுமில்லை. ஹெதருக்கு அப்பா இல்லை, ஆனால் இரண்டு அம்மாக்கள் என்பது மட்டுமே வித்தியாசம். ஆசிரியை அதை மிக எளிதாக விளக்குவார் – ஒவ்வொரு குடும்பமும் விசேசமானது. அதில் அடிப்படை விஷயம் அன்பு மட்டுமே. அன்பினால் குடும்பம் இணையும்.

லெஸ்பியன் உறவு, கே உறவு கொண்ட குடும்பங்கள் அமெரிக்காவில் மட்டுமல்ல எல்லா நாடுகளிலும் இருக்கின்றன. குழந்தை பெற்றுக் குடும்பம் நடத்த வேண்டும் என்கிற எண்ணம் பலருக்கு இருக்கிறது. அப்படிப்பட்ட உறவுகளில் வளரும் குழந்தைகளின் உளவியல் பிரச்சினைகளுக்கு இப்படிப்பட்ட புத்தகங்கள் இயல்பு வாழ்வோடு சிறுபிராயத்திலிருந்தே அவர்களை இணைக்கும் என்று எழுத்தாளர்கள் நினைப்பதில் சந்தேகமில்லை.

மேற்கண்ட இரண்டு புத்தகங்களும் எனக்கு மிகுந்த நிறைவான வாசிப்பு அனுபவத்தைத் தந்தன. குழந்தை இலக்கியம் என்றாலும் வயது வந்தவர்கள் அவசியம் படிக்க வேண்டிய புத்தகங்கள்; அவர்களது மனசுதான் முதலில் விசாலமாக வேண்டும்.

பெண் உரிமை, பெண்மை, தாய்மை

The Awakening by Kate Chopin

அமெரிக்காவின் லூஸியானா மாகாணத்தின் நியூ ஆர்லியன்ஸ் நகரத்தில் நடக்கும் 19 ஆம் நூற்றாண்டுக் கதை. கேட் சோபின் என்ற பெண் எழுத்தாளர் எழுதிய முதல் பெண்ணிய நூல் 1899இல் வெளியானதும் புயலைக் கிளப்பிற்று. மிகச் சுகமாகச் செல்லும் கவித்துவ நடை. நூறு ஆண்டுகளுக்கும் பிந்தைய ஆங்கிலம் தற்கால நடைபோல எத்தனை சரளமாக இருக்கிறது என்று வியப்பு ஏற்படுகிறது. மிக மென்மையான எழுத்து. தவறுதலாகக்கூட ஒரு விரச வார்த்தை இல்லை. இருந்தும் கண்டனத்துக்குள்ளானது; அதன் கருத்தாக்கத்திற்காக.

தந்தைவழி மரபுகளுக்குப் புறம்பான பெண்சிந்தனையைத் தூண்டுவதாக; திருமணமான பெண் தனது தனித்துவத்துக்காகத் தவிக்கும் சித்திரிப்புக்காக; சமூகம் எதிர்பார்க்கும் பெண்மைப் பண்புகள் மனைவியின் கடமைகள், தாய்மையின் சிறப்பு ஆகிய 'திணிப்புக'ளிலிலிருந்து விடுபட நினைப்பதற்காக; வேறொரு ஆணுடன் நெருக்கமாக (உடலுறவு ஏற்பட்டதாக விவரணை இல்லை) இருந்ததற்காக. அவளைப் போன்ற ரசனைகள் கொண்ட அவனிடம் காதல் கொண்டதற்காக; அவளது உடலும் உள்ளமும் அவளுடையது, கணவனுக்குச் சொந்தமில்லை என்று பலவிதங்களில் வெளிப்படுத்தியதற்காக.

மெல்ல மெல்ல ஒரு பெண்ணின் சுயம் விழித்துக்கொண்ட அனுபவத்தை விவரிக்கும் நாவல். அதில் வெற்றி பெறுகிறாளா? நூலிழையாக அந்தக் கேள்வி பக்கத்துக்குப் பக்கம் எதிர்பார்ப்பை ஏற்படுத்துகிறது.

அன்றைய நியூ ஆர்லியன்ஸில் பெண்மை என்பது மிகத் தீவிரமான கோட்பாடுகளில் அடக்கப்பட்டிருந்தது. ஒவ்வொரு பருவத்திற்கும் – பதின்வயது, திருமணமான பின், தாயான பிறகு, விதவைக்கு என்று கோடிடப்பட்ட விதிமுறைகள் கடை பிடிக்கப்பட வேண்டும் என்று சமூகம் எதிர்பார்த்தது. அதை மீற எந்தப் பெண்ணும் துணியவில்லை. 19ஆம் நூற்றாண்டு அமெரிக்காவில் பெண் உரிமை இயக்கம் இன்னும் சூடு பிடித்திருக்கவில்லை. 18ஆம் நூற்றாண்டில் ஃப்ரெஞ்ச் காலனிய ஆதிக்கத்தில் இருந்ததன் தாக்கத்திலிருந்து விடுபட்டிராத லூஸியானா மாகாணம் மிகவும் பழமைவாதச் சிந்தனையையே அனுசரித்தது.

பெண்களுக்கு வாக்களிக்கும் உரிமை இருக்கவில்லை. சொத்துரிமை இல்லை. விவாகரத்துக்கு விண்ணப்பிக்கவும் முடியாது. பெண் என்பவள் அழகாக இருக்க வேண்டும்; கணவனுக்கு அனுசரணையுடன் இருக்க வேண்டும்; குளிரிலும் அதீத வெப்பத்திலும் தன்னை வருத்திக்கொள்ளக் கூடாது; அசுத்தம், இருட்டு, விவாதம், வன்முறை, ஒழுங்கீனம் ஆகியவையிலிருந்து விலகியிருக்க வேண்டும். நம்ம ஊருக்கும் லூஸியானாவுக்கும் வித்தியாசமிருக்க வில்லை. அச்சம், மடம், பேதமையே பெண்ணின் லட்சணங்களாகக் கருதப்பட்டன. திருமணமானவளே கௌரவமானவள். திருமணம் பெண்ணுக்கு அவசியம், சந்ததிப் பெருக்கத்துக்கு, ஆனால் பாலுறவைப் 'பொறுத்துக்கொள்பவளாக' இருக்க வேண்டுமே தவிர, 'விரும்புவளாக' இருக்கக் கூடாது.

இவற்றைப் பல குறியீடுகள் மூலமாக நாவலில் கதாசிரியைப் பின்னிச் செல்கிறார். க்ராண்ட் ஐல் என்ற ஒரு சுற்றுலாத் தீவில் கதை தொடங்குகிறது. மூன்று நான்கு குடும்பங்கள் சேர்ந்து நியூ ஆர்லியன்ஸிலிருந்து விடுமுறையைக் கழிக்க வந்திருக்கிறார்கள். மேடம் லெப்ரன் என்பவள் அங்கு விடுதி நடத்துகிறாள். அவளும் நியூ ஆர்லியன்ஸிலிருந்து வந்தவள்தான். அவளுக்கு விக்டர், ராபர்ட் என்று இரண்டு மகன்கள். கதாநாயகி எட்னா போண்டிலியே அழகானவள். அந்தக் காலத்து மனைவி எப்படி இருக்க வேண்டியிருந்ததோ அதுபோலக் கணவனுக்கு அடங்கியவளாக, அவன் விருப்பப்படி உடை உடுத்தி, அவன் விரும்பிய நண்பர்களுடன் இணக்கமாகப் பழகி, அவனுக்குப் பெருமை சேர்க்கும் விதமாகத்தான் இருக்கிறாள்.

இரண்டு குழந்தைகளுக்குத் தாய். ஆனால் மற்றப் பெண்களைப்போல கணவனின் பெருமை, வீடு, சமையல், குழந்தைகள் என்று சுற்றிச்சுற்றிப் பேச மாட்டாள். அந்தப் பேச்சு அவளுக்கு அலுப்பூட்டுவது. அதனாலேயே அவளுக்கு அந்தக் கும்பலில் நெருக்கமான தோழிகள் இல்லை. அவளுடைய அகமும் புறமும் ஒட்டாதவையாகத் தோன்றுகிறது. கணவன் லியோன்ஸ் போண்டிலியே வாழ்க்கையில் வெற்றிபெற்ற சீமான். வியாபாரத்தில் குறியாக இருப்பவன். அழகிய மனைவி அவனுடைய இஷ்டப்படி நடந்துகொள்ள வேண்டும் என்று எதிர்பார்ப்பவன். அப்படிப்பட்ட எதிர்பார்ப்பு நியாயமானது என்று நம்புபவன். எல்லா வசதிகளையும் அவளுக்கு அளித்திருப்பவன். பல விலை உயர்ந்த பரிசுகளை அவளுக்குக் கொடுப்பது அவனுக்கு விருப்பம். அவளுக்கு என்று தனியான விருப்பங்கள் இருக்கக்கூடும் என்பதே அவனுக்கு அபத்தமான விஷயம். தன்னைவிட நல்ல கணவன் இருக்க முடியாது என்ற நினைப்பு அவனுக்கு. அவனைச் சுற்றிலும் இருப்பவர்களும் அவனைப் பற்றிஅப்படித்தான் நினைக்கிறார்கள்.

மேடம் லெப்ரனின் மகன் ராபர்ட் எல்லோரிடமும் சகஜமாகவும் பண்புடனும் பழகுபவன். எட்னாவுடன் மிகுந்த நட்புடன் இருக்கிறான். அவளுக்கும் அவனுடன் கடற்கரைக்கு நடப்பதும் பேசுவதும் பிடிக்கும். நட்பு ஒரு வரையறைக் குள்ளேயே இருக்கிறது. திருமணமான பெண் என்றால் ஆண்கள் அத்துமீறாத சமூகம் அன்று. லியோன்ஸ் அவர்கள் இருவரும் பீச்சிலிருந்து வருவதைப் பார்க்கிறான். வெயிலில் முகம் எப்படிக் கன்னிப்போச்சு என்று மனைவியைக் கோபித்துக்கொள்கிறான். அவனுக்குச் சந்தேகமோ பொறாமையோ ஏற்படுவதாக நாவலில் வருவதே இல்லை. அங்கு இருப்பவர்கள் எல்லோரும் எட்னாவைத் தவிர க்ரியோல் (அமெரிக்க ஸ்பானிய/ ஃப்ரெஞ்ச் கலப்பு) வம்சத்தினர். அவர்களது ஆண்களுக்குப் பொறாமை வராது என்று சொல்லப்படுகிறது. அதுகூட ஒரு குறியீடு. தன்னுடைய உடைமையான அவளுக்கு அப்படிப்பட்ட எண்ணங்கள் உதிக்கலாம் என்று அவனுக்குத் தோன்றாது. லியோன்ஸ் அநேகமாக வீட்டில் இல்லாமல் க்ளப்பிலோ அல்லது வெளியூரிலோ வியாபார நிமித்தம் சென்றுவிடுவதால் எட்னாவுக்கு ராபர்டின் தோழமை இதமாக இருக்கிறது.

இருவரிடையே நிறையக் கருத்தொற்றுமை இருப்பதால் பேசுவதற்கு விஷயங்கள் இருக்கின்றன. அவள் தன்னுடைய சிறுவயது நினைவுகளை அவனுடன் பகிர்ந்துகொள்வாள். அவன் தனது எதிர்காலக் கனவுகளைச் சொல்வான். வெயில் காலம் முடிந்ததும் மெக்சிகோவுக்கு வேலைக்குச் செல்லப்போவதாகச் சொல்கிறான்.

அன்றிரவு கிளப்பிலேயே சாப்பிட்டுவிட்டு லியோன்ஸ் வீடு திரும்பியபோது எட்னா அயர்ந்து தூங்கிக்கொண்டிருக்கிறாள். அவளை எழுப்பி கிளப்பில் நடந்த விஷயங்களை, தான் சீட்டாட்டத்தில் சம்பாதித்ததைப் பற்றிச் சொல்வான். அவளுக்குத் தூக்கக் கலக்கம். அவனுக்கு எரிச்சல் வருகிறது. குழந்தைகள் தூங்கும் அறைக்குச் சென்று பார்த்துவிட்டு மகனுக்கு ஜுரம் இருக்கிறது, போய்ப் பார் என்கிறான். குழந்தைக்கு ஜுரமில்லை, இரவு பார்த்துவிட்டுத்தான் படுத்தேன் என்கிறாள் அவள். அவள் மோசமான தாய் என்று அவன் திட்டுவான். அவள் எழுந்து குழந்தையைப் பார்த்துவிட்டு வருவாள். அவள் எதிர்பார்த்தபடி ஜுரமில்லை. அவள் மீண்டும் படுக்கைக்குச் செல்லாமல் வாசல் வராந்தாவில் அமர்கிறாள். ஏன் என்று புரியாமல் அழுகை வருகிறது. வெகு நேரம் அழுகிறாள்.

ரடினோல், அடில் ரடினோல் என்ற இன்னொரு தம்பதியும் அங்கு இருக்கிறார்கள். ஒற்றுமையான தம்பதிகள். அடில் மிக அழகானவள். பெண்மையின் எடுத்துக்காட்டு. குழந்தைகளுக்காக, கணவனுக்காக வாழ்பவள். தையலில் ஈடுபாடு உள்ளவள். அவளுடன் ஒரு முறை பேசுகையில் எட்னா சொல்கிறாள். "நான் என் குழந்தைகளை மிகவும் நேசிக்கிறேன். ஆனால் அவர்களுக்காக என் வாழ்வைத் தியாகம் செய்ய மாட்டேன்." அடில்லுக்கு அது அதிர்ச்சியைத் தருகிறது.

அடில் ராபர்ட்டிடம், "ரொம்ப நெருக்கமாக எட்னாவோடு பழகினால் அவள் அதைத் தீவிரமாக எடுத்துக்கொண்டு விடப்போகிறாள். எச்சரிக்கையுடன் இரு" என்று சொல்கிறாள். ஒரு நாள் விருந்தின்போது திருமணமாகாமல் தனித்து வாழும், அபாரமான சங்கீத ஆற்றல்கொண்ட ரீஸ் என்கிற பெண்மணி பியானோவில் ஒரு சோக கீதம் வாசிக்கிறாள். அதைக் கேட்கும்போது எட்னாவின் நாடி நரம்பெல்லாம் உசுப்பப்படுவது போல் இருக்கிறது. அவளைச் சுற்றியிருக்கும் தளைகள் இளகுவதுபோலத் தோன்றுகிறது, அவளது சுயம் விழித்துக்கொண்டதுபோல. கண்களிலிருந்து நீர் பெருகுகிறது. அவளது வாழ்வின் வெறுமை புரிகிறது. ராபர்டின் தோழமையை மனம் விரும்புகிறது.

அவளுக்கு ஓவியத்தில் சுபாவமாகவே ஆர்வம் இருந்தது. அதை இப்போது தீவிரமாகத் தொடங்குகிறாள். ஆரம்பத்தில் தத்தளித்த கை பிறகு உத்வேகத்துடன் இயங்க ஆரம்பிக்கிறது. ராபர்டும் அடிலும் வெகுவாக அவளது ஆற்றலைப் புகழ்கிறார்கள். ஒரு நாள் திடீரென்று ராபர்ட் மெக்ஸிகோவுக்குக் கிளம்பிப் போகிறான். எட்னாவுக்கு மிகப்பெரிய அதிர்ச்சி யாக இருக்கிறது. ஏமாற்றப்பட்டதாகத் தோன்றுகிறது. அவன்

உண்மையில் தன்னைக்கண்டே பயந்து ஓடுகிறான். அவனுக்கும் எட்னாமீது காதல் ஏற்படுகிறது. அது தகாதது என்ற எண்ணம் அவனை விரட்டுகிறது.

எட்னாவுக்கு எல்லாமே பாசாங்காகத் தோன்றுகிறது. கணவன் குடும்பம், கட்டுப்பாடு என்பதெல்லாம் அவளது ஆன்மாவோடு ஒட்டாததுபோலச் சோர்வேற்படுகிறது. வீட்டைப் பராமரிப்பதில் கூடச் சிரத்தைப் போய்விடுகிறது. மனம் போன போக்கில் இருக்க ஆரம்பிக்கிறாள். நிறைய ஓவியங்கள் வரைகிறாள். ஒரு நாள் மிஸ் ரீஸைத் தேடிக்கொண்டு போகிறாள். ரீஸுக்கு அவளைக் கண்டு மிகுந்த மகிழ்ச்சி ஏற்படுகிறது. ராபர்ட்டிடமிருந்து கடிதம் வந்திருப்பதாகச் சொல்கிறாள். எட்னா மிகுந்த பரபரப்புடன் அதைக் கெஞ்சிக் கேட்டு வாங்கிப் படிக்கிறாள். தனக்கு எழுதவில்லை அவன் என்று வருந்துகிறாள். அந்தக் கடிதத்தில் ராபர்ட் அவளைப் பற்றித்தான் அதிகம் விசாரித்திருக்கிறான். ரீஸும் ஒரு க்ரியோல் ஆனாலும் மரபுகளைப் புறக்கணித்துத் தன் இஷ்டப்படி வாழ்பவள். ராபர்ட் உன்னை விரும்புகிறான் அதனால்தான் ஒளிந்து கொள்கிறான் என்கிறாள். மறைமுகமாக எட்னாவுக்குத் துணிச்சல் இல்லை என்கிறாள்.

எட்னாவுக்கு ராபர்ட்டைப் பற்றின செய்தி மகிழ்ச்சியை அளித்தாலும் மனசைப் பெரிய குழப்பமும் சூழ்ந்துகொள் கிறது. இடையில் அவளுடைய தந்தை வருகிறார். எட்னாவின் தங்கைக்குத் திருமணம். அதற்காக உடைகளும் பரிசுப்பொருட் களும் வாங்க வந்திருக்கிறார். அவருடன் சேர்ந்து குதிரைப் பந்தயத்துக்குச் செல்கிறாள். தந்தையின் மூலம் அவளுக்குப் பந்தயங்களைப் பற்றி நிறைய விஷயம் தெரிந்திருக்கிறது. வெல்லும் யுக்தியும் தெரியும்.

அவர் வந்தது மகிழ்ச்சி அளித்தாலும் அவர் அவளது தங்கையின் திருமணத்துக்கு அவள் வர வேண்டும் என்று வற்புறுத்துவது பிடிக்கவில்லை. எல்லாத் திருமணங்களும் சோகச் சித்திரங்கள் என்கிறாள். தந்தைக்குக் கோபமும் அதிர்ச்சியும் ஏற்படுகிறது. மாப்பிள்ளையிடம் அவளை அடக்கிவையுங்கள் என்று உபதேசித்துவிட்டுப் போகிறார். லியோன்ஸ் ஏற்கெனவே குழம்பியிருக்கிறான் அவளது சமீபகால விட்டேற்றியான போக்கைக் கண்டு. முன்புபோல அவன் சொன்ன பேச்சைக் கேட்பவளாக அவள் இல்லை. சண்டை போடாவிட்டாலும் தன் இஷ்டப்படி நடந்துகொள்கிறாள். லியோன்ஸ் தனது குடும்ப மருத்துவர் மாண்டலேயிடம் எட்னா விநோதமாக நடந்துகொள்வதாகச் சொல்கிறான். அவளைச் சற்று விட்டுப்பிடி

என்கிறார் மாண்டலே. வேறு ஆண் சிநேகிதம் இருக்கிறதா என்கிற தனது சந்தேகத்தைத் தெரிவிப்பதில்லை.

குதிரைப் பந்தயங்களில் ஆரோபின் என்ற வாலிபன் எட்னாவுக்குப் பழக்கமாகிறான். அவனுக்கு நல்ல பெயர் இல்லை. பெண்களிடம் பசப்பு வார்த்தை பேசி மயக்குவான். அவனுக்கு எட்னா ஊக்கமளிக்காவிட்டாலும் அவன் விடாக்கண்டனாக அவளிடம் சிநேகிதம் கொள்கிறான். அவனை அவளுக்குப் பிடிக்காவிட்டாலும் அவனது ஸ்பரிசம் அவளுக்குக் கிளுகிளுப்பை ஏற்படுத்துகிறது.

லியோன்ஸ் வேலை விஷயமாக வெளியூரில் ஆறு மாதங்கள் இருக்க வேண்டியிருக்கிறது. அவன் கிளம்பும்போது எட்னா அவனுக்குத் தேவையானதைப் பிரியத்துடன் செய்துகொடுக்கிறாள். வருத்தமாகக்கூட இருக்கிறது. பாசாங்குத்தனமில்லை. உண்மையிலேயே அவன்மேல் அவளுக்கு வெறுப்பு இல்லை. அவன் மோசமான கணவன் இல்லை. தன்னால் அவனுக்கு ஏற்ற மனைவியாக இருக்க முடியவில்லை என்கிற குற்ற உணர்வு ஏற்படுகிறது. குழந்தைகளை லியோன்ஸின் தாய் கிராமத்துக்கு அழைத்துச்செல்கிறாள். எல்லாரும் புறப்படும்போது வருத்த மேற்பட்டாலும் தனிமையில் விடப்பட்டதும் ஒரு சுதந்திர உணர்வு வருகிறது.

அவளுடைய ஓவியங்கள் இப்போது விற்பனை ஆகின்றன. தன்னால் தனியாகச் சம்பாதிக்க முடியும் என்கிற நினைப்பு அசாதாரணத் தெம்பை அளிக்கிறது. அவர்களது மிகப் பெரிய பங்களாவிலிருந்து ஒரு சிறிய வீட்டிற்குக் குடிபெயரும் எண்ணம் வருகிறது. அவளுக்கு என்ற ஓர் இடம் வேண்டும் என்று தோன்றுகிறது. கணவனுக்கு ஒரு கடிதம் அனுப்பிவிட்டு அவள் ஜாகை மாறுகிறாள். லியோன்ஸ் உடனடியாக அவளது எண்ணத்திற்கு மறுப்புத் தெரிவிக்கிறான். ஊர் என்ன சொல்லும், இதனால் தனது வியாபாரத்துக்கு ஆபத்து என்று பயந்து மிக சாதுர்யமாக நிலைமையைச் சமாளிக்கிறான். பழைய பெரிய வீட்டைச் செப்பனிட்டு அழகுபடுத்தும் திட்டம் இருந்ததாக அறிவித்து ஆடம்பரமாக அதைச் செய்ய ஆட்களை நியமிக்கிறான்.

ஆரோபின் தொடர்ந்து அவளைப் பார்க்க வருகிறான். ஒரு முறை அவளை முத்தமிடுகிறான்; அது மின்சாரம் பாய்ச்சுகிறது. அவளுடைய வாழ்வில் அத்தகைய முத்தத்தை அவள் அனுபவித்ததில்லை. புதிய வீட்டிற்குச் சென்ற அன்று அவன் மறுபடி அவளை ஸ்பரிசிக்கிறான். உடலுறவு ஏற்பட்டதாக நாம் ஊகிக்க வேண்டுமே தவிர எந்த விளக்கத்தையும் ஆசிரியை அளிப்பதில்லை. ராபர்ட் என்ன நினைப்பான் என்று

மட்டும் தான் எட்னாவுக்கு யோசனை வருகிறது. ஆனால் அவளுக்கு ஆரோபின்னிடம் காதல் ஏதும் இல்லை. பெண்ணுக்கு உடல் இச்சை உண்டு என்பதை நூல் தெரிவிப்பதே எதிர்ப்புக்குக் காரணமாயிற்று.

அடில் ஒரு நாள் அவளைச் சந்திக்க வருகிறாள். நீ ஆரோபின்னுடன் பழகுவதைப் பற்றி ஊரில் வம்பு பேசுகிறார்கள். எச்சரிக்கையாக இரு, அவனுக்கு நல்ல பெயர் இல்லை என்கிறாள். ஒரு நாள் எட்னா ரீஸின் வீட்டிற்குச் செல்கிறாள். ரீஸ் வெளியில் சென்றிருக்கிறாள். அவள் வருவதற்காக எட்னா காத்திருக்கிறாள். திடீரென்று ராபர்ட் உள்ளே நுழைகிறான். அவள் திக்குமுக்காடிப்போகிறாள். அவன் வந்திருப்பதை அவன் ஏன் தெரிவிக்கவில்லை என்று கோபித்துக்கொள்கிறாள். அவன் சொல்லத் தயங்குகிறான். இருவரும் பரஸ்பரம் நேசித்தாலும் உடல் மொழியால் தெரிவிக்க அவன் பயப்படுகிறான். ஆரோபின்போலத் துணிச்சலாகச் சல்லாபத்தில் இறங்கியிருந்தால் ஒரு வேளை அவள் தன்னையே அளித்திருப்பாள்.

அவன் அவளுடன் நடந்து அவளுடைய வீட்டில் கொண்டு விடுகிறான். அவனை அவள் உள்ளே வரச் சொல்கிறாள். அங்கு ஆரோபின் புகைப்படம் ஒன்று இருக்கிறது. அவள் ஓவியம் தீட்டுவதற்காக வைத்திருப்பதாகச் சொல்கிறாள். அவன் பதில் ஏதும் சொல்வதில்லை. சற்று நேரத்தில் ஆரோபின் வந்து விடுகிறான். அவனைக் கண்டதும் ராபர்ட் வெளியேறுகிறான். ஆரோபின் அவளை நெருங்கப் பார்க்கிறான். அவள் அதற்கு இடம் கொடுக்காமல் அவனைப் போய்விடச் சொல்கிறாள்.

பல நாட்கள் கழித்து அவர்கள் மீண்டும் சந்திக்கிறார்கள். அப்போதுதான் இருவரும் மனம்விட்டுப் பேசுகிறார்கள். அவள் அவனை முத்தமிட்டவுடன் அவன் மிகுந்த தாபத்துடன் அவளை அணைத்து முத்தமிடுகிறான். “உன்னைக் காதலித்ததாலேயே என்னுள் போராடிக்கொண்டிருந்தேன்.” என்கிறான்.

“ஏன் போராட வேண்டும்?”

“நீ மணமானவள். சுதந்திரமானவள் இல்லை. ஒரு நாள் நீ என் மனைவியாவாய் எனறு கனவு காண்பேன் அங்கு.”

“மனைவியா?”

“ஆமாம். மதம், பழக்கம், எல்லாவற்றையும் மறந்துவிடலாம், நீ மனசு வைத்தால்.”

“நான் போண்டிலியேவின் மனைவி என்பதை மறந்து போனாயாக்கும்?”

"ஆமாம். புத்தி பிசகிப்போனது. அப்படிக் கனவு காண்பது எத்தனைக் கேவலமானது என்று புரிந்துகொண்டேன் உனக்கு அதில் விருப்பமிருந்திருந்தாலும்."

எட்னா அவனுடைய முகத்தை மென்மையாகப் பற்றி நெற்றியில் முத்தமிட்டு, ஆழ்ந்து பார்க்கிறாள். "நீ ஒரு மகா முட்டாள் பையன். நடக்க முடியாத விஷயத்தைப் பற்றி – போண்டிலியே எனக்கு விடுதலை அளிப்பார் என்று கனவு கண்டு நேரத்தை வீணாக்கியிருக்கிறாய். நான் போண்டிலியேவின் உடைமைப் பொருள் இல்லை, என்னை வைத்துக்கொள்ளவும் தூக்கிப்போடவும். என் விருப்பம் என்று ஒன்று இருக்கிறது. போண்டிலியே "இந்தா ராபர்ட், இவளை எடுத்துக்கொண்டு சந்தோஷமாக இரு, இனி அவள் உன்னுடையவள்' என்றால் உங்கள் இருவரையும் கண்டு எனக்குச் சிரிப்புத்தான் வரும்" என்கிறாள்.

ராபர்டின் முகம் வெளிறிப் போகிறது. "உன் பேச்சு எனக்குப் புரியவில்லை" என்கிறான். அந்தச் சமயத்தில் கதவு தட்டப்படுகிறது. உள்ளே வந்த வேலைக்காரி அடிலின் உடல் நிலை மிக மோசமாக இருப்பதாகவும் அவளைப் பார்க்க விரும்புவதாகவும் தெரிவிக்கிறாள். எட்னாவுக்குப் போக விருப்பமே இல்லை. தன் அறைக்குச் சென்று உடை மாற்றிக் கொண்டு வந்து ராபர்ட்டை மீண்டும் இறுக்கமாக அணைத்து, "உன்னை நான் காதலிக்கிறேன். உன்னை மட்டுமே. நீதான் என்னை எனது நெடிய அசட்டுக் கனவிலிருந்து விழித்துக் கொள்ள வைத்தாய். நீ திரும்பி வந்துவிட்டாய். இனி நாம் இருவரும் ஒருவருக்கு மற்றவராக இருப்போம். வேறு எதுவும் முக்கியமில்லை. நான் வரும்வரை காத்திரு ராபர்ட்" என்று சொல்லிவிட்டுக் கிளம்புகிறாள்.

அடில் பிரசவ வேதனையில் இருக்கிறாள். அதைக் கண்டு மனம் கொந்தளிக்கிறது எட்னாவுக்கு. இயற்கை எப்படித் தாய்மை என்கிற பந்தத்தில் பெண்ணைக்கட்டிப்போடுகிறது என்று தோன்றுகிறது. அடில் அவளை அருகில் அழைத்து, "குழந்தை களைப் பற்றி நினைத்துப் பார் எட்னா" என்கிறாள். அதைச் சொல்லவே அவளை அவள் அழைத்தாள் என்று தோன்றுகிறது. எல்லோரும் எதைக் கண்டோ பயப்படுவதாகத் தோன்றுகிறது.

அவளுக்குத் துணையாக மருத்துவர் அவளது வீடுவரை வருகிறார். அவள் பேச்சுக்கிடையில் சொல்கிறாள், "நாம் எல்லோரும் கனவு வாழ்க்கை வாழ்கிறோம். கனவிலிருந்து விழித்துக்கொள்ள வேண்டும், அது துன்பத்தைக் கொடுப்பதாக இருந்தாலும்." அவர் அவளது கைகளைப் பற்றி மென்மையாகச்

சொல்கிறார். "நீ இப்போது துன்பத்தில் இருப்பதுபோல் இருக்கிறது. என்னை ஒரு நாள் பார்க்க வா, என்னால் உனக்கு உதவ முடியுமா என்று பார்க்கிறேன்." என்கிறார். அவளுக்கு யாருடனும் தனது எண்ணங்களைப்பகிர்ந்துகொள்ள விருப்ப மில்லை. அவள் வீடு திரும்பியபோது ராபர்ட் இல்லை. அவன் ஒரு குறிப்பு வைத்திருக்கிறான். "உன்னை நான் காதலிப்பதாலேயே செல்கிறேன், குட் பை" என்று எழுதப்பட்டிருக்கிறது. அவள் திகைத்துப்போய் அமர்ந்திருக்கிறாள், இரவு முழுவதும் தூங்காமல்.

மறுநாள் அவள் தன்னந்தனியாக க்ராண்ட் ஐலுக்குச் செல்கிறாள். பயணத்தில் சோர்ந்திருக்கிறாள். அங்கு விக்டர் இருக்கிறான். அவளைக் கண்டு அதிர்ச்சி அடைகிறான். "எனக்கு ரொம்பப் பசி ஏதாவது சாப்பிடக்கொடு என்கிறாள். நான் இங்கு தங்குவதற்கு ஒரு படுக்கை வேண்டும். களைப்பாக, இருக்கிறது, அதற்கு முன் கடலில் குளித்துவிட்டு வருகிறேன்" என்கிறாள். அவன் சாப்பாட்டுக்கான ஏற்பாடுகளைச் செய்யத் தொடங்குகிறான். அவள் கடலுக்குச் சென்று உடையை அவிழ்த்து நிர்வாணமாக நிற்கிறாள்.

ஏகாந்தம் மனசுக்கு இதமாக இருக்கிறது. இரவு முழுவதும் அவள் யோசித்திருந்தாள். ராபர்டைத் தவிர தனக்கு வேறு யாரும் தேவை இல்லை என்று நினைத்திருந்தாள். அவனும் அவளை விட்டுப் போவான் என்று இப்போது புரிந்தது. குழந்தைகளைப் பற்றி நினை என்று அடில் சொன்னாள். குழந்தைகள் அவளைப் பந்தத்துள் கட்டிப்போடுவார்கள். அவளுடைய ஆன்மா எப்போதும் சிறைபட்டிருக்கும். இப்போது கடற்கரையில் நிற்கும்போது அவர்களது நினைவு மங்கிற்று. சின்னப் பெண்ணாய்ப் புல்வெளியில் ஓடியது நினைவுக்கு வந்தது. கடல்நீர் சூரிய ஒளியில் தகதகத்து அவளை மயக்கிற்று. சல்லாபித்தது. கிட்ட வா என்றது. அவள் எந்த யோசனையும் இல்லாமல் ஜில்லென்ற நீரில் கால்வைத்து உள்ளே சென்றாள். மேலே சிறகொடிந்த பறவை ஒன்று வட்டமிட்டுப் பறந்து கொண்டிருந்தது.

அத்துடன் நாவல் முடிகிறது. தான் காதலிக்கும் வாலிபனுடன் வாழ முடியாத சூழல் மட்டும் எட்னாவின் ஏமாற்றம் இல்லை. திருமணம் தாய்மை என்கிற சுமையிலிருந்து விடுபட்டுச் சுதந்திரமாகச் செயல்பட இடம் தராத சமூகத்தை எதிர்க்கும் துணிவு தனக்கு இல்லை என்பதே அவளது பரிதவிப்பு.

இறைச்சிக் கொட்டில் 5
Slaughter House Five by Kurt Vonngut Junior

அமெரிக்க இலக்கிய உலகில் கல்வியாளர்கள் 'நாவல்' என்கிற வடிவம் 'செத்துப்போனது' என்று சொல்ல ஆரம்பித்திருந்த சமயத்தில், அமெரிக்க எழுத்தாளர் குர்ட் வான் குட் ஜூனியர், நாவல் எழுத ஆரம்பித்தார். அரசியல் கொலைகள், அணு ஆயுதப் போரைப் பற்றின அச்சம், வியட்நாம் போர் பற்றின குழப்பங்கள் ஆகிய நவயுக யதார்த்தங்கள் எழுத்தாளர்களுக்கு எந்த தரிசனத்தையும் கொடுக்காது என்று விமர்சகர்கள் அபிப்பிராயப் பட்டார்கள். மக்கள் போரை வெறுத்தார்கள். அச்சப்பட்டார்கள். பிள்ளைகளைப் போரில் இழந்தவர்கள் யார்மீது கோபப்படுவது என்று புரியாமல் குழம்பினார்கள். அமெரிக்கா போர் தொடுத்தால் அதை எதிர்ப்பது தேசத்துரோகம் என்று நினைக்கப்பட்டது. அரசு யுத்தத்தைப் புனிதப்படுத்தியது. ராணுவம் தெய்வீகத்தன்மை பெற்றது.

வான் குட் இரண்டாம் உலக யுத்தத்தில் பங்கேற்றவர். போர்க்காலத்தில் ஜெர்மனியர்களால் கைதுசெய்யப்பட்டு இறைச்சிக் கொட்டிலாக இருந்த ஒரு கொட்டகையில் இன்னும் பல அமெரிக்கர்களுடன் டிரெஸ்டன் என்ற மிக அழகிய ஊரில் சிறைவைக்கப்பட்டிருந்தார்.

யுத்தம் முடியும் நேரம். அப்போதுதான் தோழமை நாடுகளுடன் சேர்ந்திருந்த அமெரிக்கா டிரெஸ்டன் நகரத்தின் மேல் குண்டு போட்டது. நகரத்தின் ஒன்றரை லட்சம் அப்பாவி மக்கள் இறந்துபோனதாகச் சொல்லப்படுகிறது. அதைப் பற்றி அமெரிக்காவில் அதிகம் பேசப்படவில்லை என்கிற உணர்வு வான் குட்டைத் துன்புறுத்தியது. பேசப்படுவதே தேசத்துரோகம் என்று நினைக்கப்படுவது அவரை இன்னும் சஞ்சலப்படுத்தியது. ஆனால் அதைப் பற்றிப் பேசாமல் இருப்பது அநீதி என்று அவர் நினைத்தார். அமெரிக்காவின் ஆணவச் செயலினால், அப்பாவி மக்களும் குழந்தைகளும் இறந்ததுமட்டுமல்ல, டி ரெஸ்டனின் அற்புதப் புராதனக் கட்டடங்கள், வரலாற்று முக்கியத்துவம் வாய்ந்த இடங்கள் தரையோடு தரையாக அழிக்கப்பட்டன.

அவரும் அவரது அமெரிக்க சகாக்களும் ஜெர்மன் ராணுவ வீரர்களால் அந்த (பாதாள) இறைச்சிக் கொட்டிலில் சிறை வைக்கப்பட்டிருந்ததால் உயிர் தப்பினார்கள். வான் குட் ஜூனியருக்குப் பல விஷயங்கள் சொல்ல வேண்டும் போல் இருந்தது: போர் என்பது ஒரு காரணமற்ற கொடுமை; அதில் போர்தொடுக்கும் இரு அணிகளுக்கும் இடையே நடக்கும் சண்டையில் பங்குபெறும் பால்மணம் மாறாத இளைஞர் களுக்கும் யுத்தத்துக்கும் சம்பந்தமில்லை; வீரர்களிடையே உணர்வு பேதமில்லை; எந்த வீரருமே போரை விரும்புவதில்லை – அனுபவத்தில் நேரிடையாக அறிந்த வெளிச்சத்தை உலகுக்குச் சொல்ல வேண்டும் என்று இருந்தது. ஆனால் அதை நேரிடையாகச் சொல்லாமல் புதிய நாவல் யுக்தியைக் கையாண்டார். அதை ஒரு எள்ளல் நிறைந்த, ஒரு அறிவியல் படைப்பிலக்கியமாக பின்நவீனத்துவப் பாணியில் முன்னும் பின்னுமாக நிகழ்வுகளைப் பின்னுகிறார், பல இடங்களில் அந்த எள்ளல் வாய்விட்டுச் சிரிக்கும்படியாக இருப்பது நாவலின் சிறப்பு. நாடோடிக் கதைப் பாணியில் சிறு சிறு விவரங்கள் சொல்லப்பட்டு முக்கியமாக ஒரு மரணத்தை அல்லது சோக சம்பவத்தை 'so it goes' என்று முடிப்பது ஒரு துன்பியல் அழகை ஏற்படுத்துகிறது.

மத நம்பிக்கை இழந்துபோன மனநிலையில் நாவல் மதத்தையும் அறத்தையும் பற்றிக் கேள்வி எழுப்புகிறது. கிறிஸ்த்துவ மதத்தை, யேசுவை எள்ளலுடன் கிண்டல் செய்வதும் சில சூசகமான ஓரினச்சேர்க்கை பற்றின குறிப்புகளும் லேசான பாலின் விவரணைகளுமே புத்தகத்தைப் பல இடங்களில், பல கல்விக் கூடங்களில்,நூலகங்களில் தடைசெய்யக் காரணமாயிற்று. ஆனால் கதை சொல்லலில் அவர் கையாண்டிருக்கும் யுக்தியும்

மொழியைப் பின்னும் அழகும் உலக இலக்கியத்தின் மிக உயர்ந்த 100 புத்தகங்களில் ஒன்றாக , சிறந்த ஆங்கில இலக்கியப் படைப்பாக இன்று கருத வைத்திருக்கிறது. 1972இல் திரைப்படமாக வந்தது. வசூலில் தோல்வி கண்டாலும் பல விருதுகளைப் பெற்றது. மேடை நாடகமாகவும் பி.பி.ஸி.யின் நாடகத் தயாரிப்பாகவும் வந்தது.

டிரெஸ்டனில் நடந்த அநியாய, அநாவசியக் குண்டு வெடிப்பைப் பற்றி எழுத வேண்டும் என்று அவர் பல ஆண்டுகள் நினைத்து வந்திருந்தாலும் படிப்பவர் மனத்தைப் பாதிக்கும் வகையில் எப்படி எழுதுவது என்று அவர் தவித்த தவிப்பு நாவலின் பகுதியாகவே வருகிறது. அவர் கையாண்ட பாணி தத்துவார்த்தப் பின்நவீனத்துவம் என்று கருதப்பட்டது. முதல் அத்தியாயத்தில் ஆசிரியர் அந்த நாவலை எழுதியதற்கான காரணத்தை அவரும் புத்தகத்தில் வரும் ஒரு பாத்திரம்போல எழுதுகிறார். புத்தகம் சிறியதாகவும் ஒழுங்கில்லாமல் இருப்பதற்கும் மன்னிப்புக் கேட்கிறார். ஆனால் ஒரு படுகொலையைப் பற்றிக் கெட்டிக்காரத்தனமாக, அறிவார்த்தமாகச் சொல்ல ஏதுமில்லை என்று முடிக்கிறார்.

பில்லி பில்க்ரிம் என்பவனே கதாநாயகன். அவன் இரண்டாம் உலகப்போரில் பங்கு பெறுபவன். அங்கு செல்லும்போது அவனுக்கு யேசு கருணையின் வடிவம் என்ற நம்பிக்கை இருக்கிறது. அந்த நாவலுக்குள்ளேயே இன்னொரு நாவல் விண்வெளி எழுத்தாளன் ஒருவன் எழுதிய புத்தகம் பேசப்படுகிறது. கிறிஸ்த்தவர்களுக்குக் கொடூரமாக இருப்பது ஏன் சுலபமாக இருக்கிறது என்று விளக்கும் புத்தகம். பில்லி பில்க்ரிம் நம்பும் அமைதியான கருணை மிக்க கிறிஸ்த்துவத்துக்கு நேர் விரோதமான கருத்து பில்லியைக் குழப்புகிறது. மிக முக்கியமாக அவனுள் யேசுவைப் பற்றி ஒரு புதிய தரிசனம் கிடைக்கிறது. யேசு கடவுள் இல்லை, மனிதர்தான் என்ற தெளிவு. மானுடத்திற்கும் கடவுளுக்குமான இருப்பிடமும் தேவையும் விளங்குகின்றன. சுய விருப்பம், விதி போன்ற விஷயங்களும் எள்ளலுடன் நாடோடிப் பாணியில் ‘இப்படிப் போச்சு’ (‘so it goes’) 106 இடங்களில் வருவது புதிய இலக்கிய நடை.

அவனது பிறப்பும் போரில் அவன் பங்குகொள்வதும் போரிலிருந்து திரும்பியதும் மனநிலைப் பாதிப்பினால் மருத்துவச் சிகிச்சை பெறுவதும் விண்வெளி மனிதர்களால் கடத்தப்பட்டு விண்வெளி உலகமொன்றில் வசிப்பதுமாகக் கதை பரமபதப் படம்போல் முன்னும் பின்னுமாக நகருவதன் ஊடாகப் போரின் பயங்கரமும், மனித நேயமற்ற படுகொலைகளும் இயற்கைச்

சேதங்களும் மெல்ல ஊசியேற்றுவதுபோல நுழைத்திருப்பது உண்மையில் கதையைப் படித்து முடிக்கும்போது மிக ஆழமான பாதிப்பை ஏற்படுத்துகிறது.

சண்டைபோட விருப்பமில்லாமல் சென்றவன் பில்லி. அவனைப்போலச் சென்ற அநேகம் அமெரிக்க வீரர்களுக்குப் பயிற்சி இருக்கவில்லை. பில்லி பயந்தவன். எதிர்காலத்தைப் பற்றி நம்பிக்கை இழந்தவன். அவனுக்குப் போர் பிடிக்கவில்லை. 1944இல் ஜெர்மனியர்களால் கைதுசெய்யப்படுகிறான். ரோலாண்ட் வியரி என்ற அமெரிக்க வீரனுடன் அவனுக்கு அதற்கு முன் பரிச்சயம் ஆகிறது. வியரி சரியான போர் வெறியன். அமெரிக்கத் தேசியத்தில் பற்றுக்கொண்டவன். தேச பக்தன். முன்பு பில்லியும் படை வீரன் கோழையாக இருக்கக் கூடாது என்று நினைத்தவன்தான். ஆனால் இப்போது வியரி கக்கும் வெறுப்பு மிகுந்த பேச்சும் இனத்துவேசமும் அவனுக்குச் சங்கடத்தை ஏற்படுத்துகிறது. அதிலிருந்து தப்பிக்கும் யுக்தியாக அவனாகச் சிருஷ்டித்துக்கொண்ட கற்பனை விண்வெளி உலகமும் அதில் அவன் சிறைபட்டுச் சென்றதாகவும் அவனது நனவோடையில் யுத்த களத்தின் அவலங்களுக்கு இடையே அவன் மனக்கண்ணில் காட்சி தரும்.

பில்லி ஒரு கோழை என்று வியரி தூஷிக்கிறான். வியரியை ஜெர்மனியர்கள் பிடித்துக்கொண்டு போகிறார்கள். அவனுடைய சகல உடமைகளையும், கால் ஜோடு உள்பட அபகரித்துக்கொள்கிறார்கள். அவனை ஆணிகள் அடித்த செருப்பை மாட்டிக்கொள்ளச் சொல்லி நடக்கவைக்கிறார்கள். அதனால் ஏற்பட்ட புண் புரையோடி, லக்சம்பர்க் என்ற இடத்தில் பல கைதிகள் சிறை வைக்கப்பட்டிருந்த சிறையில் வியரி இறந்து போகிறான். இறப்பதற்கு முன் லாஜரோ என்ற கைதியிடம் தனது மரணத்திற்கு பில்லிதான் காரணம் என்கிறான். எனக்காக நீ அவனைப் பழிவாங்க வேண்டும். கொல்ல வேண்டும். பழிவாங்கல் இனிமையானது என்கிறான்.

அந்தச் சமயத்தில் பில்லி அவனது ‘கால பரிமாணத்தி லிருந்து’ விடுபட்டு விண்வெளி உலகத்தில் இருக்கிறான்.

பில்லியையும் அவனுடன் இருந்த சக அமெரிக்க வீரர்களையும் ஜெர்மன் படை சிறை பிடித்துக்கொண்டு லக்சம்பர்குக்கு அழைத்துச் சென்று கட்டாய வேலையில் ஈடுபடுத்துகிறது. பிறகு போர் முடிவதற்கான, தோழமை அணி வெற்றிபெறுவதற்கான அறிகுறி தோன்றுகையில் 1945இல் டிரெஸ்டன் என்ற ஊருக்கு அழைத்துச் செல்கிறது. அங்கு ‘Slaughter House 5’ என்ற காலியான இறைச்சிக் கொட்டில் ஒன்றில் அடைக்கிறது. பிப்ரவரி மாதம்

13இலிருந்து 15வரை அமெரிக்க விமானப் படை டிரெஸ்டன் நகரத்தின் மீது பயங்கரக் குண்டுவீச்சு நடத்துகிறது. நகரம் மொத்தமும் அப்பாவி மக்களுடன் அழிந்தபோது இறைச்சிக் கூடத்தில் மறைந்திருந்த ஜெர்மன் காவலர்களும் கைதிகளும் உயிர் தப்புகிறார்கள்.

போர் முடிவுக்கு வந்ததும் பில்லி அமெரிக்கா திரும்புகிறான். போரில் அவன் அளித்த சேவைக்காக அரசு அவனுக்கு விருதளிக்கிறது. ஆனால் அவனது மனம் பேதலித்த நிலையில் இருக்கிறது. அதற்காக அவன் மருத்துவமனையில் சிகிச்சை பெறுகிறான். டிரெஸ்டன் குண்டுவெடிப்பின் நினைவிலிருந்து விடுபடுவது சுலபமானதாக இல்லை.

மருத்துவமனையிலிருந்து திரும்பியதும் இயல்பு வாழ்க்கைக்குத் திரும்புகிறான். திருமணம் செய்துகொள்கிறான். இரண்டு குழந்தைகள் பிறக்கின்றன. அவனுடைய மாமனாரின் வியாபாரத்தைப் பார்த்துக்கொள்ளும் பொறுப்பு அவனிடம் வருகிறது. வசதியான வாழ்க்கைக்கு இடையில் அவனுடைய 'காலப்பரிமாணத் தாவலும்' விண்வெளி உலக வாசமும் நிகழ்கிறது. அவனுடைய மகள் பார்பராவின் திருமணத்தன்று அவன் விண்வெளி உலகத்தினரால் கடத்தப்படுகிறான்.

பூமியிலிருந்து தொலைவில் இருக்கும் டிராஃபல்மடோர் என்ற உலகம். நமக்கு முப்பரிமாணப் பார்வை இருந்தால் அங்கு வசிப்பவர்களுக்கு நான்கு பரிமாணப் பார்வை இருக்கிறது. மரணம் என்பதற்கு அங்கு அர்த்தமில்லை. அது ஒரு முடிவு இல்லை. விண்வெளி உலக வாழ்வு என்பது அவனுடைய பிரமை என்றுதான் எடுத்துக்கொள்ள வேண்டும். அது அறம், தர்மம், கிறிஸ்த்துவம், விதி போன்ற தத்துவார்த்தக் கேள்விகள் எழுப்பவும் ஆசிரியருக்கு ஒரு யுக்தியாகப் படுகிறது. கற்பனை உலகில் எழுப்பப்படும் சர்ச்சைக்குரிய கேள்விகளை யாரும் தடை செய்ய மாட்டார்கள் என்று அவர் நினைத்தாரோ என்னவோ.

ஆனால் அந்த 'அந்நிய' உலகிலிருந்து விடுபட்டு வந்த பிறகு அவனுக்கு அதைப்பற்றி நிகழ் உலகில் தெரிவிக்க வேண்டும் என்ற தீவிர ஆர்வம் ஏற்படுகிறது. அவன் ஊடகங்களிடம் பேச ஆரம்பித்ததும் மகள் பார்பரா கவலைகொள்கிறாள்.

1968ஆம் ஆண்டு அவன் ஒரு பயங்கர விமான விபத்தி லிருந்து உயிர் பிழைக்கிறான். ஆனால் மருத்துவமனையில் அவனைப் பார்க்கச் சென்ற அவனது மனைவி கவலையிலேயே வழியில் இறந்துபோகிறாள்.

மருத்துவமனையில் ஒரு ஹார்வார்ட் பேராசிரியர் நோயாளியாக அவனது படுக்கைக்கு அடுத்ததில் படுத்திருக்கிறார். தீவிர தேசியம் பேசுகிறார். அவன் சங்கடத்துடன் டிரெஸ்டன் நகரம் அமெரிக்கக் குண்டுவெடிப்பில் நாசமானதைத் தான் நேரில் பார்த்ததைச் சொல்கிறான். அந்தக் குண்டுவெடிப்பு நியாயமானது என்கிறார் அந்தப் பேராசிரியர்.

அவனுடைய மகள் அவனை வீட்டிற்கு அழைத்துச் சென்று குழந்தையைப்போலப் பார்த்துக்கொள்கிறாள். ஆனால் அவன் அவளுக்குத் தெரியாமல் தொலைக்காட்சி நிகழ்ச்சியில் டிராஃபல்மடோரைப் பற்றிப் பேசுகிறான். அவனுக்குப் புத்தி பிசகிவிட்டதாகத் தொலைக்காட்சி நிலையம் அப்புறப்படுத்து கிறது. அவன் ஹோட்டலுக்குத் திரும்பிப் படுத்துக்கொண்ட வுடன் மறுபடி காலப்பரிமாணத்திலிருந்து விலகி டிரெஸ்டன் நாட்களுக்குச் செல்கிறான். அத்துடன் நாவல் முடிகிறது. ஆனால் அதற்கு முன்பே அவன் மரணமடைந்த விவரம் சொல்லப்படுகிறது.

அவன் ஒரு கால்பந்து விழாவில் பேசுகிறான். “நீங்கள் மரணம் என்பது பயங்கரம் என்று நினைப்பீர்களானால் நான் இதுவரைப் பேசின ஒரு வார்த்தையையும் நீங்கள் புரிந்து கொள்ளவில்லை என்று அர்த்தம்” என்பான். அவனுடைய மரணத்தைப் பற்றி அவனுக்கு முன் அறிவு இருந்தது. அவன் வெளியில் வரும்போது அவனைப் பழிவாங்கக் காத்திருந்த லாஜரோவின் ஆள் செலுத்திய துப்பாக்கிச் சூட்டுக்குப் பலியாகிறான்.

மரணம் என்பது இயல்பான நிகழ்வு; பூவும் காயும் உதிர்வது போல. ஆனால் மனித உயிரைப் பறிப்பது அநீதி. அதைச் செய்ய எவருக்கும் உரிமை இல்லை. மனித நேயம் மரிப்பதுதான் பயங்கரம்.

புத்தகத்தின் தத்துவம் அது. அதைச் சொல்லும் பாணியும் நவீனம். புரிந்துகொள்பவருக்கு மிகுந்த தாக்கத்தை ஏற்படுத்தும் எழுத்து.

தஸ்லிமா நஸ்ரீனின் 'லஜ்ஜா'
'Shame' By Taslima Nasrin

ஜோனாத்தன் ஸ்விஃப்ட் என்ற பிரபல ஆங்கில ஆசிரியர் "நாம் ஒருவரை ஒருவர் வெறுப்பதற்கு வேண்டுமளவு மதங்கள் இருக்கின்றன, ஆனால் ஒருவரை ஒருவர் நேசிப்பதற்குத் தேவைப்படும் அளவுக்கு இல்லை" என்றார்.

நம்மைச் சுற்றிலும் மதத்தின் பெயரில் நடக்கும் வன்முறைகளைப் பார்க்கும்போது அவரது சொற்கள் மிகச் சரியானவை என்று தோன்றுகிறது. அந்த வகையில் 1993இல் வங்காளதேஷ எழுத்தாளர் தஸ்லிமா நஸ்ரீன் எழுதிய 'லஜ்ஜா' – அவமானம் – என்ற மிகுந்த சர்ச்சைக்குள்ளான நாவல் எந்தக் காலத்திற்கும் பொருந்தும். உண்மையை ஏற்காதவர்களின் கண்டனத்துக்குள்ளாகும். வங்காள மொழி தெரியாதவர்கள், ஆங்கில மொழி பெயர்ப்பில் புத்தகத்தை வாசிக்கலாம். 'ஷேம்' என்ற தலைப்பில் வெளியானது. மொழிபெயர்ப்பில் லஜ்ஜா சிறந்த இலக்கியமாக வெளிப்படாவிட்டாலும் அதன் ஜீவ ரேகையாக ஓடும் ஆசிரியரின் தார்மீகக் கோபமும், மத அடிப்படைவாதம் மிகுந்த அவரது நாட்டில் ஸ்தாபனத்தை எதிர்க்கத் துணிந்த ஒரு பெண்ணின் ஆவேசமும் மிகத்தெளிவாகப் பதிவுசெய்யப்பட்டு வியக்கவைக்கிறது. மதம் அரசியலாகிப்போனதும், அரசியலில் வன்முறை புகுந்ததும், வன்முறையே தேசியமானதும் தீர்க்க தரிசனமாய்க் கதையில் பின்னப்படுகிறது. ஒரு

வரலாற்றுப் பிழையால் எல்லை தாண்டி நேர்ந்த சம்பவங்கள் அண்டை அயலில் உள்ளவர்களின் மனத்தை ஆக்கிரமித்து விளைந்த எதிர்வினைகள் தத்ரூபமாகத் துணிச்சலுடன் சித்திரிக்கப்படுகின்றன. ஆனால் அந்தத் துணிச்சலுக்காக தஸ்லிமா நிறைய இழக்க நேரிட்டது. நாட்டை, சுதந்திரத்தை, தன்மானத்தை, சுயமதிப்பை. நாவல் வெளிவந்ததும் அரசு அதைத் தடைசெய்தது; மன்னிப்புக் கேட்கக் கட்டாயப்படுத்தியது. தஸ்லிமா இணங்காததால், நாட்டைவிட்டுத் துரத்திற்று. தஸ்லிமா பல ஐரோப்பிய நாடுகளில் தஞ்சம் புகுந்து, இப்போது இந்தியாவில் இருக்கிறார். அவருடைய உறுதிக்கும் மனிதநேயப் பார்வைக்கும் சர்வதேச விருதுகள் பெற்றார். ஆனால் பிறந்த மண் இன்னும் அவரை ஏற்க மறுக்கிறது.

தஸ்லிமா ஒரு மருத்துவர். தீவிர மதப்பற்றுடைய முஸ்லிம் தம்பதிகளுக்குப் பிறந்தவர். மதம் விதித்த, பெண்ணுக்கு எதிரான கட்டுப்பாடுகளை சிறு பெண்ணாக இருந்தபோதே அவர் எதிர்ப்பார். 1980களில் கவிதையும் கட்டுரைகளும் எழுத ஆரம்பித்தார். உக்கிரமான பெண்ணியவாதியாக அவருடைய எழுத்துகள் அவரை இனம்காட்டிற்று. அவருடைய பெற்றோர்களே கண்டித்தனர். ஆனால் தஸ்லிமாவை அவர்களால் 'அடக்க' முடியவில்லை. அவருடைய கூரிய பார்வையும் எளிமையான நடையும் அவருக்கு நிறைய வாசகர்களைத் தந்தது.

1992, டிசம்பர் 6 அன்று இந்தியாவின் வடகிழக்கில் அயோத்தியில் பல நூற்றாண்டு வரலாற்றுச் சிறப்புக் கொண்ட பாபர் மசூதி சில ஹிந்து மத அடிப்படைவாதிகளால் தாக்கப் பட்டு இடிக்கப்பட்டது. பாபர் மசூதி இடிப்பு சகிப்பின்மையின் அடையாளமாகிப் போனது. செருக்கின் அடையாளமும் ஆயிற்று. அதன் தாக்கம் இந்தியாவில் மட்டும் ஏற்படவில்லை. அண்டை நாடான வங்காளதேசத்திலும் ஏற்பட்டது. அதைக் கதையாகச் சொன்னார் தஸ்லிமா.

நாட்டுப் பற்று மிக்க இந்துக் குடும்பத்தில் நிகழ்ந்த பாதிப்பு களை விவரிக்கிறது கதை. கதையின் ஊடாக நிஜ சம்பவங்கள் பின்னப்படுகின்றன. (பல இடங்கள் பத்திரிகைச் செய்தி வெட்டி ஒட்டப்பட்டதுபோல இருக்கிறது) சுதாமொயி தத்தா ஒரு மருத்துவர். வங்காளதேசத்தின் (1971) விடுதலைப் போரில் பங்குகொண்டவர். அவரது மகன் சுரஞ்சன் மதத்தினாலேயே வாழ்க்கையில் முன்னேறும் வாய்ப்புகளை இழந்தவன். இருந்தும் தந்தையைப் போலவே வங்காள தேசமே தன்னுடைய நாடு என்ற தீவிரப் பற்றுடையவன். தந்தையும் தனயனும் பாபர் மசூதி இடிப்புக்குப் பின் மாறிப்போன சூழலிலும் கொல்கத்தாவுக்குத் தப்பிச் செல்ல மறுக்கிறார்கள். சுதாமொயீயின் மனைவி

கிரன்மொயீ அவர்களது பிடிவாதத்தை ஆதரித்து ஏற்கிறாள். பிரச்சினைகள் வரும்போது துணை நிற்கிறாள். ஆனால் கணவனின் பிடிவாதத்திற்காக அவள் நிறைய இழக்க நேரிடுகிறது. (ஆண்களின் கட்டுப்பாட்டுக்குள்ளேயே பெண்கள் இருப்பதற்கு அடையாளமாக அந்தப் பாத்திரம் வருகிறது.) ஆனால் அவளது துடிப்புமிக்க மகள் மாயாவுக்கு இவர்களது பிடிவாதம் அசட்டுத் தனமாகப் படுகிறது. கொல்கத்தாவுக்குப் போய்விடுவோம் என்று அவள் சொல்வதைத் தந்தையும் சகோதரனும் கேட்க மறுக்கிறார்கள். தாங்கள் பிறந்து வளர்ந்த நாடு தங்களைக் காப்பாற்றும் என்று நம்புகிறார்கள். பயந்து இந்தியாவுக்குக் கிளம்பும் இந்துக்களைக் கண்டு அவர் கோபிக்கிறார். "உங்கள் மண்ணைக் கைவிட்டுப் போகிறீர்களா? உங்களுக்கு வெட்கமாக இல்லை? அது அவமானம் இல்லை?" அதனால்தான் அந்தத் தலைப்பு.

அவர்களது நம்பிக்கையைக் கண்டு, படிக்கும் நமக்கே அலுப்பும் சலிப்பும் வருகிறது. விழித்துக்கொள்ளுங்கள் என்று தோளை உலுக்கலாம்போல. அத்தனை உத்தம தேச பக்தர் களாகப் படித்தவர்கள், தங்களைச் சுற்றி நடக்கும் பேதங்களையும் வன்முறைகளையும் பார்ப்பவர்கள் இருப்பார்களா? தஸ்லிமாவின் அறிமுகத்தில் அப்படிப்பட்டவர்கள் இருந்தார்களோ என்னவோ. கடைசியில் தந்தை, மகன் இருவருமே புரிந்துகொள்ளும் தருணம் வருகிறது, மாயா கடத்தப்படும்போது. நல்லவேளையாக தஸ்லிமா பாலியல் பலாத்காரத்தை நேரிடையாக வர்ணிப்பதில்லை. தினசரியில் வரும் சேதியாகச் சொல்கிறார். அந்தச் சம்பவத்திற்குப் பிறகு சுரஞ்சன் நேர் எதிரான உணர்வு நிலைக்குச் செல்கிறான். பழிவாங்கும் வெறிக்குச் செல்கிறான். தந்தை சுதாமொயீயும் மனதொடிந்து மனப்பிரமைக்காளகிறார். விடிவே இல்லாத கதையாக முடிகிறது.

உண்மையில் இந்தக் கதையை அவர் கதையம்சத்துக்கும் முக்கியத்துவம் கொடுத்து எழுத முற்பட்டிருந்தால் நாவல் கனமாக இருந்திருக்கும். தஹ்மீமா அனம் என்ற பங்களாதேசத்துப் பெண் எழுத்தாளர் 1971 சுதந்திரப் போரின் பின்னணியை வைத்து 'தி குட் முஸ்லிம்' என்ற ஒரு அற்புத இலக்கிய நாவல் எழுதி யிருக்கிறார். அதிலும் அரசியல் இருக்கிறது. கோபம் இருக்கிறது. மத வெறியைச் சாடுகிறது. ஆனால் கதையம்சத்துக்கும் இலக்கிய நடைக்கும் எழுத்தாளர் அதிக கவனம் கொடுக்கிறார். பல இடங்களில் கவிதை நடையில் காவியமாக ஒலிக்கிறது. தஸ்லிமா அடிப்படையில் ஒரு போராளி. தன் கருத்துகளைக் கதை ரூபத்தில் சொன்னால் மக்களைப் போய்சேரும் என்ற எண்ணமாக

இருக்கலாம். மதவெறி அரசியலைக் கவ்வினால் மனிதருக்கு விமோசனம் இல்லை என்று தஸ்லிமா சொல்லத் துணிகிறார்.

அரசின் ஆதரவுடன் இந்து சமூகத்தின் மேல் விரிக்கப்பட்ட வன்முறையை நாவல் தத்ரூபமாக, உண்மையில் நடந்த சம்பவங்களைக் கோர்த்து விவரிக்கிறது. அவற்றின் தாக்கம் ஹிந்துக் குடும்பங்களைச் சின்னாபின்னப்படுத்தும் அவலத்தையும் சொல்கிறது. பங்களாதேசத்தில் இருந்த நூற்றுக்கணக்கான இந்துக் கோவில்கள் இடிக்கப்பட்டன. வீடுகள் தீயிடப்பட்டன. சொத்துக்கள் அபகரிக்கப்பட்டன. ஆண்கள் கொல்லப்பட்டார்கள். பெண்கள் பாலியல் பலாத்காரத்துக்குப் பலியானார்கள். பலாத்காரத்துக்கு உள்ளான இந்துப் பெண்களை அவர்களது குடும்பவே ஏற்க மறுத்துக் கருணையில்லாமல் வெளியேற்றிற்று. மத வெறியை, அதன் கொடூரத்தை தஸ்லிமா விவரித்தாலும் எந்த மதத்தையும் குறிப்பிட்டு அவர் தாக்கவில்லை. ஹிந்து மதத்தில் இருக்கும் அடிப்படைவாதிகளின் வெறியையும் அவர் சுட்டிக்காட்டுகிறார். நாவலில் அவருடைய கருத்துகள் கதையின் ஊடாக (உண்மையில் அவருடைய கருத்துகளும் தினசரியில் வந்த செய்திகளும்தான் புத்தகத்தில் அதிகம்) வருகின்றன.

“அமைதிதான் மதங்களின் சாரம் என்று சொல்லப்படுகிறது. ஆனால் மதத்தின் பெயரில்தான் இத்தனைக் கலவரங்களும் கொலைகளும் தண்டனைகளும் நடக்கின்றன. இருபதாம் நூற்றாண்டிலும் மதத்தின் பெயரில் அக்கிரமங்கள் நடப்பது பரிதாபம். மதக்கொடியை உயரத் தூக்கிப்பிடிப்பது மனுஷத்தன்மையையே மறைத்துவிடுகிறது.”

“மதத்தின் பெயர் மனிதநேயமாக இருக்கட்டும்.”

“மதத்தினால் பண்பும் அறிவும் இல்லாமல் போகிறது.”

அவருடைய கருத்துகள் கதாபாத்திரங்கள் வாயிலாக வரும். அநேகமாக கதையின் இடைச்செறுகலாக வரும். மொத்தத்தில் மதத்தின்பேரில் அவருக்கு இருந்த கோபத்தையும் அவநம்பிக்கையையும் அவர் ஒரு நூலிழைக் கதையின் மூலமாகச் சொல்ல யத்தனிக்கிறார். எப்போதுமே பெரும்பான்மைச் சமூகம் சிறுபான்மையினரை வதைக்கும் குணம் கொண்டது என்று சுட்டிக்காட்டுகிறார். பாபர் மசூதியை இடித்த இந்து வெறியர்களையும் சாடுகிறார். ஆனால் அவருடைய நாட்டின் இஸ்லாமிய மதத்தையும் அங்கு இந்துக்களுக்கு எதிராக நடந்த இன வெறியைத் தாக்கி அவர் எழுதியதால் அந்த நாட்டு அரசு புத்தகத்துக்குத் தடைவிதித்தது.

இந்தத் தடையினால் தஸ்லிமாவுக்கு உலகப் புகழ் கிடைத்தது. அவருக்குத் தங்க இடம்தான் சொந்த நாட்டில் இல்லாமல் போயிற்று.

தஸ்லிமா மிகத் துணிச்சலானவர் என்பதில் இரு வேறு கருத்து இருக்க முடியாது. திருக்குரானை நான் மதிக்கிறேன். ஆனால் மதம் என்கிற பெயரில் முல்லாக்கள் பெண்களுக்கு எதிராகத் தடைகளும் சட்டங்களும் போடுவது குரானில் இல்லாதது. அதைத்தான் நான் எதிர்க்கிறேன் என்று அவர் முஸ்லிம் பெண்களின் குரலாக ஒலித்துக்கொண்டிருக்கிறார் எங்கிருந்தாலும்.

அவரது எழுத்து மகத்தான இலக்கியம் இல்லை. ஆனால் அனல் கக்கும் எழுத்து. பல ஜென்மத்துப் பெண்ணின் கோபம் கக்கும் கனல். அந்தக் கோபத்தின் வித்து மதம் – அது எந்த மதமாக இருந்தாலும்.

தஸ்லிமாவை நாடு கடத்தியதால் பங்களாதேசம் வண்ணமிழந்தது என்று சொல்லத் தோன்றுகிறது.

டொனால்ட் டிரம்ப் வந்த பிறகு விற்பனை அதிகரித்த 'பணிப்பெண்ணின் கதை'

டிஸ்டோபியந் (dystopian) மோசமான உலகை வர்ணிக்கும் நாவல் என்று சொல்லப்படும் புதினம். அது பணிப்பெண்ணின் கதை (The handmaid's tale) கானடா நாட்டைச் சேர்ந்த பிரபல எழுத்தாளர், மார்கரேட் ஆட்வுட் 1985இல் எழுதியது. இன்று திடீரென்று அதிக விற்பனை ஆகிறது அமெரிக்காவில். உலகின் ஆகச் சிறந்த தாராளக் கொள்கையுடைய ஜனநாயக நாடு என்று நினைக்கப் பட்ட அமெரிக்காவில் யாரும் எதிர்பாராத, மானுடத்துக்கு எதிரான சட்டதிட்டங்களை அறிவிக்கும், பொதுவாழ்வில் கிலியைப் பரப்பி வரும் டொனால்ட் டிரம்பின் அரசாங்கக் கெடுபிடி களின் தாக்கத்தைக் கோடிட்டுக் காண்பிக்கும் தீர்க்கதரிசனத்தை இருபது ஆண்டுகளுக்கு முன் ஆட்வுட் வெளிப்படுத்தியிருப்பதாக இன்று நினைக்கப்படுகிறது. இலக்கிய உலகத்தில் பெரிய சலனத்தை ஏற்படுத்திய, பாராட்டைப் பெற்ற நாவல் அது.

அதைப் பெண்ணியக் கதை என்றார்கள். மத விரோதப் புத்தகம் என்றார்கள். ஆனால் படிப்பவர்

மனத்தை உலுக்கும் சர்ரியலிஸ இலக்கியப் படைப்பு என்பதை யாரும் மறுக்க வில்லை. நாற்பதுக்கு மேற்பட்ட மொழிகளில் மொழிபெயர்க்கப்பட்டிருக்கிறது. 1990இல் திரைப்படமானது. பாலே நடனமாக, இசை நாடகமாக உருவானது. வரும் ஏப்ரல் மாதம் MGM தொலைக்காட்சித் தொடராக வரவுள்ளது.

நாவலை எழுதும் காலத்தில் மார்கரேட் ஆட்வுட் மேற்கு பர்லினில் வசித்துவந்தார். பர்லினைச் சுற்றிச் சுவர் இருந்தது. சோவியத் சாம்ராஜ்யம் வலுவாக இருந்த சமயம். இரும்புத் திரைக்குப் பின்னால் இருந்த சில நாடுகளுக்கு மார்கரேட் செல்லும்போது காற்றில் பீதி இருந்ததையும் இரகசிய சமிக்ஞைகளுடன் இலக்கியவாதிகள் பேசுவதையும் கண்டிருக்கிறார். கட்டிடங்கள் மறைவதையும் ஸ்தாபனங்கள் அழிவதையும் சுட்டிக்காட்டுவார்கள். மின்னல்போல மாற்றம் வருவது சாத்தியம் என்று தோன்றும். இது நடக்கவே நடக்காது என்று நினைப்பது பேதமை என்று தோன்றும்.

எது வேண்டுமானாலும், எங்கு வேண்டுமானாலும் நடக்கக்கூடும். இதையெல்லாம் பூடகமாக்ச் சொல்ல வேண்டும். எப்படிச் சொல்வது? கற்பனைப் பூங்காவைச் சிருஷ்டித்தாலும் அதில் வசிக்கும் தேரைகள் உண்மையானவையாக இருக்க வேண்டும் என்று நினைத்தார் மார்கரேட். அதாவது ஏற்கெனவே நடந்த நிகழ்வுகளாக, விவரிக்கப்பட்டவை அறிந்த தொழில்நுட்பத்தை ஆதாரமாகக் கொண்டவையாக இருக்க வேண்டும் என்று விரும்பினார். கனடாவில் வசித்த அவர், ரொனால்ட் ரீகன் இரண்டாம் முறையாக மாபெரும் வெற்றி பெற்று அமெரிக்க அதிபராகப் பதவியேற்றவுடன், அதுவரை லிபரல் ஜனநாயகமாக இருந்த அமெரிக்கா எதேச்சாதிகார இறைமை ஆட்சிக்குத் தள்ளப்பட்டதாகச் சொல்லத் துணிந்தார். (ராணுவ பட்ஜெட்டை அதிகரித்தது, லிபியாவைத் தாக்கியது, இரானுக்கு ரகசியமாக ஆயுதங்களை, அமெரிக்கக் கைதிகளை விடுவிக்கக் கொடுத்தது, ருஷ்யாவுடன் மோதியது ஆகிய பலவற்றால் ஏற்பட்ட) அவரது பயம் மிகையானதோ என்று அவரே நினைத்தார். படிப்பவரை எப்படி நம்பவைப்பது? அது ஒரு கற்பனை என்று அவர்கள் நினைக்கக் கூடாது என்று மார்கரேட் விரும்பினார்.

நாவலின் கதைக்களம் அமெரிக்காவின் ஹார்வர்ட் பல்கலைக்கழகம் உள்ள மாஸசூஸட்ஸ் மாநிலத்தின் கேம்ப்ரிட்ஜ் நகரம். ஜில்லியட் குடியரசில் சட்ட சாசனமும் பாராளுமன்றமும் இல்லாத, 17ஆம் நூற்றாண்டு பியூரிட்டன் மத அடிப்படைவாதத்தை அடிப்படையாகக் கொண்ட ஆட்சி.

(இந்த மத அடிப்படைவாதம் எப்போதுமே அமெரிக்க அரசியல் கொள்கையில் அடிநாதமாக இருந்து வருகிறது என்கிறார் மார்கரேட்). ஜில்லியட் குடிஅரசின் ரகசியக் கண்காணிப்புப் பணி பல்கலைக்கழக நூலகத்திலேயே செயல்படுகிறது. அதன் சுவர்களில், தவறு செய்தவர்களின் தூக்கிலிடப்பட்ட உடல்கள் தொங்கும். நாவலின் முக்கியமான கரு – சுற்றுச் சூழலில் இருக்கும் நச்சுத்தன்மையால் ஜனத்தொகை சுருங்கி வருகிறது. ஜில்லியட் குடியரசின் ஆளுநர்கள் கர்ப்பம் தரிக்கக்கூடிய ஆரோக்கியமான பெண்களைத் தங்களின் பணிப்பெண்களாக வைத்துக்கொள்கிறார்கள்.

அவர்கள் குழந்தை பெற்றுத் தர வேண்டும். அவர்கள் கருவிகள் மட்டுமே. சொந்தம் கொண்டாட முடியாது. அவர்களுடைய உடை சிவப்பு. ரத்தத்தை அடையாளப்படுத்துவது. தவிர அவர்கள் தப்பிக்க நினைத்தால் எளிதில் அடையாளப்படுத்தக் கூடியது. மனைவிகளின் உடை நிறம் நீலம். தூய்மை. கதையின் நாயகியின் பெயர் ஆஃப்ரெட் ஃப்ரெட் என்ற ஆணுக்குச் சொந்தமானவள் என்று பொருள். 'Offered'ஐ காணிக்கை / பலி கடா என்றும் பொருள் கொள்ளலாம். அவள்தான் தனது அனுபவங்களைப் பதிவுசெய்கிறாள். அவள் எழுதிவைத்த குறிப்பு பின்னால் ஒரு பல்கலைக்கழக சம்மேளனத்தில் வாசிக்கப்படு கிறது. இந்தப் புத்தகம் சாட்சியின் இலக்கியம் என்கிறார் ஆட்வுட். உண்மையான வாசகர் கனிவுடன் படிப்பார் என்பதே ரகசியப் பதிவின் எதிர்பார்ப்பு . யூதப் பெண் ஆன் ஃப்ரான்க் எழுதி வைத்த நாட்குறிப்புப்போல.

பெண்ணியம் என்பதைவிட மானுட தர்மத்திற்கு நேரக் கூடிய ஆபத்தையே தான் வெளிப்படுத்தியதாக ஆட்வுட் சொல்கிறார். பெண்களும் மனமாச்சரியம் கொண்ட மனிதப் பிறவிகளே எனும் சேதி இது. பெண்கள் உலக வாழ்விற்கு முக்கியமானவர்கள்; அதை உணர்ந்துதான் யுத்தகாலங்களில் எதிரியின் நாட்டை அழிக்க வேண்டும் என்றால் பெண்கள் கொல்லப்படுகிறார்கள்; பாலியல் பலாத்காரம் செய்யப்பட்டு அவர்கள் கர்ப்பத்தில் தங்கள் வித்தை விதைக்கிறார்கள் ஆக்கிரமிப்பவர்கள். கதை மதத்துக்கு எதிரானதும் இல்லை. மதத்தின் பெயரால் பெண்ணுக்கும் மாற்று இனத்துக்கும் வரலாற்றில் நடந்த, நடைபெறும் கொடுமைகளே தன்னை இத்தகைய புதினத்தை எழுதவைத்ததாகச் சொல்கிறார் ஆட்வுட்.

இன்றைய அமெரிக்க ஆட்சி பழைய பீதிகளைக் கிளப்பி யிருக்கிறது. பெண் சுதந்திரத்துக்கான அச்சுறுத்தல், இனத்துவேசம் ஆகியவை பரவிவரும் சூழலில் யாராவது எங்கிருந்தாவது

நடப்பதைப் பதிவுசெய்வார்கள். அவர்கள் சொல்லும் சேதி அமுக்கப்படுமா? மறைக்கப்படுமா? பல நூற்றாண்டுகள் கழித்து ஒரு புராதன வீட்டில், சுவருக்குப் பின்னால் கண்டு பிடிக்கப்படுமா? அந்த அளவுக்கு நிலைமை மோசமாகாது என்று நம்புவோம் என்கிறார் மார்கரேட்.

அப்படி நடக்கவே நடக்காது என்று நினைப்பது இப்போது எந்த நாட்டிலுமே சாத்தியமில்லை என்பதுதான் உண்மை.

மோசமான சர்ச்சை – தலைமறைவான படைப்பாளி

'Million little pieces' by James Frey (2003)

ஜேம்ஸ் ஃப்ரை தனது சுயசரிதையை எழுத நினைத்தபோது அப்படி ஒரு சிக்கலில் மாட்டிக்கொள்வோம் என்று நிச்சயம் நினைக்க வில்லை. தன் வரலாற்றை எழுதுபவர் எத்தனை பேர் அப்பட்டமான உண்மைகளை எழுதுகிறார்கள். தன்னைப்பற்றி மற்றவர் பார்வையில் உள்ள மிக மோசமான பிம்பத்தை எத்தனை எழுத்தாளர்கள் ஏற்று அதை வெளிப்படுத்துவார்கள்?

வெள்ளை மாளிகையை அலங்கரிக்கும், உலகத்தின் ஆகப் பெரிதான அதிகார பீடத்தில் அமர்ந்திருக்கும் ஒபாமாகூடத் தனது சுயசரிதை யில் சங்கடம் தரும் விஷயங்களை மறைத்துத் தன்னைப் பற்றின கவர்ச்சியான பிம்பத்தை முன்வைத்திருப்பதாகப் புகார் உண்டு. ஆனால் எந்தத் தொலைக்காட்சிப் பேட்டியாளரோ பத்திரிகை களின் துப்புத் துலக்கும் இலாகாவோ எழுதப் பட்டது உண்மைதானா என்று கொலைக்குப்பின் இருககும் மர்மத்தைத் துருவுவதுபோல விவரம் சேகரித்துக் கேள்வி கேட்டுச் சந்திக்கு இழுக்க வில்லை. லட்சக்கணக்கான பார்வையாளர்கள் முன் தொலைக்காட்சி நிகழ்ச்சியில் அவமானப்படுத்த வில்லை. ஆனால் 80 லட்சம் பிரதிகள் விற்ற, இன்னமும் விற்றுக்கொண்டிருக்கும் புத்தகத்தை

எழுதிய ஜேம்ஸ் ஃப்ரை சந்திக்கு இழுக்கப்பட்டார். அமெரிக்க சூழல் ஏற்படுத்திய அசாதாரணப் பிரச்சினையில் கசந்து வெறுத்து ஐரோப்பாவுக்குக் குடிபெயர்ந்தார்.

இத்தனைக்கும் அவர் எழுதியது மிக பயங்கரமான போதை, மதுவின் அடிமைத்தனத்திலிருந்து அவர் மீண்டுவந்த கதை. சாவின் பிடியிலிருந்து மீண்ட நம்பிக்கை ஊட்டும் சரிதை. தனக்கு ஏற்பட்ட அனுபவங்களை, உள்ளார்ந்த கோபத்தை (கோப உணர்வே தன்னை ஸ்தாபனத்தை எதிர்க்கத் தூண்டுகிறது என்பது அவரது வாதம்) உக்கிரமாக இலக்கிய நயம் மிகுந்த நவீன பாணியில் – நீண்ட பாராவாக, உரையாடல்களையும் கொட்டேஷன் புள்ளி இல்லாமல் கதைப்பின்னல்போல சொல்லிக்கொண்டு போவது; வாசிப்பவரே பேசுவது யார் என்று கண்டுகொள்ளவைப்பது; எல்லா பெயர்ச் சொல்லையும் பெரிய எழுத்தில் தொடங்குவது என்பதுபோன்ற யுக்தி மனச் சஞ்சலம்மிக்க குழப்பத்தில் இருக்கும் இளைஞனின் மனநிலையைப் பிரதிபலிப்பதாக, ஒரு புதினத்தைப்போலச் சொல்லும் விதம் படிப்பவரை உலுக்குவதாலேயே மிகப் பரவலான வாசகத் தளத்தைப் பெற்றது. அதில்தான் வந்தது பிரச்சினை.

அதில் சொன்னது அவ்வளவும் உண்மை அல்ல, கற்பனைச் சம்பவங்கள் சேர்க்கப்பட்ட புனைவு எழுத்து என்கிற சர்ச்சை எழுந்து அவரை உண்டு இல்லை என்று ஆக்கிவிட்டார்கள் பல விமர்சகர்கள். ஆரம்பத்தில் எல்லாம் சரியாக இருந்தது. புத்தகம் 2003இல் வெளியானது. அதற்குப் பிறகு அதன் தொடர்ச்சியாக இன்னொரு புத்தகமும் (அபுதினம்) வெளியாகி இரண்டும் நன்றாகவே விற்றன. ஆனால் 2005இல் ஒரு நிகழ்வு அவர் வாழ்வை மாற்றிற்று. அமெரிக்க டி.வி. பிரபலம் ஓபெரா வின்ஃப்ரீ நடத்திய புக் க்ளப், புத்தகத்தைத் தேர்ந்தெடுத்தது. அது வியாபாரரீதியில் மிகப்பெரிய வாய்ப்பு, கௌரவம். ஓபெராவின் நிகழ்ச்சியைப் பார்க்காத அமெரிக்க வீடுகள் மிகக்குறைவு. அதில் பேசப்படும் புத்தகம் பல்லாயிரம் பிரதிகள் விற்கும். சாதாரணமாக அதிகபட்சம் இறந்துபோனவர்களின் புத்தகங்கள்தான் பேசப்படும். அவர்களிடையே வாழும் அமெரிக்கரும், 'போதைச் சாவிலிருந்து மீண்ட' வருமான ஜேம்ஸ் எழுதிய 'அசாதாரணமான, மனத்தை உலுக்கும்' 400 சொச்சப் பக்கங்கள் கொண்ட சுயசரிதையை, தான் ஒரே மூச்சில் இரவு முழுவதும் அமர்ந்து படித்துக் கண்ணீர் விட்டதைத் தொலைக்காட்சி நிகழ்ச்சியில் ஜேம்ஸை நேர்காணலுக்கு அழைத்த ஓபெரா சொல்லி அறிமுகம்செய்தார்.

ஜேம்ஸ் ஃப்ரையையும் மிக ஆத்மார்த்தமாக எழுதப்பட்ட நேர்மையான புத்தகம் என்று அவரது எழுத்தையும் வானளாவப்

புகழ்ந்தார். அதிகம் அறியப்படாமல் இருந்த ஜேம்ஸ் உடனடியாகப் பிரபலமானார், அவரே மிரண்டுபோகும் அளவுக்கு. 'மில்லியன் லிட்டில் பீஸஸ்', ஓபெரா அதுவரை அறிமுகம்செய்த எந்தப் புத்தகமும் எட்டாத விற்பனையின் உச்சத்தைத் தொட்டது. நியூயார்க் டைம்ஸ்ஸின் பெஸ்ட் ஸெல்லர் பட்டியலில் 15 வாரங்களுக்கு முன்னணியில் இருந்தது. அமேசான் விற்பனையில் முதல் இடத்தைப் பிடித்தது. உலகெங்கிலும் 22 மொழிகளில் வெளியிடப்பட்டது. ரயிலில், பேருந்தில், சிற்றுண்டிச்சாலைகளில் எல்லோர் கையிலும் புத்தகம் இருந்தது. புத்தகக் கடைகளில் சுயசரிதைப் பகுதியில் பிரதான இடம் பிடித்தது. தேர்ந்த விமர்சகர்கள் அதை அப்பழுக்கற்ற நேர்மையான வாக்குமூலம், மனத்தைச் சுண்டும் விவரணைகள் கொண்ட இலக்கியப் படைப்பு என்று சிலாகித்தார்கள்.

ஆனால் அடுத்த ஆண்டு (2006) ஜனவரி மாதம் இன்னொரு எதிர்பாராத நிகழ்வு நடந்தது; ஜேம்ஸின் வாழ்வைத் தலைக்குப்புறக் கவிழ்ப்பதுபோல. ஸ்மோகிங் கன் என்று ஒரு துப்பறியும் இணையதளம் 'எ மில்லியன் லிட்டில் பீஸஸ்' அப்படி ஒன்றும் நேர்மையான புத்தகம் இல்லை என்ற குண்டை வீசியது. ஆறு வாரங்கள் அது மேற்கொண்ட துப்புத் துலக்கும் பணியின் இறுதியில் ஜேம்ஸ் எழுதியிருந்த பல விஷயங்கள் உண்மையில் நடக்கவே இல்லை என்று தெரியவந்ததாகச் சொல்லிற்று. புத்தகத்தில் ஜேம்ஸ் போதையில் தாம் இழைத்த கிரிமினல் குற்றங்களையும் தான் சிறையில் இருந்ததையும் புனர்வாழ்வு மையத்தில் தனக்கு நேர்ந்த அனுபவங்களையும் விலாவாரியாகப் பீதியளிக்கும் விதத்தில் எழுதியிருப்பதெல்லாம் அதீதமான கற்பனை எழுத்து என்றது.

அதனுடைய பத்திரிகையாளர்கள் ஜேம்ஸ் குறிப்பிடும் ஒஹையோ மாகாணத்து போலீஸிடம் ஜேம்ஸின் குற்றப் பின்னணியைப் பற்றி விசாரித்தார்கள். அவர்மீது ஏதும் தீவிர குற்றச்சாட்டுப் பதிவாகியிருக்கவில்லை. ஒரு முறை லைசென்ஸ் இல்லாமல் ஓட்டியதற்காகக் கண்டிக்கப்பட்டார். ஒரு முறை பீர் புட்டியை வைத்துக்கொண்டு ஓட்டியதற்காகப் பிடிபட்டார். சில மணிநேரங்களே சிறையில் வைத்தார்கள். 700 டாலர் அபராதத் தொகை செலுத்த வேண்டி வந்தது. புத்தகத்தில் அவர் எழுதியிருப்பதோ பயங்கரமாக இருக்கும். அவர் குடிபோதையில் காவலர்களைத் தாக்கியதாகவும், ஒரு போலீஸ் அதிகாரியைத் தனது வண்டியால் மோதியதாகவும், பயங்கர ஆயுதத்தை வேறு வைத்திருந்தார் என்பதற்காக 87 நாட்கள் சிறையில் அடைக்கப்பட்டதாகவும் புத்தகத்தில் இருக்கிறது. படிப்பதற்குச் சுவாரஸ்யமாக இருப்பதை மறுக்க முடியாது. ஆனால் அவர்

பொய் சொல்கிறார் என்று (கொலைக் குற்றத்துக்கு ஒப்பாக) வாசகரை ஏமாற்றுகிறார் என்றும் ஸ்மோகிங் கன் விமர்சித்தது. அவர் மதுவுக்கும் பலவித போதை வஸ்துக்கும் அடிமையாக இருந்தார் என்பதும் புனர்வாழ்வு மையத்தில் இருந்தார் என்பதும் உண்மை என்றாலும் அவர் ஏன் இல்லாததையும் பொல்லாததையும் சுயசரிதையில் எழுத வேண்டும் என்றது. இதைப்பற்றிக் கேட்கப்பட்டபோது ஃப்ரை தனது வலை தளத்தில் எழுதினார்: வெறுப்பவர்கள் வெறுக்கட்டும். சந்தேகப்படுபவர்கள் சந்தேகிக்கட்டும். என் வாழ்வும் எனது புத்தகமும் என்னைச் சார்ந்தவை. நான் நம்புபவை.

ஓபெராவும் ஆரம்பத்தில் ஜேம்ஸின் சார்பாகப் பேசினார். "இது அநாவசியமான சர்ச்சை. புத்தகத்தின் சேதி முக்கியமானது. ஒரு மனிதன் எப்படிப் படுகுழியிலிருந்து மீண்டு வந்தான் என்பது. அது படிப்பவர் நெஞ்சைத் தொடுவது" என்றார். ஆனால் அதற்காக ஓபெராவே பரவலாக விமர்சிக்கப் பட்டார். "அதெப்படி ஒரு பொய்யை நிஜமென்று வாசகர் களிடம் முன்னிறுத்தினீர்கள்" என்றார்கள். டி.வி. சானல் நிர்வாகம் ஓபெராவை எழுத்தாளரையும் பதிப்பாளரையும் அவரது நிகழ்ச்சியில் அழைத்துக் கேள்வி கேட்கச் சொன்னது. ஓபெராவின் மானம் கப்பலேறிவிடும்போல் இருந்தது. ஆனால் அழைக்கப்பட்டவர்களை 'இன்றைய அமெரிக்க வாழ்வு' பற்றின விவாதத்துக்கு அழைப்பதாகச் சொன்னார்கள். அவர்கள் வந்து மேடையில் அமர்ந்தபிறகுதான் ஸ்மோகிங் கன் கிளப்பிய சர்ச்சையைப் பற்றின பேட்டி என்று அவர்கள் புரிந்து கொண்டார்கள். ஓபெரா ஜேம்ஸைக் கேள்வியால் உலுக்கி எடுத்துவிட்டார். "நீங்கள் வாசகர்களை ஏமாற்றி விட்டீர்கள். நானும் ஏமாற்றப்பட்டேன், நீங்கள் ஒரு துரோகி என்று குற்றம் சாட்டினார். நீங்கள் எழுதியிருக்கும் நிறைய விஷயங்கள் நடக்கவே இல்லை, அது நடந்ததாகச் சொன்னது பொய்யல்லவா" என்றார்.

ஆடிப்போன ஜேம்ஸ், அதில் எழுதியிருக்கும் பல விஷயங்கள் கற்பனைதான். ஸ்மோகிங் கன் எழுதியது எல்லாம் சரிதான் என்று ஒப்புக்கொண்டார். பதிப்பாளரையும் வின்ஃப்ரீ விடவில்லை. பதிப்பதற்கு முன் அதையெல்லாம் நீங்கள் விசாரிக்க மாட்டீர்களா என்று கேட்டார். "நாங்கள் முறையாக ஒரு வழக்கறிஞரின் சான்றிதழ் பெற்றுத்தான் பதிப்பித்தோம். யாரையாவது புத்தகம் புண்படுத்துகிறதா, பெயருக்குக் களங்கம் விளைவிக்கிறதா என்றுதான் பார்ப்போம். ஒருவர் தன் சுயசரிதை என்று சொல்லும்போது, நாங்கள் ஏன் சந்தேகிக்க வேண்டும். பல சுயசரிதைகள் படிக்கும்போது நம்பகத்தன்மை

இல்லாமல் இருக்கும். அவற்றை நாங்கள் நிராகரித்திருக்கிறோம். ஜேம்ஸின் புத்தகத்தைப் படிக்கும்போது அப்படித் தோன்றவில்லை. அது நடந்த விஷயமாக மனத்தை உலுக்கிற்று. இந்த அபுனைவு புத்தகம் படிப்பவருக்கு நம்பிக்கை ஊட்டக்கூடிய புத்தகம் என்று நினைத்தோம். நம்பகத்தன்மை அற்ற ஒரு சொல்லும் இருப்பதாகத் தோன்றவில்லை. இனிமேல் ஜாக்கிரதையாக இருப்போம்" என்றார்.

ஆங்கிலத்தில் இரண்டு சொற்கள் தன் வரலாற்றுக்குப் பயன்படுத்தப்படுகின்றன. 'Memoir', 'Autobiography' என்ற வார்த்தைகளில் சிறு வேறுபாடு உண்டு. முன்னது நினைவில் பதிந்த வரலாறு. பின்னது பிறப்பிலிருந்து காலவாரியாகச் சொல்லப்படும் சுயசரிதை. ஃப்ரையின் புத்தகம் 'Memoir' (மெம்வா) என்றுதான் சொல்லப்பட்டது. விமர்சகர்களுக்கு முதலில் அவர் தன்னிலை விளக்கம் கொடுத்தார். 'நான் என் நினைவில் இருந்ததைத்தான் எழுதினேன். அன்றைய மனநிலையில் மனப்பிறழ்வில் பலவிஷயங்கள் நடந்திருப்பதான பதிவு ஏற்பட்டிருக்கலாம். அந்தப் பதிவின் நினைவில் என் கதைப் பின்னிக்கொண்டது."

உதாரணத்துக்கு புனர்வாழ்வு மையத்தில் தனக்கு மயக்க மருந்து கொடுக்காமலே ரூட் கனால் அறுவை இரு முறை நடத்தப்பட்டதாகச் சொல்கிறார். மயக்க மருந்தில் இருக்கும் வேதிப்பொருள் அவருக்குக் கொடுக்கப்பட்ட மருத்துவத்துக்குத் தீங்கு விளைவிக்கலாம் என்று மருத்துவர்கள் நினைத்ததால் அப்படி நடந்தது என்று புத்தகத்தில் எழுதியிருக்கிறார். அவர் அனுபவித்த வலியை மிக விரிவாக வேறு வர்ணிக்கிறார். "வலியைப் பொறுத்துக்கொள்ள இரண்டு டென்னிஸ் பந்துகளை உள்ளங்கையில் வைத்து அழுத்தினேன். தாங்க முடியாத வலி அது. என் நகங்கள் பந்துக்குள் நுழைந்துவிட்டன." அப்படி ஏதும் நடக்கவே இல்லை என்று மையத்தின் மருத்துவர்கள் ஸ்மோகிங் கன் செய்தியாளர்களிடம் சொன்னார்கள். "எனக்கு அப்படிப்பட்ட நினைவுதான் மனத்தில் பதிந்திருக்கிறது. நான் அதைத்தான் எழுதினேன்" என்றார் ஜேம்ஸ். 'ஒரு தோற்றம் பதிவாகும்போது. . .'

"இல்லை அது போய் ! உங்கள் மேல் அனுதாபம் பிறப்பதற்காக நீங்கள் ஜோடித்த பொய் !" என்று ஓபெரா வின்ஃப்ரீ அலறினார். நீங்கள் ஒரு கொலைகாரர் என்பதுபோன்ற ஆக்ரோஷத்துடன்.

ஜேம்ஸ் நொந்துபோனார். அதற்குப் பிறகு அவரும் பதிப்பாளரும் ஒரு சட்ட ஒப்பந்தம் செய்துகொண்டார்கள். தாங்கள் ஏமாற்றப்பட்டதாகப் புத்தகம் வாங்கியவர்கள்

கருதும் பட்சத்தில் சரியான பில் ஆதாரத்தை அனுப்பினால் பணத்தைத் திருப்பித் தருவதாகப் பதிப்பாளர் அறிவித்தார். (2000 பேரே அனுப்பியதாகச் சொல்லப்படுகிறது) அதற்குப் பிறகு அச்சிடப்பட்ட பிரதிகளில் ஃப்ரையின் மன்னிப்புக் கோரும் வரிகள் சேர்க்கப்பட்டன.

"என் தவறு; என்னுடைய பயங்கர உடல்/மன நிலையைச் சமாளிக்க நான் என்னவாக இருக்க விரும்பினேனோ அப்படிப் பட்ட பிம்பத்தை என்னுடைய அசல்போல உருவாக்கினேன். மிகத் திடமானவனாக என்னைத் தோற்றுவித்தேன். என்னுடைய எழுத்தால் ஏமாற்றமடைந்த வாசகர்களிடம் மன்னிப்புக் கோருகிறேன்." ஆனால் இந்தச் சர்ச்சைக்குப் பிறகும் புத்தகம் அமோகமாக விற்றது. ஜேம்ஸுடன் இன்னமும் ஒப்பந்தம் வைத்திருப்பது தங்களது கண்ணிய விம்பத்துக்கு இழுக்கு என்று ரத்து செய்துவிட்ட பதிப்பாளர்கள் விற்பனை யில் அள்ளிய பணத்தைத் தங்களது கண்ணியத்துக்கு இழுக்கு என்று நினைக்கவில்லை.

"ஓபெரா வின்ஃப்ரீ பேட்டிக்குப் பின் கழிந்த ஆறு மாதங்கள் பயங்கரமானவை. நம்ப முடியாத ஸர்ரியலிசத் தன்மை கொண்டவை" என்றார் ஜேம்ஸ் ஒரு பத்திரிகை நிருபரிடம் வெகு நாள் கழித்து. கமூவின் புத்தகத்திலோ காஃப்காவின் புத்தகத்திலோ வசிப்பதுபோல இருந்தது. எங்கள் வீட்டு முன் வாசலிலும் பின் வாசலிலும் எப்போதும் பத்திரிகையாளர்கள், தொலைக்காட்சிச் செய்தியாளர்கள் காமிராவுடன் காத்திருப்பார்கள். வீட்டை விட்டு வெளியே கால் வைக்க முடிய வில்லை. ஒரு மெய்காப்பாளர் துணையோடுதான் வெளியில் செல்ல முடிந்தது." அமெரிக்காவின் மகா ஆச்சாரமான ஊடகங்களின் கோபக்கணைகளைத் தாங்க முடியாமல் பத்து வாரங்கள் கழித்து ஃப்ரை மனைவி குழந்தையுடன் ஃப்ரான்ஸ் நாட்டுக்குச் சென்றார். அங்கு இரண்டு மாதங்கள் தங்கினார்.

பிறகு எல்லாம் சற்று அடங்கின பிறகு நியூ யார்க்கில் மனைவி குழந்தைகளுடன் வாழ ஆரம்பித்தார். இப்போது 59 வயதாகும் ஃப்ரை மதுவிலிருந்தும் போதை அடிமைத்தனத்திலிருந்தும் முழுவதும் விடுபட்டவர். 23–25வரை மிக மோசமான நிலையில் இருந்தவர் புனர்வாழ்வு மையத்துச் சிகிச்சையினால் நன்றாகக் குணமடைந்த பிறகுதான் நிறையப் படிக்க ஆரம்பித்தார். அதீத கற்பனை வளம்கொண்ட மனசு என்பதால் புனைகதை எழுதும் ஆர்வம் அவருக்கு ஏற்பட்டது. ஆனால் மிகச் சிறந்த எழுத்தாளனாக, காலத்துக்கும் நிற்கும் எழுத்தாக எழுத வேண்டும் என்கிற தீவிர ஆசை அவரை ஆட்கொண்டது. தனது சொந்த அனுபவங்களைவிடச் சிறந்த கதைப் பொருள் வேறு

என்ன இருக்க முடியும் என்று நினைத்ததாலேயே 'எ மில்லியன் பீஸஸ்' பிறந்தது.

சமீபத்தில் தனது முதல் புத்தகத்தைப் பற்றி மனம் திறந்து பேசினார். "அந்தப் புத்தகம் முழுவதும் புனைகதை இல்லை. முழுவதும் அபுனைவும் இல்லை. என்னுடைய வாழ்வின் ஒரு பகுதியைக் கொண்டது. நிச்சயமாகக் கற்பனை கலந்த எழுத்து. சுவாரஸ்யம் கூட்டுவதற்காக நான் அனுபவிக்காத விஷயங்களை யும் சேர்த்தேன். எழுத்தைச் செதுக்கி அழகுபடுத்தினேன். படிப்பவருக்கு அதிர்ச்சி தர வேண்டும் என்று நினைத்தேன். எனது புத்தகம் நவீன எழுத்தில் ஒரு மைல் கல்லாக இருக்க வேண்டும் என்று நினைத்தேன். எழுதும்போது நிஜத்தையும் கற்பனையையும் கலந்து மாற்றுகிறேன் என்று உணர்ந்திருந்தேன். சில நடக்காத விஷயங்கள் நடந்ததாக நான் சொன்னது மனப்பிறழ்வின் பதிவுகளாகக்கூட இருக்கும். அது சரி, எந்த வாழ்க்கைக் குறிப்பு கற்பனைக் கலக்காமல் இருக்கிறது சொல்லுங்கள்? என்னுடைய புத்தகம் அக்குவேறு ஆணிவேறாகப் பிரிக்கப்பட்டு அலசப்பட்டதைப் போல மற்றவையையும் செய்து பார்த்தால் எல்லா சுயசரிதைகளிலும் ஓட்டைகள் இருக்கும்."

"இப்போது திரும்பிப் பார்க்கும்போது, புத்தகத்தை வேறு மாதிரி எழுதுவீர்களா?"

"நிச்சயம் மாட்டேன்."

"அதை நாவல் என்று வெளியிட்டிருக்கலாமே? பொதுவாக எழுத்தாளர்களின் முக்கியமான படைப்புகள் அவர்களது சொந்த அனுபவங்களை ஆதாரமாக வைத்துத்தானே எழுதப்பட்டிருக்கின்றன?"

"நான் அதைப்பற்றி இப்போது நினைப்பதே இல்லை. நான் மீடியாவுடன் சண்டை போடவே இல்லை. வாசகர்களுக்கு எப்படி விருப்பமோ அப்படி என் புத்தகம் இருந்தது. அதுதான் நிஜம்."

ஆனால் அதை முதலில் நாவல் என்றுதான் அவர் பல பதிப்பாளர்களிடம் சென்றார். நாவலுக்கு மவுசு குறைந்திருந்தது வாசகர்கள் அபுனைவுப் புத்தகங்களையே அதிகம் வாங்க ஆரம்பித்திருந்தார்கள். 17 பதிப்பாளர்கள் அவரது கைப்பிரதியை நிராகரித்தார்கள். கடைசியில் ஒரு பதிப்பாளரிடம் ஜேம்ஸ் ஃப்ரை அதைத் தனது சொந்த வாழ்க்கைக் கதை என்றார். அப்படிப்பட்ட பட்சத்தில் அதை அபுனைவுப் புத்தகமாக வெளியிட்டால் அதற்கு நல்ல வரவேற்பு இருக்கும் என்று ஏஜெண்ட் சொன்னார். அதற்குப் பிறகு எடிட்டரும் ஜேம்ஸுமாக

அமர்ந்து பல திருத்தங்கள் செய்து வெளியிடப்பட்டது. கற்பனை கலந்த நினைவுப் பதிவுகள் என்று பதிப்பாளருக்குத் தெரியாமல் இருந்திருக்காது. ஆனால் பிரச்சினை வெடித்தபோது பதிப்பகம் முழுவதுமாகத் தன்னை விடுவித்துக்கொண்டு ஜேம்ஸைத் தனியாக அதைச் சமாளிக்க விட்டதுமல்லாமல் ஏற்கெனவே செய்துகொண்டிருந்த ஒப்பந்தங்களை எல்லாம் ரத்துசெய்தது.

அமெரிக்கர்கள் இந்தப் புத்தகத்திற்கு எழுப்பிய எதிர்ப்பின் கூச்சல் மிகையானது என்று ஐரோப்பியப் பதிப்பகங்கள் கருதின. புத்தகத்தை வாசித்த எனக்கும் அந்த எதிர்ப்பு நியாயமற்றதாக, தேவையற்றதாகத் தோன்றுகிறது.

தொடக்கமே 'Suspense Thriller' போல இருக்கிறது. இருபத்தி மூன்று வயது வாலிபனாக அவர் பயங்கரமான நிலையில் அறிமுகமாகிறார். ஒரு விமானத்தில் எந்தத் துணையும் இல்லாமல் அமர்ந்திருக்கிறார். நான்கு பற்கள் இல்லை. கன்னத்தில் ஒரு விரலை நுழைக்கலாம்போல ஒரு ஓட்டை இருக்கிறது. கண்கள் இரண்டும் பலூனைப்போல ஊதி, திறக்க முடியாமல் இருக்கிறது. உடம்பெங்கும் தாளமுடியாத வலி, ஜேம்ஸ் ஃப்ரைக்கு எதுவும் நினைவில்லை. தான் யார், எப்படி அந்த விமானத்துக்கு வந்தோம் என்று தெரியவில்லை.

விமானப் பணிப்பெண் விமானம் தரை இறங்கியதும் சக்கர நாற்காலி கொண்டுவருகிறாள். உன்னை அழைத்துப்போக யாராவது வருவார்களா என்று கேட்கிறாள். தெரியாது என்கிறான் அவன். வெளி வாயிலில் அவனுடைய அப்பாவும் அம்மாவும் நின்றிருக்கிறார்கள். அம்மா அவனைப் பார்த்து அழுகிறாள். அப்பா அவன் கையைப் பிடித்து நாங்கள் இருக்கிறோம் என்பதுபோல அமுக்குகிறார். பிறகு அவன் வீட்டிற்குச் செல்வது அவனுடைய அண்ணன் ஆதரவாக அணைப்பது, புனர் வாழ்வு மையத்துக்கு அழைத்துசெல்வது என்று விரிந்துகொண்டு செல்கிறது புத்தகம். உண்மையிலேயே நாவல்போலத்தான் இருக்கிறது. நூதனமான மொழிக்கையாடல். போதைக்கு அடிமையான, திரும்பிவர முடியாத எல்லைக்குச் சென்றுவிட்ட இளைஞனின் வீம்பும் எதிர்ப்பும் மிகத் தத்ரூபமாகச் சொற்களில் விரிகிறது. ஆனால் கொடுக்கும் விவரங்களிலோ நிஜமில்லை என்று நினைக்கும்படியான பாசாங்குத்தனம் கொஞ்சமும் இல்லை.

அவன் புனர் வாழ்வு மையத்தில் அனுபவிப்பது, அவர்களது கட்டுப்பாடுகளுக்கு இணங்காமல் முரண்டுபிடிப்பது எல்லாம் எந்தவிதச் சமரசமும் இல்லாமல் விவரிக்கப்படுகிறது.

ஜேம்ஸ் வசதியான குடும்பத்தில் பிறந்தவர். ஏமாற்றம் கொள்ள எந்தக் காரணமும் இல்லை. படிப்பு நன்றாக வந்தது. பள்ளியில் நல்ல மதிப்பெண் வாங்கியவன். இருந்தும் ஸ்தாபனத்தை எதிர்க்கும் சிறுபிள்ளைத்தனத்தாலோ என்னவோ மதுவும் போதைப்பொருளும் (கொக்கேய்ன்) பழக்கமாகிப் போகிறது. அவனுடைய பெற்றோர்களுக்கு அதைப்பற்றித் தெரிவதே இல்லை. அமெரிக்கப் பெற்றோர்கள் அநேகம் பேருக்கு இத்தகைய அனுபவம் இருப்பதாலேயே புத்தகம் சட்டென்று படிப்பவர் மனத்தை ஈர்த்தது.

ஆனால் புத்தகத்தைப் பற்றின சர்ச்சை கிளம்பியதும் தாங்கள் ஏமாந்துபோனதாகக் கோபப்பட்டார்கள். அவர் ஒரு மாபெரும் சோதனையிலிருந்து மீண்டவர் என்பதை யாரும் கண்டு கொண்டதாகவோ கவலைப்பட்டதாகவோ தெரிய வில்லை. அத்தனை அமர்க்களத்தில் மீண்டும் மனநிலை பாதிக்கப்பட்டு அவர் மதுவுக்கும் போதை வஸ்துக்களுக்கும் திரும்பாமல் இருந்தது ஆச்சரியம். ஆனால் அவர் மிகுந்த மனஉளைச்சல் காரணமாகத் தெரபிஸ்டிடம் சென்றார். பல நாட்கள் சிகிச்சைப் பெற்றார். தெரபிஸ்ட் சொன்னார், “இந்தச் சர்ச்சையெல்லாம் உனக்குப் பிடித்தமானது. சர்ச்சையில் சிக்குவது உனது இயல்பு. ஏட்டிக்குப்போட்டியாகச் செயல் படுவதும் கெட்ட பையன் என்று பெயர் வாங்குவதும் உனக்குப் பிடிக்கும்.”

“இல்லவே இல்லை” என்கிறார் ஜேம்ஸ். ஒரு நல்ல புத்தகம் எழுத வேண்டும் என்பதே என் விருப்பம். ஒரு சிறந்த எழுத்தாளனாகப் பரிணமிக்க வேண்டும் என்பதே என் ஆசை. ஊடங்கள் என்மேல் கக்கிய வெறுப்பை என்னால் புரிந்து கொள்ள முடியவில்லை. நான் என்ன கொலையா செய்தேன். என் அனுபவங்களை நகாசு பூசிக்கொடுத்தேன். பதிப்பாளர் அதை அபுனைவாகப் பதிக்கலாம் என்றார். அது எனது முதல் புத்தகம். இப்படி ஒரு பூதம் பிறக்கும் என்று தெரியாது.”

இன்று அதைப்பற்றி அவர் பேசுவதில்லை. அடுத்தடுத்து அவர் எழுதிய புத்தகங்களுக்கு நல்ல வரவேற்பு கிடைத்தது. எழுத்தில் அவர் காண்பிக்கும் பரிசோதனை முயற்சிகள் பாராட்டப்படுகின்றன. ஒரு சிறந்த எழுத்தாளர் என்று அறியப்படுகிறார்.